લેખકનો પરિચય

2007થી પત્રકારત્વમાં સક્રિય લલિત બાબુભાઈ ખંભાયતાએ કારકિર્દીની શરૂઆત રાજકોટના 'કૉમોડિટી વર્લ્ડ' દૈનિકથી કરી હતી. ગુજરાતના અગ્રણી અખબારો 'સંદેશ', 'ગુજરાત સમાચાર'માં વર્ષો સુધી કામ કર્યા પછી હવે 'દિવ્ય ભાસ્કર'માં 'મૅગેઝિન એડિટર' તરીકે જવાબદારી સંભાળે છે.

અજાણ્યા વિષયોમાં ઊંડાણપૂર્વક માહિતી આપવી કે પછી જાણીતા વિષયની અજાણી માહિતી રજૂ કરવી એ લલિત ખંભાયતાની ઓળખ રહી છે. અંગ્રેજી ફિલ્મોમાં રસ હોવાથી વર્લ્ડ સિનેમા નામે સેંકડો પરદેશી ફિલ્મોનો ગુજરાતી ભાષામાં પરિચય કરાવ્યો છે, તો તેમની માહિતીપ્રદ લખાણો ધરાવતી સાપ્તાહિક કૉલમ 'સમયાંતર' દર રવિવારે પ્રગટ થાય છે.

પત્રકારત્વ અને લેખન માટે દેશ-પરદેશના પ્રવાસો કર્યા છે. એવા જ પ્રવાસો પૈકીના કેટલાક આ પુસ્તકમાં સમાવાયા છે.

મળેલા ઍવૉર્ડ

1. લાડલી મીડિયા ઍન્ડ એડ્વર્ટાઇઝમેન્ટ ઍવૉર્ડ ફૉર જેન્ડર સેન્સિટીવિટી (2013)
2. ગુજરાત મીડિયા ઍવૉર્ડ્ર્સ દ્વારા બેસ્ટ કૉલમિસ્ટ ઍવૉર્ડ (2019)
3. ગુજરાતી સાહિત્ય અકાદમી દ્વારા યુવા ગૌરવ પુરસ્કાર (2023)

લેખકનાં અન્ય પુસ્તકો

1. બ્રેવહાર્ટ્સના 3 ભાગ (વ્યક્તિચિત્રો)
2. રખડે એ રાજા (પ્રવાસ વર્ણનો)
3. 007 જેમ્સ બૉન્ડ
4. એ નગરનું નામ ખાંડવપ્રસ્થ
5. ભારતનાં જોવા જેવાં 75 સ્થળો

રખડે એ મહારાજા

('રખડે એ રાજા' સીરિઝનું બીજું પુસ્તક)

લલિત ખંભાયતા

મુખ્ય વિક્રેતા :

નવભારત સાહિત્ય મંદિર

જૈન દેરાસર પાસે, ગાંધી રોડ, અમદાવાદ - ૩૮૦ ૦૦૧

૨૦૨, પેલિકન હાઉસ, ગુજરાત ચેમ્બર ઑફ કોમર્સના કંપાઉન્ડમાં,

આશ્રમ રોડ, અમદાવાદ - ૩૮૦ ૦૦૯

☎ (079) 22139253, 22132921

98250 32340

e-mail : info@navbharatonline.com

www.navbharatonline.com

fb.com/NavbharatSahityaMandir

RAKHADE E MAHARAJA
by Lalit Khambhayata
NAVBHARAT SAHITYA MANDIR
AHMEDABAD
2023

ISBN No. : 978-93-93237-20-0

પ્રથમ આવૃત્તિઃ નવેમ્બર, 2023

પ્રકાશક
મહેન્દ્ર પી. શાહ
નવભારત સાહિત્ય મંદિર
જૈન દેરાસર પાસે, ગાંધી રોડ, અમદાવાદ-૩૮૦૦૦૧
ફોનઃ (૦૭૯) ૨૨૧૩૯૨૫૩, ૨૨૧૩૨૯૨૧
E-mail : info@navbharatonline.com
Web : www.navbharatonline.com
fb.com/NavbharatSahityaMandir

Printed and bound at Repro India Ltd.

અર્પણ

ગુજરાતી ભાષાનાં સૌ પ્રવાસ લેખકોને,
જેમણે પ્રવાસ સાહિત્યને જીવતું રાખ્યું છે.

સફરનો આરંભ કરતાં પહેલાં...

અત્યારે વેબસીરિઝ અને એમાંય તેની સીઝન-1-2-3...નો યુગ છે. 2018માં પ્રવાસનું મારું પ્રથમ પુસ્તક 'રખડે એ રાજા' આવ્યું. એની આ બીજી સીઝન ગણી શકાય, કેમ કે પુસ્તક આવી ગયા પછી પ્રવાસ કરવાનું બંધ નથી કર્યું કે નથી પ્રવાસવર્ણનો લખવાનું બંધ કર્યું. માટે નવા સ્થળો અહીં સમાવી લેવાયા છે. આ પુસ્તક પછીય એ બંધ થવાનું નથી. માટે વાચકોને ગમશે તો વધુ સીઝન આવતી રહેશે.

પ્રવાસમાં વિવિધ તબક્કે સાથ આપનારા મિત્રો હર્ષ મેસવાણિયા, વિમલ સોંડાગર, વિશ્વા સોંડાગર, મનીષ ખંભાયતા, ઈશાન ભાવસાર, વિશાલ પટેલ, તુષાર આચાર્ય અને પ્રફુલ મેસવાણિયા... સૌ કોઈને આભાર સાથે યાદ કરું છું.

જીવનસાથી મીના અને દીકરી ધ્યાની ઘણા પ્રવાસમાં સાથે હોય એ સ્વાભાવિક છે.

પુસ્તક માટે ધક્કો મારનારા કવિ-સંચાલક હરદ્વાર ગોસ્વામી અને ધક્કાને પુસ્તક તરીકે વાચકો સુધી પહોંચાડનારા પ્રકાશક નવભારત સાહિત્ય મંદિરનો પણ આભાર.

લાંબી વાત કરવાને બદલે પાનું ફેરવો અને પ્રવાસ ચાલુ કરો...

- લલિત ખંભાયતા

Mo. : 99797 58109

અનુક્રમ

રખડે એ મહારાજા

*

લલિત ખંભાયતા

1

જાપાન : પિઝ્ઝાના ભાવમાં વિઝ્ઝા

ટેક્નોલૉજીના દેશ જાપાનના પ્રવાસે જવાની તક મળી એ સદ્‌ભાગ્ય હતું. એ દેશ વિશે ઘણું વાંચ્યું, સાંભળ્યું હતું. વળી ચાઈનીઝ પ્રોડક્ટ પ્રત્યે ભારતીયોને પ્રેમ જાગવાની શરૂઆત થઈ એ પહેલાં જાપાની પ્રોડક્ટની બોલબાલા હતી. 'મેડ ઈન જાપાન' લખેલી ચીજોનું ટકાઉપણું અનુભવ્યા પછી હવે એ દેશનો અનુભવ લેવાનો હતો...

4 સપ્ટેમ્બર, 2018

'નારિતા ઍરપૉર્ટ', સમય સવારના સાડા સાત. ભારતમાં ત્યારે હજુ રાતના ચારેક વાગ્યા હતા. 'જાપાન ઍરલાઇન્સ'ના 'બોઇંગ 787-9બી'માંથી બહાર નીકળનારા મુસાફરોમાં સૌથી છેલ્લો હું હતો. દિલ્હીથી રવાના થયા પછી સવા આઠ કલાકે ટોકિયો પહોંચ્યા હતા. ક્રૂ મેમ્બર્સ સાથે જ હું બહાર નીકળ્યો. હકીકતે તો હું મારા સાથી પ્રવાસી પત્રકાર સાન્યાની રાહ જોતો હતો, પરંતુ એ બીજા દરવાજેથી નીકળી રવાના થઈ ગયાં હતાં. હવે સીધા બહાર નીકળવાના દરવાજે મળીશું એમ માનીને હું રવાના થયો.

ક્રૂ મેમ્બરને જ પૂછ્યું કે, મારે આમ-તેમ જવાનું છે, ક્યાંથી જઈ શકાશે? એમણે માર્ગદર્શન આપ્યું. જોકે ઠેર ઠેર બોર્ડ માર્યાં હતાં અને તેમાં ઇમિગ્રેશન, ડિપાર્ચર, રેલવે સ્ટેશન વગેરેના એરા દેખાતા હતા. ફર્શ પરની નરમ કાર્પેટ પર સુટકેસના પૈડાં ફેરવતો હું આગળ વધ્યો.

✣

ઊગતા સૂરજના દેશ જાપાન વિશે સૌ કોઈને એટલી ખબર તો હોય જ કે ત્યાં ટેક્નોલૉજીની બોલબાલા છે અને 'મેડ ઈન જાપાન' લખેલું હોય એવી ચીજવસ્તુ ખરીદવામાં કોઈ વાંધો નથી. હવે 'મેડ ઈન ચાઈના'નો યુગ ચાલે છે, એટલે ઘરમાંથી જાપાની ચીજો ઓછી થતી જાય છે તો પણ જેમના ઘરમાં

જાપાની બનાવટની ચીજો હશે એ જાણતા હશે કે તેની ગુણવત્તા વિશે કશું કહેવાનું રહેતું નથી. 'સોની'નું ટીવી હોય તો 20-30 વર્ષ સુધી ચાલ્યા જ કરે.

જાપાન જવાનું ઘણી રીતે સરળ છે, કેમ કે બે દિવસમાં વિઝા મળી જાય. વળી વિઝા માટે તમારે પોતે ધક્કો ખાવો પડતો નથી. અમેરિકાનું વિઝા ફૉર્મ 40 પાનાંનું છે, જાપાનનું બે પાનાંનું. અમેરિકાની વિઝા ફી અંદાજે 13 હજાર રૂપિયા જેવી છે અને રિજેક્ટ થાય તો બીજી વખત 13 હજારનો થપ્પો લાગે. જેટલી વખત રિજેક્ટ થાય એટલી વખત 13 હજારનો આંક વધતો જાય. જાપાનની વિઝા ફી 490 રૂપિયા માત્ર છે. એટલો ભાવ તો અમદાવાદમાં પિઝાનો છે. એટલે પિઝાના ભાવમાં જાપાન વિઝા આપે છે. જાપાનથી ઓછી વિઝા ફી કયા દેશની હશે એ શોધનો વિષય છે, કેમ કે ટાન્ઝાનિયા જેવા દેશની વિઝા ફી પણ 3 હજારથી 18 હજાર (કેટગરી પ્રમાણે) સુધીની છે.

અમેરિકાના વિઝા માટે ઢગલાબંધ દસ્તાવેજ, કાગળિયાં, એફિડેવિટ રજૂ કરવા પડે છે. જાપાનના વિઝા માટે ગણીને 3-4 કાગળની જરૂર પડે છે.

અમેરિકાની વિઝા પ્રક્રિયા લાંબી છે અને ક્યારેક લાયક હોય એવા વ્યક્તિને પણ ના પાડે તો અપમાનજનક પણ લાગે. એટલે એમ થાય કે અમેરિકા ઉપકાર કરતું હોય એમ વિઝા આપે છે, પરંતુ એ દેશની સુરક્ષા માટે એમને એ અનિવાર્ય લાગે છે. બીજી તરફ જાપાન સરળતાપૂર્વક અને સન્માનપૂર્વક વિઝા આપે છે. જાપાન વિશે આ બધી જાણકારી ન હોય એટલે લોકો એ દેશના પ્રવાસે ખાસ જતા નથી. પાસપોર્ટ પર જાપાનમાં કેટલા દિવસ રહી શકાશે એ માહિતી આપતો વિઝાનો સિક્કો લાગીને આવી ગયો હતો એટલે જ અમે જાપાન પહોંચી શક્યા.

ભારતથી અમેરિકા-બ્રિટન જતાં પ્રવાસીઓ કરતાં દસમા ભાગના પણ જાપાન જતા નથી. બાકી આમ પશ્ચિમે યુરોપ જતાં થાય એટલો સમય જ પૂર્વમાં જાપાન જવામાં લાગે છે. અલબત્ત, જાપાન ઓછા લોકો જાય તો પણ જાપાન વિશે ઘણી જાણકારી અને ખાસ તો અહોભાવ ધરાવતા હોય છે. એવા દેશમાં જવાનું થાય તો કોને મજા ન આવે! એટલે જ જાપાન સરકારના પ્રવાસન વિભાગનું આમંત્રણ મળ્યું ત્યારથી મને એ દેશ જોવાનો ઉત્સાહ હતો.

ઇમિગ્રેશન અને કસ્ટમ એ બંને વટાવવા ઍરપોર્ટ પર ઘણી વખત માથાનો દુખાવો પણ બની શકે. ઇમિગ્રેશનમાંથી તો સટ કરતાં નીકળી ગયા, પછી વારો આવ્યો કસ્ટમનો. ઑફિસરે પૂછ્યું, આ બેગમાં શું છે? મેં જે હતું એ કહ્યું. બેગ સ્કેન કરી અને બે-પાંચ સેકન્ડમાં જ કહ્યું, 'વેલકમ ટુ જાપાન.'

બહાર નીકળ્યા ત્યાં 'જેએનટીઓ (જાપાન નેશનલ ટૂરિઝમન ઓર્ગેનાઇઝેશન)'નું બોર્ડ લઈને એક બહેન ઊભાં હતાં. અમે એમને મળ્યા. ઈકુકો ઈવાસાકી એમનું

નામ. અમારે પાંચ દિવસ જાપાન ફરવાનું હતું. એ બધા દિવસ ઈકુકો બહેન અમારી સાથે રહેવાનાં હતાં, ફેરવવાનાં હતાં. એ મૂળભૂત રીતે ટૂરિસ્ટ ગાઇડ હતાં અને 'જેએનટીઓ'એ અમારા માટે એપોઇન્ટ કર્યા હતા. ઈકુકો સાથે અત્સુયા ફુકુશિમા નામના બીજા એક ભાઈ હતા. જાપાનની 'ડેન્તસુટેક' નામની જાયન્ટ (અને દુનિયાની પણ સૌથી મોટી પૈકીની એક) એડવર્ટાઇઝમેન્ટ કંપનીમાં એ કામ કરતા હતા. એ પણ બધા દિવસ અમારી સાથે રહેવાના હતા.

ઈકુકોએ માહિતી આપી કે અહીંથી એક ટ્રેન પકડીને પહેલાં આપણે ટોકિયો ટર્મિનલ પહોંચવાનું છે. ટોકિયો પાસે બે ઇન્ટરનેશનલ ઍરપૉર્ટ છે, હાનેડા અને નારિતા. હાનેડા થોડું નજીક છે, નારિતા ટોકિયોથી 70 કિલોમીટર દૂર છે. એટલે 'નારિતા એક્સપ્રેસ' નામની ટ્રેનમાં સવાર થઈ અમારે ટોકિયો ટર્મિનલ પહોંચવાનું હતું. ટ્રેન આવી એટલે અમે તેમાં સવાર થયા. એકાદ કલાકે ટોકિયો સ્ટેશન પર પહોંચ્યા.

જાપાન ટાપુ દેશ છે, વધારે લાંબો અને પગના તળિયા જેવો સાંકડો આકાર ધરાવે છે. એટલે જાપાનમાં ઉત્તર છેડેથી દક્ષિણ છેડા વચ્ચેનું અંતર બે હજાર કિલોમીટર થાય. જ્યારે પૂર્વ કાંઠેથી પશ્ચિમ તરફ જવામાં 300-400 કિલોમીટરનું અંતર માંડ કાપવું પડે. ટોકિયો સ્ટેશનેથી અમારે બીજી ટ્રેનમાં સવાર થઈને અંદાજે અઢીસો કિલોમીટર પશ્ચિમે આવેલા નગાનો પહોંચવાનું હતું.

બીજી ટ્રેનનું નામ વાંચીને મારી આંખો ચમકી, કેમ કે ગાડીનું નામ હતું 'શિન્કાન્સેન' એટલે કે આપણે જેને બુલેટ ટ્રેન કહીએ એ...!

શિન્કાન્સેન – વેલકમ ટુ બુલેટ...

ઝડપને કારણે ટ્રેનનું નામ બુલેટ પડી ગયું, ભલે બુલેટ જેટલી તેની ઝડપ નથી હોતી, પરંતુ તેનું જાપાની નામ 'શિન્કાન્સેન' છે. આ જાપાની શબ્દનો મતલબ 'નવી મુખ્ય રેલવે લાઇન' એવો થાય છે. જાપાનમાં શિન્કાન્સેનનું નેટવર્ક પાવરફુલ છે અને આખા દેશને એક સ્થળેથી બીજા સ્થળે પળવારમાં પહોંચાડવા સક્ષમ છે. જે કેટલાક ટાપુ પર બુલેટ નથી પહોંચી ત્યાં પહોંચાડવા માટે તડામાર કામગીરી ચાલે છે.

આખો દેશ ટ્રેનના નેટવર્ક પર ચાલે છે એમ કહીએ તો ખોટું નથી. નાના-નાનાં સેન્ટરોએ પણ ઍરપૉર્ટ છે, પરંતુ લોકો ટ્રેનનો વિકલ્પ વધારે પસંદ કરે છે. ઝડપી છે, સલામત છે, સરળ છે. અમારો હજુ પહેલો દિવસ હતો, જાપાનમાં પહોંચ્યાના થોડી કલાકો જ થઈ હતી ત્યાં શિન્કાન્સેન દેવી સાથે અમારો ભેટો થયો.

અમારી સામે બુલેટરાણી આવીને ઊભી રહી ત્યાં સુધી ખબર ન પડી.

જે સ્ટેશન પર ટ્રેન આવવાની હતી ત્યાં પહોંચ્યા, પાટા જોયા તો એમ લાગ્યું કે આ તો અમારા જૂનાગઢના સ્ટેશનમાં હોય એવા જ દેખાય છે! અલબત્ત, દેખાય એવા પણ તેની ટેક્નોલૉજી ઘણી ઊંચી છે. એ વાત આગળ વિગતવાર કરીશું. થોડીવારે એટલે કે નક્કી થયેલા સમયે (એક પણ સેકન્ડ વહેલી-મોડી થયા વગર) ટ્રેન આવી, ઊભી રહી, દરવાજા ખૂલ્યા.

નિયમ પ્રમાણે અંદરના લોકો પહેલાં ઊતર્યા અને પછી અમે લાઇનમાં રહીને અંદર ચડ્યા. આખા જાપાનમાં જ્યાં ક્યાંય પણ ઊભા રહેવાનું હોય ત્યાં લોકો વગર કહ્યે લાઇનમાં જ ખડા થઈ જાય છે. 'હમ જહાં ખડે હોતે હૈં વહીં સે લાઇન શુરૂ હોતી હે...' એવો ફાંકો કોઈ રાખતું નથી. અહીં તો લાઇન માટે બે અલગ અલગ પટ્ટા પણ સ્ટેશનના તળિયે દોરેલા હતા.

દરેક સ્ટેશને ટ્રેન બે મિનિટ ઊભી રહે. ચાલતી થાય અને લાંબી ગાડી સ્ટેશનમાંથી બહાર નીકળે એ પહેલાં જ સ્પીડ પકડી લેતી હોવાનો સ્પષ્ટ અનુભવ પણ થાય. અમે ગાડીમાં ગોઠવાયા અને ટ્રેન દોઢ કલાકની સફર માટે નીકળી પડી. ઈકુકોએ માહિતી આપી કે 2017ના વર્ષમાં આખા જાપાનની બુલેટ ટ્રેન સરેરાશ 20 સેકન્ડ મોડી પડી હતી. એટલી મોડી પડે, કેમ કે મુસાફરો ઊતરે અને ચડે એ વખતે જરા વાર થઈ શકે. જ્યાં સુધી મુસાફરો દરવાજા વચ્ચે હોય ત્યાં સુધી દરવાજો બંધ ન થાય, બંધ ન થાય ત્યાં સુધી ગાડી ન ઊપડે. મોડી પડવાનું એ મુખ્ય કારણ.

જાપાની ટ્રેન વિશે અગાઉ પણ લખ્યું છે. એટલે એટલી તો ખબર હતી કે 1964માં શિન્કાન્સેન શરૂ થઈ ત્યારથી આજ સુધીમાં 10 અબજથી વધારે મુસાફરોની હેરાફેરી કરી ચૂકી છે અને અકસ્માતને કારણે એક પણ મોત થયું નથી! સલામતીના સર્વોચ્ચ માપદંડો જાપાને સ્થાપિત કર્યા છે. એ ટ્રેનમાં અમારી સવારી બિલકુલ સલામત હતી. માટે આંખો મીંચાઈ ગઈ અને થોડીવાર પછી જાગ્યા ત્યાં નગાનો પહોંચવાની તૈયારીમાં હતા.

બહાર નીકળ્યાં ત્યાં જ સ્ટેશનને અડીને 'મેટ્રોપોલિટન' હોટેલ હતી. હોટેલના રિસેપ્શનમાં જે દેશના પ્રવાસી હતા, તેના ધ્વજ ફરકતાં રખાયા હતા. જાપાની ઉપરાંત એક ધ્વજ ભારતીય હતો, જે અમારા માટે જ્યારે બીજો કેનેડિયન હતો. એ જોઈને આનંદ થયો, ગર્વ પણ થયો. હોટેલમાં સામાન મૂકી, જરા ફ્રેશ વગેરે થઈને નીકળી પડ્યા 'ઝેન્કોજી મંદિર' જોવા. આખા જાપાનમાં અનેક બૌદ્ધ મંદિર છે. એમાં આ ઝેન્કોજી શીરમોર છે, કેમ કે અંદાજે 1500 વર્ષ પહેલાં જાપાનમાં ભારતથી (વાયા કોરિયા થઈને) બૌદ્ધ ધર્મ પહોંચ્યો હતો. એ વખતે તેનું પહેલું મથક આ મંદિર હતું. એટલે જાપાનના મધ્ય ભાગમાં આવેલું આ મંદિર જાપાન આખામાં બૌદ્ધ ધર્મના ફેલાવાનું કેન્દ્ર બની રહ્યું છે.

નગાનો શહેરની બસમાં સવાર થઈને અમે જરા દૂર આવેલા મંદિરે પહોંચ્યા. દરેક મંદિરની બહાર કદાવર અને ભવ્ય દરવાજા આખા જાપાનમાં જોવા મળે. બંને તરફ એક એક મૂર્તિ જે આપણા પ્રાગટ્ય અને અંતને સાંકેતિક રજૂ કરે છે.

અહીં પહેલાં અમારે 'બુદ્ધિસ્ટ લંચ' લેવાનું હતું. હું વેજિટેરિયન છું અને મને તેનું ગૌરવ પણ છે. ઘણા સર્વાહારીઓ વેજિટેરિયન હોવું ગુનો હોય અને નોનવેજિટેરિયન આરોગવાથી જ ખરી મર્દાઈ આવે એવા ખયાલી પુલાવમાં રાચતા હોય છે. જૈસી જીસકી સોચ. હકીકતે કોણે શું ખાવું એ અંગત વિષય છે, એમાં બીજાએ માથું મારવાનું હોતું નથી.

બુદ્ધિસ્ટ ભોજન તો આમેય વેજિટેરિયન જ હોય. ભારતીય કલ્ચર સાથે જાપાની કલ્ચરને અઢળક સામ્ય છે. જાપાની પ્રજા આખા દિવસમાં ત્રણવારમાં મળીને કુલ 30 જાતની વાનગી આરોગે છે. અલબત્ત, હવેની પેઢી એ પરંપરાગત ભોજનમાં બહુ રસ નથી લેતી, પરંતુ પરંપરા એવી છે. એટલું દિવસમાં ખવાય એટલે બધા પોષકતત્ત્વો મળી રહે. પછી સ્વાસ્થ્ય માટે કશું કરવાનું રહેતું નથી.

બુદ્ધિસ્ટ ભોજન આવ્યું. વિવિધ પાત્રોમાં વિવિધ વાનગી હતી. બધાનો ટેસ્ટ અલગ હતો. આપણે મસાલેદાર ખાવા ટેવાયેલા લોકોને જાપાની ભોજન ખાસ ભાવે નહીં. મસાલા ઓછા, મીઠું ઓછું, મરચું પણ ઓછું. વાનગીનાં નામ પણ

વિવિધ પ્રકારનાં હતાં, જે ખાસ યાદ રહે નહીં. તો પણ ટોફુ, ટેમ્પુરા, નૂડલ્સ, ભાત વગેરે ઓળખી શકાયા. વિવિધ વાનગી ટ્રાય કરી, ખવાય એટલું ખાઈને મંદિરમાં જવા આગળ વધ્યાં.

ત્યાં એક નવો અનુભવ અમારી રાહ જોઈ રહ્યો હતો...

મંદિર છે કે જાનોરના રાજમહેલનું ભોંયરું!

જાપાનનો બૌદ્ધ ધર્મ ગાયને આભારી છે માટે મુખ્ય મંદિરમાં ગાયમાતાના ચિત્રો-શિલ્પોનો પાર ન હતો.

'જુઓ, આ સીડીમાંથી અંદર ઊતરવાનું છે. થોડે આગળ ચાલ્યા પછી અંધકાર શરૂ થશે. મોબાઇલ કે બીજી કોઈ રીતે પ્રકાશ કરવાની છૂટ નથી. તમારો ડાબો હાથ દીવાલ સાથે અડાડતાં અડાડતાં ચાલવાનું. રસ્તામાં એક બારી આવશે એ બારી ખખડાવવાની અને પછી ત્યાંથી આગળ વધી જવાનું...'

જૂનાગઢમાં ઉપરકોટ નીચે કેટલાંક ભોંયરાં છે, આમ તો દરેક રજવાડી બાંધકામ સાથે એક ટનલ તો જોડાયેલી હોય જ, જે વળી ક્યાંક દૂર નીકળતી હોય. ઝેન્કોજી મંદિરમાં આ વર્ણન સાંભળીને મને અશ્વિનીદાદા (ભટ્ટ)ની મહાનવલ 'ઓથાર'માં આવતું જાનોરના રાજમહેલનું ભોંયરું યાદ આવ્યું.

ઝેન્કોજી મંદિરમાં અંદર પ્રવેશ્યા, પણ તેમાં કોઈ મૂર્તિ નથી. ઈશ્વર બેઠા છે એમ માનીને ચાલવાનું છે. જોકે મંદિરમાં એક તસવીર છે, પણ એ તસવીર જોવાની કોઈને (પૂજારીને પણ નહીં, સંચાલકોને પણ નહીં) છૂટ નથી. એટલે ઈસવીસન 654થી આજ સુધીની સાડા તેર સદી કરતાં વધુ સમય થયે તેને કોઈએ જોઈ નથી. એ વાત જ રહસ્યમય છે અને મહત્ત્વની પણ છે. એટલે જ્યાં મંદિર હતું તેની આસપાસ પછી શહેર વસવા લાગ્યું, જે આજે નગાનો નામે ઓળખાય છે. શહેર હતું એટલે મંદિર નથી બન્યું, મંદિર હતું એટલે શહેર વિકસ્યું છે.

મંદિરનો ઇતિહાસ જાણતાં હતાં એ એક બહેન મંદિરના પ્રાંગણમાંથી અમારી સાથે જોડાયાં. આ મંદિરમાં મુલાકાતીઓને ખાસ પ્રકારનો અનુભવ કરાવાય છે. એ અનુભવ એટલે અંધકારભર્યા રસ્તેથી પસાર થઈ સામે છેડે નીકળવાનું જ્યાં ફરીથી દરવાજો આવે એટલે કે પ્રકાશનાં દર્શન થાય. લાકડાના જ બનેલા કદાવર મંદિરના ગર્ભની નીચે ભોંયરું તૈયાર કરવામાં આવ્યું છે. એમાં સોએક ફીટનો આ રસ્તો છે. તેની પાછળની કથા એવી છે કે તેમાંથી પસાર થઈને નીકળો તો પુનર્જન્મ થયો હોય એવું લાગે, પાપ ધોવાઈ જાય... વગેરે...

હવે તો અમદાવાદમાં લાઇટ જવાના પ્રસંગો ઓછા બને છે, પણ હું નાના ગામમાં મોટો થયો છું, જ્યાં લાઇટ નિયમિત રીતે જતી. ચોમાસામાં તો ખાસ. રાતે અચાનક લાઇટ જાય તો અંધારે દીવો-ફાનસ દીવાલ કે પછી બીજી ચીજોના સહારે જ હર-ફર કરવી પડે. એટલે એવું જ કંઈક વર્ષો પછી કરવાની તક આ મંદિરમાં મળી. કૅપ્ટન જેક સ્પેરોના જહાજમાં હોય એવા ભંડકિયામાં અમે ઊતર્યા.

શરૂઆતમાં તો પ્રકાશ આવતો હતો, ધીમે ધીમે અંધકાર શરૂ થયો. આગળ-પાછળના સાથી દેખાતા બંધ થયા. ધીમે ધીમે ભોંયરાનું બાંધકામ કેવું છે, જમણી તરફ કેટલી જગ્યા છે એ પણ દેખાતું બંધ થયું. કાજળઘેરો અંધકાર એવો શબ્દ 'સફારી'માં તો વારંવાર વાંચ્યો છે, પણ એ અંધકાર કેવો હોય તેનો હવે અનુભવ શરૂ થયો. ધીમે ધીમે ડર પણ વધતો ગયો.

આગળ ક્યાંક ખાડો હશે તો, જમણી તરફ કેટલી જગ્યા હશે, ડાબો હાથ દીવાલને અડાડેલો જ હતો અને અડાડેલો જ રાખવાનો હતો, પણ ત્યાં અચાનક ખાંચા-ખૂંચી આવશે તો, ઉપર ક્યાંક માથું ભટકાશે તો... વગેરે પ્રશ્નો પણ ઊભા થયા, કેમ કે એવો અંધકાર મેં અગાઉ ક્યારેય જોયો ન હતો. એ બોગદાની રચના એવી રીતે કરવામાં આવી હતી કે અંદર બાહ્ય પ્રકાશનું એક કિરણ પણ પ્રવેશી ન શકે. આગળ રહેલા સાથીદાર પાછળવાળાઓને શાબ્દિક સંકેત દ્વારા સંકેત આપતા રહેતા હતા કે, 'સબ સલામત છે.'

સાવ ધીરજ ખૂટે એ પહેલાં ટનલ પૂરી થઈ. ફરી થોડાં પગથિયાં ચડી બહાર નીકળ્યા. સામે અરીસો હતો. અહીં બધા અરીસામાં જુએ તો પોતાનો ફરી જન્મ થયો હોય એવું લાગે એવી માન્યતા છે. મને એવું કંઈ લાગ્યું નહીં, કેમ કે ટનલની સફર મેં થ્રીલિંગ એક્સપિરિયન્સ લેવા કરી હતી અને એ અનુભવ મને અપેક્ષા કરતાં વધુ મળી ગયો હતો. એ અદ્‌ભુત સફર હતી, જેને કદાચ શબ્દોમાં વર્ણવવી સંપૂર્ણ રીતે શક્ય નથી. મૂળભૂત રીતે આ મંદિર જાપાનમાં શુદ્ધતાનું પ્રતીક છે. અહીં આવે એ વ્યક્તિ શુદ્ધ થાય, જે રીતે આપણે ગંગાજીમાં ડૂબકી મારીએ છીએ...

જાપાનમાં ઘણાં-ખરાં મંદિર લાકડાનાં બનેલાં છે, અહીં કદાવર ઇમારતી લાકડાં થાય છે, માટે તમામ પ્રકારનાં બાંધકામોમાં તેનો વ્યાપક ઉપયોગ થાય છે. મંદિર હોય કે ઘર લાકડાનો ભરપૂર ઉપયોગ જોવા મળે છે. આ મંદિર સદીઓ જૂનું છે, લાકડાનું હોવાથી અનેક વાર આગ લાગીને ભસ્મ થયું છે અને ફરી બેઠું કરાયું છે.

ઝેન્કોજી મંદિરમાં નાઝીવાદ ક્યાંથી?

પહેલા દિવસે ઝેન્કોજી સિવાય કશું ખાસ જોવાનું હતું. મંદિરની બહાર નીકળતી વખતે તેના તોરણ પર ધ્યાન પડ્યું. જાપાનમાં તોરણ ખરાં, પણ જરા અલગ પ્રકારનાં. સફેદ કપડાંમાં કાળું ચિત્ર દોરેલું હતું. એ ચિત્ર સામે ઘણા પશ્ચિમી ખાસ તો યુરોપિયન પ્રવાસીઓને વાંધો પડતો હતો. ચિત્ર સાથિયાનું હતું, પણ ઊંધો સાથિયો. એ જાણીતી વાત છે કે હિટલરની નાઝીસેનાનું ચિહ્ન સાથિયો (આપણા સાથિયા જેવો જ સીધો) હતું. હવે જર્મનીમાં 'નાઝીવાદ'નો 'ન' પણ બોલવાની છૂટ નથી. નાઝી સાથિયો જાહેરમાં પ્રદર્શિત કરી શકાતો નથી. એટલે આ મંદિરનું ચિહ્ન હોવાથી ઘણાને તેમાં નાઝીવાદની ગંધ આવે છે, પણ એને નાઝીવાદ સાથે કંઈ લેવાદેવા નથી. બીજી વાત જાપાની સાથિયો આપણા કરતાં ઊંધો હતો.

હકીકત તો એ છે કે ભારતમાં જેમ સાથિયો પરા-પૂર્વથી ચાલ્યો આવે છે, એમ ભારતથી જાપાન પહોંચેલા બૌદ્ધ ધર્મમાં પણ સાથિયો અઢી હજાર વર્ષથી રાજ કરે છે, પરંતુ અલગ પડે એટલા માટે તેનાં પાંખિયાંની દિશા ઊલટી કરી દેવાઈ છે. આપણે જોઈએ તો એ સાથિયો ઊંધો લાગે, ઊંધો લાગે એટલે જ અલગ પડે અને અલગ પડે એટલે જ એ બીજા ધર્મનો સિમ્બોલ બને છે.

નાઝી-બૌદ્ધ જ્ઞાન મેળવીને હોટેલ પરત ફર્યા ત્યાં સુધીમાં સાંજના 6 વાગી ગયા હતા. સાડા સાતેક વાગ્યે જમવા માટે ભેગા થવાનું હતું. એ દિવસે જરા-તરા વરસાદ હતો. જાપાની પ્રજાના માથે એક છાંટો પણ પડે તે એમને પસંદ નથી. માટે દરેક લોકો છત્રી સાથે લઈને જ બહાર નીકળે. દુકાન, મંદિર, સાર્વજનિક સ્થળ, હોટેલ... વગેરે જગ્યાએ છત્રી રાખવાનાં સ્ટેન્ડ પણ ખરાં. આખા દેશમાં સર્વત્ર છત્રીનું પાર્કિંગ મળી રહે. એટલે તમે છત્રી લઈને ક્યાંય પહોંચો તો સાચવવાની જફા રહેતી નથી. બહાર રહેલા સ્ટેન્ડમાં ગોઠવી દેવાની.

સવારે હોટેલથી મંદિર તરફ રવાના થયા ત્યારે મારા સિવાય બધા પાસે છત્રી હતી. હોટેલમાં ઘણી છત્રી હતી જ. એમાંથી એક મને આપવામાં આવી.

આખો દિવસ પત્રકાર પોપટલાલની માફક છત્રી સાથે લઈને ફર્યા, પણ ખાસ વરસાદ આવ્યો ન હતો. વળી, જરા-તરા આવે તો પલળવાનો પણ આનંદ આવે, પરંતુ જાપાની પ્રજાને હું પલળું તેની નવાઈ લાગતી હતી. એ લોકો તો એક ટીપું પડ્યું નથી કે છત્રી ખોલી નથી.

મંદિરમાં પ્રવેશીને થયું કે નાઝીવાદ અહીં શું કરે છે?

જાપાની પ્રજાની નમ્રતાનો કોઈ પાર નથી. આપણે હાથ લાંબા કરીને રામરામ કરીએ એ લોકો તો ઝૂકીને અભિવાદન કરે. એ વાત જોકે ખાસ અજાણી નથી. કોઈ વ્યક્તિ કારણ વગર કશું બોલે નહીં, બોલે તો પણ ધીમે અને નમ્રતા સાથે. પૂછીએ તો બરાબર જવાબ આપે. જોકે ઘણાખરા જાપાની લોકો અંગ્રેજી જાણતા નથી. જાપાનનું બધું કામ જાપાની ભાષામાં જ ચાલે છે. એમને અંગ્રેજી ન આવડવાનો કોઈ રંજ નથી.

દિલ્હીથી જાપાન જવા રવાના થતા હતા ત્યારે બોર્ડિંગ સમયે જ એક દૃશ્ય જોવા મળ્યું હતું. ઍરહોસ્ટેસના હાથમાં પૂઠું હતું, જેમાં જાપાનીઝ ભાષામાં સૂચના લખેલી હતી અને સંકેત દોરેલા પણ હતા. એટલે મુસાફરોને ભાષા ન સમજાય તો જોઈને પણ ખબર પડે કે હવે પહેલી દસ લાઇનના મુસાફરોએ અંદર પ્રવેશ કરવાનો છે... વગેરે. ટૂંકમાં, અંગ્રેજીનો ઓછો ઉપયોગ થાય છે, એટલે સંકેતોનો વ્યાપક ઉપયોગ કરવામાં આવે છે. તો પણ અંગ્રેજી જાણનારાં મોટાં શહેરોમાં

તો મળી આવે, અંતરિયાળ વિસ્તારમાં પહોંચ્યા હોય તો તકલીફ થાય.

અમારી સાથે હતા એ ઈકુકો અંગ્રેજી સહિત બીજી કેટલીક ભાષા પણ જાણતા હતા. એમનું તો એ કામ હતું, પરદેશી પ્રવાસીઓને સાચવવાનું. આખા દેશમાં ફ્રી વાઈ-ફાઈ ઉપલબ્ધ છે, એટલે નેટવર્કનો ખાસ પ્રશ્ન નથી થતો. ભારતમાં જેનું ખાસ નેટવર્ક ચાલ્યું નથી એ 'ડોકોમો' (જાપાની ભાષાના શબ્દનો મતલબ થાય - સર્વત્ર) જાપાનની સૌથી મોટી નેટવર્ક પ્રોવાઇડર કંપની છે. તેના બોર્ડ ક્યાંક ક્યાંક નજરે પડતા હતા.

સાંજે ભોજન પતાવી ફુકુશિમા સાથે હું આસપાસમાં ચાલવા નીકળ્યો. ચાલીને રખડીએ તો થોડી વધુ જાણકારી મળે. આમેય જાપાની પ્રજા ઘણું ચાલે છે. નજીક જ છે, એમ કહીને 2-3 કિલોમીટર ચાલી નાખે અને આપણને પણ ચલાવે. અમારા પ્રવાસમાં જે કોઈ સ્થળો સામેલ હતાં, એ બધાં જાપાનના મધ્યભાગમાં હતાં. એટલે અમે સેન્ટ્રલ જાપાનની સફર કરીને જાપાનને જાણવાનો પ્રયાસ કરી રહ્યા હતા એમ કહી શકાય.

સવારે અમારે વર્લ્ડ હેરિટેજ સ્ટેટસ પામેલા ગામ 'શિરાકાવા-ગો'ની મુલાકાતે જવાનું હતું.

ખોરડાની ખાનદાની સાચવીને બેઠેલા ગામની સફરે...

ચારે તરફ ટેકરી અને વચ્ચે ખાડામાં પસાર થતી એક નદી. સફેદ પાણી ધરાવતી નદીનું નામ શિરાકા હતું. તેના કાંઠે જે ગામ વસ્યું એ પછી શિરાકાવાગો તરીકે ઓળખાયું. નગાનોથી થોડે દૂર આવેલા ટાકાયામા શહેર સુધી ટ્રેનમાં પહોંચ્યા અને પછી ત્યાંથી વધુ દૂર આવેલા ગામે જવા ટેક્સીમાં સવાર થયા.

જાપાનના ઉત્તર ભાગમાં બરફ પડે છે અને ક્યાંક ક્યાંક તો બરફનો મોટો થર થઈ જાય છે. એ ઉત્તરી ભાગનું પ્રવેશદ્વાર આ ટાકાયામા શહેર ગણાય છે. ત્યાં વળી ચેરીનાં ઢગલાબંધ વૃક્ષો પણ છે, જેમાં સિઝન આવ્યે ફળો લચી પડે. અમે ત્યાંથી પસાર થયા ત્યારે ચેરી કે બરફ બેમાંથી કોઈની મોસમ ન હતી.

પહાડી વિસ્તાર હોવાથી અહીં ખાસ્સી લાંબી ટનલો આવતી હતી. એક ટનલ તો 11 કિલોમીટર લાંબી હતી. ટનલમાં જોકે પૂરતી લાઇટો અને આકસ્મિક સ્થિતિને પહોંચી વળવા માટે સગવડ કરેલી હતી. વચ્ચે વચ્ચે ટેલિફોન બૂથ પણ આવતા હતા, જ્યાં ઇમર્જન્સી માટે ફોન રાખવામાં આવ્યા હતા. કોઈ પણ વ્યક્તિ તેનો ઉપયોગ કરી શકે. જોકે આવા ટેલિફોન આખા જાપાનના હાઈવે પર ઠેર ઠેર ફીટ થયેલા જોવા મળે છે.

મકાન બાંધવાની પરંપરા સાચવીને બેઠેલું જાપાનનું વર્લ્ડ હેરિટેજ ગામ.

જાપાનમાં સૌથી વધુ જોવા મળતી ગાડી 'ટોયોટા'ની જ હોય છે અને અમારી વાન પણ ટોયોટાની જ હતી. સડસડાટ ગામ તરફ આગળ વધતી હતી. એક પછી એક ટનલ, નદી, ટેકરી, વન વટાવતી આખરે ગાડી ધીમી પડી ત્યારે બોર્ડ મારેલું જોવા મળ્યું, 'શિરાકાવા આ તરફ...' એ તરફ ચાલ્યા.

અગાઉ સમાચારમાં, 'ટ્રાવેલ' મૅગેઝિન્સમાં આ ગામના ફોટા જોયા હતા. એ અદ્‌ભુત હતા, એટલે ગામ જોવાની ઉત્સુકતાનો કોઈ પાર ન હતો. અમે ઊતર્યા એ ભાગ ખાસ્સો ઊંચો હતો, પરંતુ મહેલના ઝરૂખેથી આખા ગામ-નગરનાં દર્શન થાય એમ એ ટેકરી પરથી જ આખું ગામ જોવાનું હતું. મોટા બાઉલમાં નાનકડાં રમકડાંના ઘર ગોઠવ્યાં હોય એવું એ લાગતું હતું, પરંતુ એ ગામની વિશિષ્ટતા તેના ખોરડાની બાંધણી હતી. એ જોવા માટે અમે નીચે ઊતરવાની શરૂઆત કરી.

આ વિસ્તારમાં ખૂબ બરફ પડે, શિયાળો શરૂ થાય ત્યારે. ઘર પર બરફ જામ થતો જાય તો છતને નુકસાન થાય અને વળી ઠંડી પણ લાગતી રહે. તો શું કરવું? છત 60 ડિગ્રી ત્રાંસી બનાવવી જેથી બરફ પડે એ સાથે જ લસરીને નીચે આવતો રહે. હવે છત 60 ડિગ્રી ત્રાંસી રાખવી પડે તો મકાન ખાસ્સું ઊંચું રાખવું પડે. એક માળનું જ મકાન હોય તો એમાં 45 ડિગ્રીથી વધુ ત્રાંસી છત ન થઈ શકે, કેમ કે 45 ડિગ્રી કરે ત્યાં જ જમીનને અડી જાય. એટલે 45 ડિગ્રી પણ વધુ પડતી થઈ પડે.

અહીંનાં મકાન ઓછામાં ઓછા બે માળનાં અને વધુમાં 5 માળ સુધીનાં છે,

પણ દૂરથી કોઈ ઝૂંપડી હોય એવું લાગે. એ મકાનની ભવ્યતા નજીક પહોંચ્યા પછી જ ખબર પડી. તળિયાથી ટોચ સુધી લાકડાનું બાંધકામ, લાકડાની બારી, લાકડાના દરવાજા, લાકડાની છત, લાકડાની સીડી... છત પણ લાકડાની, પરંતુ એના ઉપર દોઢ-પોણા બે ફીટ જાડો ઘાસનો થર.

મકાનની છત ઘાસની બનેલી છે, પણ કેટલી જાડી છે
એ નજીકથી જોયા વગર ખબર ન પડે.

ઘાસનો એ થર જોઈને સરસ્વતીચંદ્ર જેવો દળદાર ગ્રંથ કદાવર સ્વરૂપે છત પર ત્રાંસો ગોઠવી દીધો હોય એવું લાગે. શાહબુદ્દીન રાઠોડ ઉપમા આપે છે કે મોટા ગોળા પર નાનકડું બુજારું મૂક્યું હોય એમ અહીં નાનકડા મકાન પર મોટી છત ગોઠવી હોય એવું લાગે. બધાં જ મકાન એવાં લાગે.

એક મુખ્ય રસ્તો, બંને તરફ મકાન, રસ્તાના કાંઠે પાણી વહેવા માટે ધોરિયા અને એમાં વળી એટલું શુદ્ધ પાણી હતું કે તરી રહેલી માછલી દેખાતી હતી. અહીં દોઢેક હજાર માણસો રહે છે, પરંતુ સતત અહીં રહે એવું નથી. કેટલાક પરંપરાગત મકાનો જેવી હોટેલો બની છે. જોકે આ ‘વર્લ્ડ હેરિટેજ સાઇટ’ છે એટલે અહીં બાંધકામમાં કોઈ ફેરફાર કરી શકાતો નથી.

જાપાનમાં નીચે સૂવાનું મહત્ત્વ છે. સાવ નીચે નહીં, પણ ‘ટાટામી’ તરીકે ઓળખાતી વાંસની ચટાઈ પર. એ અનુભવ લેવા પ્રવાસીઓ અહીં આવે છે. જોકે જમીન પર સૂવાનો વિકલ્પ તો જાપાનની ફાઇવ-સ્ટાર હોટેલ્સ પણ આપે છે. જમીન પર સૂવાનું મહત્ત્વ અને વિજ્ઞાન ત્યાંની પ્રજા જાણે છે અને તેના

કરતા પણ એમને જમીન પર સૂવામાં કોઈ શરમ નથી.

જાપાનમાં હવે આવા મકાન ધરાવતું એક જ ગામ છે. બાકી એક-બે ગામમાં આવા એકાદ-બે મકાન છે, પણ આખું ગામ તો એક જ છે. એ ગામ જોતાં જોતાં અમે એક મકાનમાં પ્રવેશ્યા, જે મ્યુઝિયમ તરીકે રખાયું હતું.

બૂટ-ચંપલ બહાર કાઢશો?

બૂટ બહાર કાઢવા એ જાપાની મકાનોની પરંપરા છે. ઘણી હોટેલ, પરંપરાગત મકાનોની બહાર બૂટ-ચંપલ બહાર કાઢવા માટે સ્ટેન્ડ ગોઠવેલું હોય છે, જે ઘરમાં ટાટામી પ્રકારની ચટાઈ પાથરેલી હોય ત્યાં કોઈ સૂચના ના હોય તો પણ સમજી જવાનું કે પગરખાં બહાર કાઢો! એ પછી ઉઘાડા પગે ફરવું પડે એવુંય નથી. ઘરમાં પહેરવાના ચંપલની જોડીઓ ત્યાં મૂકેલી હોય છે.

પગરખાંની હેરાફેરી કરી અમે આગળ વધ્યાં. જૂનાગઢના ભવનાથમાં અનેક મંદિર છે અને દરેક મંદિરમાં સતત ધૂણી ચાલુ જ હોય. એટલે કોઈ પણ મંદિરના નીચેરા દ્વારમાં ઝૂકીને પ્રવેશીએ તો પહેલો સામનો ધુમાડાનો થાય. અહીં મકાનમાં પ્રવેશ્યા ત્યાં જમણી બાજુ ખંડમાં ધૂણી ધખતી હતી. હકીકતે એ ચૂલો હતો, પરંતુ ચોરસ હવનકુંડ બનાવ્યો હોય એવો. કેટલીક રસોઈ તેના પર ગોઠવાઈને ધીમા તાપે શેકાતી રહે.

શિરાકાવાનાં બધાં મકાન લાકડાનાં જ બનેલાં છે. એ લાકડામાં જીવાત ન લાગે એટલા માટે પણ સતત ધુમાડો ચાલુ રાખવાની એમની બહુ જૂની પ્રથા છે. એ મ્યુઝિયમ કમ મકાનમાં એક પરિવાર રહે પણ છે. એ પરિવારના મુખિયાએ અમારું સ્વાગત કર્યું અને ઉપર તરફ આગળી ચીંધી. લાકડાની સીડી ચડી ઉપર પહોંચ્યા, જ્યાં આખો ફ્લોર એક ઓરડા સ્વરૂપે જ હતો.

મકાન બહુમાળીય, પરંતુ દરેક માળ એક ઓરડા જેવો સળંગ જ. વચ્ચે પાર્ટિશન કે વિવિધ ઓરડા, દરવાજા, એવું બધું કશું હોતું નથી. અહીં સમુરાઈ પ્રજાની ખેતીનાં વિવિધ સાધનો પડ્યાં હતાં. અમારા ગામ મોટી ખોડિયારમાં ઘણા ખેડૂતોના ઘરે અમે મેળા જોયેલા છે. એ મેળા પર ખેતીનાં ઓજાર પડ્યાં હોય. એટલે આવા મેળા કે ઓજારની નવાઈ ન હતી. માત્ર ફરક એટલો કે અહીં તેનું જાપાની સ્વરૂપ જોવા મળતું હતું.

આ ગામે આવતા પ્રવાસીઓને મકાન કેવી રીતે બને એ જોવાની, રચના કેવી હોય એ જાણવાની ઉત્સુકતા હોવાની જ, કેમ કે મકાનની વિશિષ્ટતા તેનું બાંધકામ છે. એ બાંધકામ અને તેની બારીકાઈ આ મકાનમાં જોવા મળતી હતી. ફરતાં ફરતાં

અમે ચોથા માળે પહોંચ્યા. ત્યાંની બારીમાંથી ગામના બીજા મકાન, વગેરે દેખાતું હતું. આ મકાન એવડું મોટું હતું કે એમાં 45 માણસો એકસાથે રહી શકતા હતા.

એક જમાનામાં જ્યારે આજના જેવા રબ્બર-પ્લાસ્ટિક-લેધરના બૂટ-ચંપલ ન હતાં ત્યારે ચોખાની ખેતીમાં ખેડૂતો શું કરતા હતા? વાંસ અને ઘાસનો ઉપયોગ કરીને ચંપલ તથા ગોઠણ સુધી પહોંચે એવા બૂટ ખેડૂતો તૈયાર કરતા હતા. ત્યાં એક બોર્ડમાં એવા કેટલા બૂટ ખેડૂતના પરિવારને ચોખાની એક સિઝનમાં જોઈએ તેની આંકડાકીય માહિતી પણ આપી હતી. એ બોર્ડમાં કુલ 30 જોડી ચંપલની લખેલી હતી.

આખા જાપાનમાં બૂટ-ચંપલ બહાર કાઢવાની પરંપરા છે,
એ માટે ઘોડા પણ રાખેલા હોય છે.

ભારતમાં ચોખાની ખેતી નવી નથી, પરંતુ પશ્ચિમના દેશોમાં ચોખા ખાસ થતા નથી. માટે ત્યાંના પ્રવાસી આવે ત્યારે ચોખાનાં ખેતર જોવા પણ ભારે ઉત્સુક હોય છે. ગામ ફરતાં ફરતાં અમે છેવાડે આવેલી રેસ્ટોરાંમાં પહોંચ્યા જ્યાં અમારે બપોરનું ભોજન લેવાનું હતું. અહીં નીચે બેસીને જમવાનું હતું. જાપાની કલ્ચરને ભારતીય સંસ્કૃતિ સાથે ઘણું સામ્ય છે. એક સમાનતા આ નીચે બેસીને જમવાની પણ હતી.

બે મકાન વચ્ચે ખાલી જગ્યા હોય કે ફળિયામાં જમીન ફાજલ પડી હોય. જાપાની પ્રજા તેનો એક જ ઉપયોગ કરે. એ ઉપયોગ એટલે ‘ગાર્ડનિંગ’. નાના-મોટા જેવડાં બની શકે એવડા ગાર્ડન આખા જાપાનમાં ઠેર ઠેર જોવા મળે. અહીં

પણ રંગબીરંગી ફૂલો ગામની શોભા વધારતાં હતાં.

ભોજન પતાવીને ત્યાંથી ફરી વાનમાં ગોઠવાઈ આગળ વધ્યા. આગામી ડેસ્ટિનેશન ટાયાકામા શહેર હતું. નાનકડું આ શહેર 'શાકે બ્રુઅરીઝ' માટે જાણીતું છે. શાકે એ જાપાની પરંપરાગત દારૂનું નામ છે. એ તેની ગુણવત્તા અને ટેસ્ટ માટે પ્રખ્યાત છે. એ ગામની બીજી ઓળખ તેનું જુનવાણી બજાર છે.

આમ તો શહેર આધુનિક છે, પરંતુ ઓલ્ડ ટાઉન કહેવાતો વિસ્તાર બેએક સદી પહેલાં હોય એવી જ રીતે સાચવી રખાયો છે. રસ્તો અને બંને બાજુ લાકડાનાં મકાન-દુકાન. દુકાનોમાં સ્થાનિક પ્રોડક્ટ મળે, જે પ્રવાસીઓને ગ્રામ્ય જાપાન જોવું હોય એ અહીં આવે. બજારમાં આમ-તેમ આંટા મારી લીધા. એક કૉફી શોપમાં પહોંચીને ચા-પાણી કરી લીધાં અને પછી ત્યાંથી આગળ રવાના થયા.

આ નગરની વધુ એક ઓળખ દર વર્ષે ત્યાં યોજાતો ધાર્મિક કાર્નિવલ છે. આપણે ત્યાં ધાર્મિક પ્રસંગે સરઘસ નીકળે અને બધાં સંગઠનો પોતપોતાની રીતે ટેબ્લો તૈયાર કરે. કોનો ટેબ્લો સારો એની સ્પર્ધા પણ થાય. એ રીતે અહીં વર્ષો જૂના સચવાયેલા રથ લઈને લોકો બહાર નીકળે અને એકબીજાની સાથે સ્પર્ધા કરી દે. સાંજ પડ્યે ફરી રથને અંદર પૅક કરી મૂકી દે. છેક બીજા વર્ષે બહાર કાઢે.

પશ્ચિમના દેશોના પ્રવાસીઓને આ બજાર નવાઈભર્યું લાગે, મને ખાસ ન લાગ્યું. આપણે ત્યાં તાલુકામથકની રચના આવી જ હોય છે. અલબત્ત, સફાઈ, શાંતિ, શિસ્તબદ્ધતામાં આપણે એ પ્રજાને પહોંચી ન શકીએ. એ વાતનો અહેસાસ સતત થયા જ કરે.

આગામી ડેસ્ટિનેશન નાગોયા શહેર હતું, જાપાનનું ત્રીજા નંબરનું મોટું શહેર.

જેટલું જમીન પર છે, એટલું જમીન નીચે પણ છે

જેમ જેમ નાગોયા શહેર નજીક આવ્યું એમ થોડોક ટ્રાફિક જોવા મળ્યો. જાપાનના શહેરી વિસ્તારમાં અમારો ખરા અર્થમાં પ્રવેશ થઈ રહ્યો હતો, કેમ કે હજુ સુધી જાપાનનું કોઈ મેગા શહેર અમે જોયું ન હતું. પહેલા દિવસે જોયું એ નગાનો અને ટાયાકામાં નાનકડાં શહેર હતાં, જ્યારે શિકારાવા તો ગામ જ હતું.

નાગોયાની વસતી સવા બે કરોડ જેટલી છે અને ઓટોમોબાઇલનું હબ ગણાય છે. જે રીતે સાણંદ 'નેનો સિટી' તરીકે જાણીતું થયું છે એમ નાગોયાના પાદરમાં ટોયોટા ટાઉનશિપ આવેલી છે. ટોયોટા દુનિયાની પ્રથમ ક્રમની કાર ઉત્પાદક કંપની છે. ઓટોમોબાઇલ ઉપરાંત ટેક્નોલૉજી, મશીનટૂલ્સ વગેરેમાં પણ આ શહેરે નામ કાઢ્યું છે. શહેરનું નામ અગાઉ 'સફારી'માં વિશ્વયુદ્ધની કથાઓ

વખતે વાંચ્યું હોય એટલે જાણીતું હતું, હવે તેને જાણવાનો વખત હતો.

'હોટેલ કેસલ પ્લાઝા' 20 માળની હતી, ખાસ્સી ઊંચી દેખાતી હતી. આસપાસમાં તો જોકે તેનાથી પણ અનેકગણાં ઊંચાં બિલ્ડિંગ હતાં. ઉપર જોઈએ ત્યાં જ જાણે આસમાન તરફ જતી સીડી હોય એવું લાગે. નજીકમાં આવેલાં બે ગોળાકાર ટાવર આકર્ષક હતાં. ખાસ્સા 40 કરતાં વધુ માળ ઊંચા હતાં. સાથીદારે જણાવ્યું કે, 'નાગોયા રેલવે સ્ટેશન'નાં ટાવર છે.

આખા જાપાનમાં રેલવે સ્ટેશનો ખાસ્સાં મોટાં છે, કેમ કે દરેક સ્ટેશનમાં બુલેટ, મેટ્રો, એક્સપ્રેસ એમ વિવિધ પ્રકારની અને એમાં પણ પેટા પ્રકારો ધરાવતી ટ્રેનો આવ-જા કરે છે. દરેક પ્રકારના ટ્રેક અલગ છે, માળ પણ અલગ છે. એટલે કે જમીન પર બુલેટ હોય, તો પેટાળમાં પહેલા માળે બીજી ટ્રેન હોય, બીજા માળે વળી ત્રીજી ટ્રેન હોય. જેટલું જાપાન જમીન પર છે, એટલું જમીન નીચે પણ છે, જેમ કે ટોકિયોનું જ રેલવે સ્ટેશન છે એ જમીનથી નીચે પાંચ માળ ધરાવે છે. અમે ત્યાંથી પકડી એ નારીતા એક્સપ્રેસ 'બી (બેઝમેન્ટ)-5' પર આવતી હતી.

દરેક સ્ટેશન સાથે કદાવર બિલ્ડિંગ, શૉપિંગ મોલ, થિએટર, રેસ્ટોરાં... વગેરેનો પાર નહીં. એટલે આપણાં ઘણાં ઍરપૉર્ટ નાનાં લાગે એવડાં અને એવાં તેમના રેલવે સ્ટેશનો છે. રેલવેના બે ઊંચા ટાવર પૈકી એક તો જાણે મેરિયોટ હોટેલ હતી, બીજામાં શૉપિંગ-રેસ્ટોરાં વગેરે, પણ મહત્ત્વની વાત એ હતી કે એ બંને ટાવર આખી દુનિયાના સૌથી ઊંચા રેલવે સ્ટેશન ટાવર હતાં.

નાગોયા કેવું ભવ્ય છે, એ સમજતાં પછી ખાસ વાર ન લાગી. જોકે વધુ મજા એ પછી શરૂ થઈ. સાંજ પડી ચૂકી હતી અને હવે ભોજનનો ટાઇમ થવા આવ્યો હતો. અમારે અહીં 'અકબર' નામની ઇન્ડિયન રેસ્ટોરાંમાં જમવાનું હતું. અકબરમાં પહોંચ્યા, જ્યાં ગુજરાતી, પંજાબી, રાજસ્થાની વગેરે થાળી હતી. તેનો સ્ટાફ પણ ઇન્ડિયન હતો. બે દિવસ જાપાની ભોજન આરોગ્યા પછી આ ઇન્ડિયન ભોજને રાહત આપી.

જાપાનના દરેક ઊંચા મકાન, ટાવર, હોટેલ, બિલ્ડિંગમાં આકસ્મિક સંજોગોમાં શું કરવું તેનો પ્લાન હોય છે. જાપાનમાં સતત ભૂકંપ, વાવાઝોડું... વગેરે કુદરતી આફત આવતી રહે છે. તો પણ 50-60 માળ ઊંચાં બિલ્ડિંગ બનાવવા એમને નડતાં નથી, કેમ કે ત્યાં બિલ્ડરો અને સરકારની મિલિભગત નથી. અમારા હોટેલના રૂમમાં પણ આકસ્મિક સંજોગોમાં નજીકમાં આવેલી સરકારી સ્કૂલમાં એકઠા થવાનું માર્ગદર્શન આપતું સૂચનાપત્ર હતું.

કંઈક ગરબડ થાય તો કોઈ પણ સૂચનાની રાહ જોયા વગર સૌ કોઈએ નજીકની સરકારે નક્કી કરેલી સ્કૂલ કે જાહેર બાંધકામની જગ્યામાં એકઠા થઈ

જવાનું. એ સ્થળ પછી આપોઆપ રાહત કૅમ્પ બની જાય અને સરકાર પણ આફત વખતે ત્યાં જ મદદ પહોંચાડે. ત્યાં ન પહોંચ્યા હોય એવા થોડા-ઘણા લોકોને જ પછી શોધવા જવાનું રહે. આફત સામે લડવાનો એ અકસીર ઉપાય હતો.

અમે જાપાન પહોંચ્યા એ દિવસે જ 'ઝેબી' વાવાઝોડું પશ્ચિમ કાંઠે ત્રાટક્યું હતું. 25 વર્ષનું એ ઘાતક વાવાઝોડું હતું, પણ જાપાનમાં તેની ખાસ અસર દેખાતી ન હતી. અલબત્ત, કેટલાંક બંદરો, કેન્સાઈ ઍરપૉર્ટ વગેરે બંધ કરી દેવાયાં હતાં. થોડી કલાકો પૂરતી બુલેટ સેવા અટકાવી દેવાઈ હતી. જાપાની પ્રજા અને સરકાર એ સ્થિતિથી ટેવાયેલી છે, માટે તેમાંથી બહાર નીકળતા તેમને વાર નથી લાગતી.

સાંજે ભોજન પછી આમ-તેમ આંટા-ટલ્લા કરી અમે પથારીમાં પડ્યા. સવારે નાગોયા શહેરનાં દર્શને જવાનું હતું.

10 અબજ મુસાફરોમાંથી મોત કેટલાનાં થયાં?

વેન્ડિંગ મશીનનો જાપાન જેટલો કોઈ ઉપયોગ કરતું નથી.
ગિફ્ટથી માંડીને ટિશર્ટ સુધીની સામગ્રી એમાં મળી રહે.

જાપાનમાં અત્યારે 'મેગલેવ' પ્રકારની બુલેટ ટ્રેન અઢીસો કિલોમીટરની સરેરાશ ઝડપે આમથી તેમ લાખો મુસાફરોની હેરાફેરી કરી છે, પરંતુ હવે 500 કિલોમીટરની ઝડપે સુસવાટા બોલાવતી ગાડી પસાર થાય તેની તૈયારી ચાલે છે. નાગોયા બંદર છે, કાંઠે નાનાં-મોટાં જહાજો પાર્ક થયેલાં પડ્યાં છે. જોતાં જોતાં

અમે મેટ્રોના છેલ્લા સ્ટેશને ઊતર્યા. એ સ્ટેશનનું નામ જ 'રેલવે પાર્ક' હતું. નાગોયામાં આવેલા 'SC મેગલેવ ઍન્ડ રેલવે પાર્ક' નામના મ્યુઝિયમમાં અમે પહોંચ્યા. એસસી એ હકીકતે સુપર કન્ડક્ટિવિટી માટેના ટૂંકા શબ્દો છે. અહીં નાના-મોટાં 37 રેલવે એન્જિન-ડબ્બા પ્રદર્શિત કરવામાં આવ્યા છે.

જાપાનમાં મેગલેવ રેલવે ખાનગી કંપનીઓ ચલાવે છે. એક કંપની છે, 'જેઆર' એટલે કે 'જાપાન રેલવે'. તેની માલિકીનું આ મ્યુઝિયમ છે. અહીં એક પાંચ-સાત મિનિટની ફિલ્મ દર્શાવવામાં આવે છે, જેમાં જાપાને કઈ રીતે બીજા વિશ્વયુદ્ધ પછી ફાસ્ટ રેલવે પર ધ્યાન આપ્યું અને આજે આખી દુનિયાએ ધ્યાન આપવું પડે તેવી સિદ્ધિ મેળવી લીધી તેની કથા છે. એ ફિલ્મ પ્રમાણે તો જાપાનીઓને 500 કિલોમીટરની ઝડપે ટ્રેન ચલાવામાં કોઈ વાંધો પડે એમ નથી. તેની તૈયારીઓ કરી જ લીધી છે. સલામતી અને અંદર રહેલા મુસાફરોને ઓછામાં ઓછા જર્ક આવે એ વાતનું ધ્યાન રાખવાનું છે. અત્યારે જે મેગલેવ ટ્રેનો ચાલે છે, તેમાં અંદર મુસાફરોને કોઈ જાતની હડબડાટીનો સામનો કરવાનો થતો નથી. બધા ડબ્બા ઍરટાઇટ હોવાથી બહાર શું ચાલે છે, તેની સાથે અંદરના લોકોને ખાસ ફરક પડતો નથી.

આ મ્યુઝિયમ જાપાનમાં મેગલેવ રેલવે ટેક્નોલૉજીએ કઈ રીતે પ્રગતિ કરી તેનો અંદાજ આપે છે. હવે ભવિષ્યમાં 1000 કિલોમીટરની ઝડપે ટ્રેન કઈ રીતે દોડાવી શકાય તેના પર એ લોકો કામ કરી રહ્યા છે. એ દિવસો જોકે બહુ દૂર નથી. આમેય 581 કિલોમીટરની ઝડપ તો છેક 2003માં સુપર કન્ડક્ટિવિટી મેગલેવે હાંસલ કરી દેખાડી જ છે, પરંતુ એ ઝડપ પ્રયોગ માટે હતી. ધીમે ધીમે તેનો ઉપયોગ વધારાશે.

નવી મેગલેવ ટ્રેન ચાલુ કરતી વખતે એક ઝડપ, બે આરામ અને ત્રણ સલામતી... એટલી વાત એમને ધ્યાનમાં લેવાની હોય છે. સલામતીની બાબતમાં જાપાનને કદાચ કોઈ પહોંચે એમ નથી, કેમ કે 1964થી બુલેટ ટ્રેનો શરૂ થઈ, આજ સુધીમાં 10 અબજથી વધુ મુસાફરોની હેરાફેર કરી છે અને બુલેટ અકસ્માતમાં મોતની સંખ્યા કેટલી ધારો છો?

ભારતમાં તો વર્ષે કરોડો મુસાફરો સફર કરે અને હજારો મૃત્યુ પામે છે. જાપાનમાં 10 અબજ લોકોએ શિન્કાન્સેનમાં સફર કરી અને તેમાંથી મૃત્યુની સંખ્યા છે, ઝીરો. એટલે કે અડધી સદી કરતાં વધુ સમય થયે બુલેટમાં મુસાફરો સફર કરતાં હોવા છતાં આજ સુધીમાં એક પણ મોત અકસ્માતને કારણે નોંધાયું નથી. એ મેગલેવ ટ્રેન સિસ્ટમ આખી દુનિયાને સલામત લાગે, આકર્ષક લાગે અને તેનું અનુકરણ થાય તેની નવાઈ શી?

'સફારી'માં એ વાત વારંવાર વાંચી હોય કે 'મેગલેવે (મેગ્નેટિક લેવિટેશન)' ટેક્નોલૉજીને કારણે ટ્રેન ઊપડે ત્યારે પૈડાંનો સ્પર્શ પાટા સાથે થતો નથી, પણ એ ટેક્નોલૉજી કઈ રીતે કામ કરે તેનો થોડો ઘણો અંદાજ અહીં એક વીડિયો જોયા પછી મળ્યો. વિમાન ઊતરવાનું થાય એટલે કે લેન્ડિંગ ગિયર (પૈડાં) પેટાળમાંથી બહાર નીકળે. એ રીતે જ ટ્રેન ચાલતી ચાલતી સ્ટેશન પાસે આવે, ધીમી પડે ત્યારે અંદર ખેંચાયેલાં પૈડાં બહાર નીકળે અને પાટાને સ્પર્શે. ત્યાં સુધી એટલે કે ચાલતી હોય એ દરમિયાન પૈડાં-પાટા વચ્ચે સંપર્ક હોતો નથી. એટલે જ મેગ્નેટ કહેતા ચુંબકીય બળના જોરે ટ્રેન આગળ ચાલતી રહે છે.

અહીં મુસાફરોને મજા કરાવતો એક વિભાગ ડ્રાઇવિંગ સિમ્યુલેટર છે. એટલે તમે પોતે બુલેટ ચલાવતા હો એવો અનુભવ લઈ શકાય, પણ એ માટેની પ્રક્રિયા જરા લાંબી છે. દરેક મુલાકાતીને તેનો લાભ મળતો નથી. અમે પહોંચ્યા ત્યારે પણ એ સિસ્ટમ ચાલુ કરી શકાય એમ ન હતી.

આ મેગલેવ ટેક્નોલૉજી જટિલ છે, પરંતુ અહીં સરળ રીતે સમજી શકાય એમ છે. જોકે બધું ન સમજાય તો આપણે ક્યાં રેલવે એન્જિનિયર થઈ જવું છે? જેટલું સમજાય એટલું માણીએ એટલે ઘણુંય. મ્યુઝિયમ જોઈને અમે આગળની સવારી માટે રવાના થયા.

'નાગોયા કેસલ' એટલે કે મહેલ કે પછી કિલ્લો જે ગણો એ. એક સમયે શોગનનો અહીં વાસ હતો. જાપાનના ઇતિહાસમાં 1600થી શરૂ થઈને 1868 સુધી ચાલેલા 'એડો પિરિયડ'નું બહુ મહત્ત્વ છે. જાપાનનો સામ્રાજ્ય તરીકે મહત્તમ વિકાસ એ સમયગાળામાં થયો હતો. એ પછી જાપાને આધુનિકતા અપનાવી. એ સમયનાં કેટલાંક પ્રતીકો આજે પણ જાપાનમાં ઊભાં છે, જેમાં નાગોયા કેસલ આગળ પડતો મહેલ છે.

આપણે ત્યાં રાજમહેલનો પાર નથી, નાના-નાના રજવાડાંઓની હવેલી પણ ઢગલાબંધ છે. એટલે એ બધું જોયા પછી બહારથી ભવ્ય અને અંદરથી સાદગીપૂર્ણ દેખાતા આ કેસલ જોવામાં આપણને ખાસ રસ ન પડે. ઇતિહાસ જાણવા મળે અને જાપાની કેસલ કેવા હોય એ જિજ્ઞાસા પૂરી થાય. જિજ્ઞાસા પતાવીને અમે આગળ વધ્યા.

હવેની સફર વધુ એક ઐતિહાસિક શહેર તરફ લઈ જઈ રહી હતી.

ક્યોટો : જાપાનનું રજવાડી શહેર

અત્યારે તો 1896થી ટોકિયો પાટનગર છે, પણ એ પહેલાં સદીઓ સુધી

ક્યોટો પાટનગર રહ્યું હતું. ઈસવીસન ૭૯૪ (સવા બારસો વર્ષ પહેલાં)માં ક્યોટો શહેરની સ્થાપના થઈ હતી. એ વખતે જ શહેરનું નામ જોકે 'ક્યો મિયાકો' હતું. પાછળથી એ શહેરનું નામ બદલીને ક્યોટો કરાયું હતું. એટલે જાપાનનો ઇતિહાસ, સંસ્કૃતિ, પરંપરા વગેરે ક્યોટોમાં સચવાયેલા પડ્યા છે. નાગોયા કેસલ વગેરે જોઈને અમે રેલવે સ્ટેશને પહોંચ્યા.

જાપાનમાં ઠેર ઠેર સામાન મૂકવા માટે લોકરની સગવડ છે. તમારી પાસે નાનકડા થેલા-થેલી હોય તો એમાં મૂકી શકાય, સિક્કા નાખીને ચાર્જ ચૂકવી શકાય. એ ઉપરાંત સ્ટેશન પર આપણા જેવા ક્લૉક રૂમની સગવડ ખરી. અમે અમારો સામાન ક્લૉકરૂમમાં મૂક્યો હતો. એ મેળવી લઈ બુલેટ પકડી ક્યોટો જવા રવાના થયા.

ક્યોટો આવીને અમારે હોટેલ સુધી પહોંચવા ટૅક્સી કે લોકલ ટ્રેન પકડવાની ન હતી. અહીં એવી સિસ્ટમ હતી કે હોટેલની બસ નક્કી થયેલા સમયે સ્ટેશન પર આવે. તેમાં બેસી જવાનું. એ બસ આવવાનો સમય બુલેટના સમય સાથે મેળ ખાતો જ હોય. એટલે થોડીવારમાં બસ આવી ગઈ, અમે સવાર થઈને હોટેલ 'ટોક્યુ પ્લાઝા' પહોંચ્યા. હોટેલની બાજુમાં જ એક મંદિર હતું, બારીમાંથી મંદિરનું ભવ્ય બાંધકામ દેખાતું હતું. સવારમાં ત્યાં આરતી-ભજન થાય ત્યારે કોઈને રસ હોય તો જઈ શકાય એવી સૂચના અમને અપાઈ. હાલ તો અમારે થોડીવારમાં તૈયાર થઈ ક્યોટો દર્શને નીકળવાનું હતું.

જાપાનના દરેક મંદિરોમાં લાકડાનો ભરપૂર ઉપયોગ થયેલો છે. મંદિરના પ્રવેશદ્વારો એવા ભવ્ય કે જોતાં જ રહીએ...

દસેક હજાર મંદિરો ધરાવતું ક્યોટો બીજા વિશ્વયુદ્ધ વખતે અણુ હુમલાથી બચી ગયું હતું. જગતના સર્વશ્રેષ્ઠ શહેર તરીકેનો ખિતાબ જીતનારું ક્યોટો અનેક રીતે પ્રેરણા લેવા જેવું છે. આપણા વારાણસી સાથે તેને સિસ્ટર સિટીના કરાર થયા છે, પણ ક્યોટો રખડ્યા પછી ખબર પડે કે કાશી ક્યારેય ક્યોટો જેવું સાફ-સ્વચ્છ ન થઈ શકે.

૧૯૯૭માં સંયુક્ત રાષ્ટ્રસંઘના પર્યાવરણીય વિભાગની બેઠક જાપાની શહેર ક્યોટોમાં મળી હતી. એ બેઠકમાં ૨૦૦૫થી લઈને ૨૦૧૨ સુધીમાં કઈ રીતે વિકસિત દેશો પૃથ્વી પરનું પ્રદૂષણ ઓછું કરવા સંયમિત જીવન જીવશે તેની રૂપરેખા ઘડી કાઢવામાં આવી હતી. એ રૂપરેખા 'ક્યોટો પ્રોટોકોલ' તરીકે જાણીતી છે. તેને કારણે પણ ક્યોટો જાણીતું છે.

એ બધું વાંચ્યા-સાંભળ્યા પછી હવે પ્રૅક્ટિકલ જાણકારી મેળવવા જઈ રહ્યા હતા. સૌથી પહેલા પહોંચ્યા 'કિયુમિઝુ ડેરા' નામના મંદિરે. ક્યોટો કેટલેક અંશે અમારા જૂનાગઢ જેવું છે. ત્રણેક બાજુ ટેકરી, એક બાજુ નગર. ટેકરી ઉપર નાનાં-મોટાં મંદિર. આ બહુ પ્રખ્યાત મંદિર છે.

ઢાળ ચડીને ચાલતાં ચાલતાં લાલમલાલ કલર ધરાવતા મંદિરના દરવાજા તરફ આગળ વધતા હતા. ત્યાં કૌતુક જોવા મળ્યું. જાપાની સ્કૂલના વિદ્યાર્થીઓ નાનાં-નાનાં ગ્રૂપ બનાવીને પરદેશી પ્રવાસી સાથે વાતો કરતા હતા, કંઈક સવાલ પૂછતા હતા અને કાગળમાં નોંધતા હતા. અકિકોએ અમને સમજાવ્યું કે જાપાની બાળકોને અંગ્રેજી બોલવાની તક ભાગ્યે જ મળે. તેમના અભ્યાસમાં અંગ્રેજી આવતું નથી. એટલે અંગ્રેજી થોડું-ઘણું સમજી શકાય એટલા પૂરતું તેમને પરદેશી પ્રવાસી સાથે વાતચીત કરી નોંધ કરવાનું લેસન સોંપવામાં આવે છે. આગળ જઈને કોઈ સ્પેશિયલ વિષય તરીકે પસંદ કરે તો અંગ્રેજી ભણી શકે. બાકી મોટા ભાગની જાપાની પ્રજાનું જીવન અંગ્રેજી જાણ્યા વગર જ પસાર થઈ જાય છે. એમને અંગ્રેજીની કોઈ પરવા નથી.

એટલું જાણીને આગળ વધ્યા ત્યાં વળી નવું દૃશ્ય નજરે પડ્યું. અનેક યુવતીઓ રંગબેરંગી અને આકર્ષક ડ્રેસ પહેરીને ચાલતી જતી હતી. કોઈકે તો વળી પગમાં લાકડાના ચંપલ પણ ચડાવ્યા હતા. એ ડ્રેસનું નામ 'કિમોનો', જાપાનનો પરંપરાગત ડ્રેસ. આપણે ત્યાં જેમ સાડી એમ જાપાનમાં કિમોનો. કિમોનો પહેરવાનું કામ અઘરું છે અને પહેર્યા પછી હરવા-ફરવાનું વધારે અઘરું છે. માટે યંગ ગર્લ્સ કિમોનો પહેરવાનું પસંદ કરતી નથી. તો પછી અહીં કેમ કિમોનો પહેરેલી યુવતીઓ મોટી સંખ્યામાં દેખાય છે?

કેમ કે અહીં કિમોનો કલાકના હિસાબે ભાડે મળે. અહીં આવતા પ્રવાસીઓ

એ પહેરી, અનુભવ લેવા પ્રયાસ કરે. ફોટા પાડે, મજા કરે અને પછી પરત સોંપી દે. બાકી જાપાની લોકો કિમોનો પહેરે એ દેખાવે આટલા બધા ભડકાદાર હોતા નથી એવી સ્પષ્ટતા ઈકુકોએ કરી. આ અનેકરંગી કિમોનો પહેરેલા પ્રવાસી ચાઈનીઝ અને દક્ષિણ કોરિયાના છે, એવું પણ તેણે ઓળખી બતાવ્યું. અમને તો જાપાની-ચાઈનીઝ-કોરિયન બધા સરખા લાગતા હતા. એમ તો કેટલાક પુરુષોએ પણ જાપાની ડ્રેસ પહેર્યો હતો, પણ તેની સંખ્યા બહુ મર્યાદિત હતી.

ચાલતાં ચાલતાં કિયુમિઝુ ડેરા મંદિરે પહોંચ્યા...

17 વર્લ્ડ હેરિટેજ સાઈટનો સંગમ

ભારતમાં દરેક મંદિર સાથે કથા જોડાયેલી હોય છે. જાપાનમાં એવું જ છે. મંદિરમાં પ્રવેશતા પહેલાં શુદ્ધીકરણની પ્રક્રિયા છે. એટલે તમારે હાથ ધોવાના અને મોઢું સાફ કરવાનું. એ કરી મંદિરમા પહોંચ્યા. લાકડાનું વિશાળ મંદિર, બધે લગભગ એકસરખા લાગે. તો પણ જોવા ગમે. અંદર ભગવાન હોય કે ન હોય, લોકો મંદિરની રચના, તેના ગાર્ડન, મંદિર પરિસરમાં ઊગેલા મેપલ ટ્રી વગેરે જોવા આવે.

અમે આગળ વધ્યા ત્યાં સિદ્ધ ચોરાસીના ધૂણામાં ચીપિયો ખોડેલો હોય એમ એક ત્રિશૂલ જેવો આકાર અને એક બીજું દંડા જેવું શસ્ત્ર ખોડેલું હતું. ત્રિશૂલ સાતેક ફીટ ઊંચું હતું. તેની પાછળની કથા એવી હતી કે એક લુહારની ઇચ્છા પૂરી થઈ એટલે તેણે મંદિરમાં આ ત્રિશૂલ અને દંડ અર્પણ કર્યાં. હવે જે કોઈ એક હાથે તેને ઊંચકી શકે એની ઇચ્છા પૂરી થાય. અમારામાંથી કોઈ ઊંચકી શકે એમ ન હતા.

મંદિર ટોચ પર છે અને અહીંથી લગભગ આખું ક્યોટો દેખાય છે. મંદિરની પાછળ નાનાં-મોટાં પેટા મંદિર, જાત-જાતની માનતા પૂરી કરવાના સ્થાનકો, પાળિયા જેવી ઢગલાબંધ ગોઠવાયેલી બૌદ્ધ મૂર્તિ વગેરે પરિસરને શોભાવતા હતા. એ જોઈને પરત ચાલતાં ચાલતાં નીચે આવ્યા.

ક્યોટો શહેર નવું અને જૂનું એમ બે ભાગમાં વહેંચાયેલું છે. આ જૂનો વિસ્તાર હતો. અમારે સાંજ પડી એ સાથે સાંકડી ગલી-ખૂંચીમાં ફરવાનું હતું. એ ક્યોટોનાં જૂનાં બાંધકામો હતાં. ક્યોટો જેના માટે પ્રખ્યાત છે એ 'ગેઈશા સ્ટ્રીટ' પણ ત્યાં હતી. આપણે ત્યાં જેમ મંદિરમાં દેવદાસીની પ્રથા હતી, તેમ જાપાનમાં ગેઈશા પ્રથા છે. બંને વચ્ચે જોકે તફાવત છે. જાપાનીઓએ એ વાતનો બહુ પ્રચાર કરવો પડે છે કે ગેઈશા એ બજારુ સ્ત્રી નથી. એ પરંપરા છે. લોકો

તેને પ્રોસ્ટિટ્યૂટ માનવાની ભૂલ કરી બેસે છે, કેમ કે મોટા ભાગના લોકો ગેઈશા એટલે વેશ્યા એવું જ સમજે છે.

અમે કોઈ માન્યતામાં બંધાયા ન હતા, જે માહિતી આપે એ સાંભળતા જતા હતા. ગેઈશા પ્રથા વિશે ગુજરાતીમાં થોડું-ઘણું લખાયું છે જ, પણ ટૂંકમાં એટલું કે એવી સ્ત્રીઓ જે નૃત્યમાં પારંગત બને, પછી કોઈના કહેવાથી તેમના ઘરે નૃત્ય માટે જાય અને એક દિવસ તેમની પત્ની હોય એ રીતે તેની સાથે રહે. એ માટે નક્કી થયેલી રકમ મેળવે. એ રકમ બહુ ઊંચી હોય એટલે કોઈ સામાન્ય માણસ ગેઈશા નૃત્યનો લાભ લઈ શકે નહીં. બીજી તરફ વાર-તહેવારે ગેઈશા જાહેરમાં આવી નૃત્ય કરે, સંસ્કૃતિ રજૂ કરે. અમારે જોકે 'ગેઈશા સ્ટ્રીટ' કહેવાતા વિસ્તારમાંથી પસાર થવાનું જ હતું, ગેઈશાને મળવાનું કે નૃત્ય જોવાનું અમારા કાર્યક્રમમાં સામેલ ન હતું.

હજારથી વધારે દરવાજા ધરાવતુ મંદિર અને
મંદિરના પ્રાંગણમાં શિયાળનું બીજું નાનું મંદિર

કેટલાંક ઘરોની બહાર ગેઈશાની તાલીમશાળા હોવાનાં બોર્ડ માર્યાં હતાં. એમાં ગેઈશા બનવાની આકરી વિધિ અને ખાસ તો ગેઈશાને તૈયાર કરનારી મહિલા માટે વધુ આકરી જિંદગી કેવી હોય તેનું વર્ણન હતું. એ જાણતા જાણતા અમે આગળ વધ્યા. વર્ષો પહેલાં જાપાન ગયેલા તારક મહેતાએ

પોતાના વર્ણન (પુસ્તકનું નામ : 'પગમાં પદમ')માં લખ્યું છે કે ગેઈશા વગેરે નૃત્યોથી પશ્ચિમી પ્રજા આકર્ષાય, આપણને કંઈ નવું ન લાગે. એ વાત આજે પણ સાચી છે. આપણે ત્યાં અઢળક પ્રકારનાં નૃત્યો છે, એમાં ગેઈશામાં શું નવું લાગે કે શું રસ પડે?

શહેરની રચના આકર્ષક છે. એક તરફ શહેરમાં લાકડાનાં બાંધકામો છે, તો બીજી તરફ આધુનિક બિલ્ડિંગો, ઓવરબ્રિજ, રોડ-રસ્તા સહિતની આધુનિકતા છે. ક્યોટોને ત્રણ નદીઓ લાગુ પડે છે અને પહાડી વિસ્તાર હોવાથી વરસાદનું પાણી પણ દળદળતું આવે છે, પરંતુ ચોમાસામાં પાણી ભરાવાના પ્રસંગો બનતા નથી. શહેરનું પુરાતન બાંધકામ એટલુ બધું આકર્ષક અને નયનરમ્ય છે કે આખા શહેરી વિસ્તારના વિવિધ ૧૭ સ્મારકોને 'યુનેસ્કો'એ 'વર્લ્ડ હેરિટેજ' જાહેર કરી દીધા છે. ચારે દિશાએથી સરખાં લાગતાં મંદિરો, લાકડા પરની કોતરણી, લાકડાના હોવાને કારણે એક સરખો બ્રાઉન કલર, ખાંચાદાર છતો, માથે અણિયાળી કલગી જેવા ઘુમ્મટો... એ બધું શહેરના સૌંદર્યમાં વૃદ્ધિ કરે છે. ૧૭ વર્લ્ડ હેરિટેજ સાઇટ ઉપરાંત બે ડઝન કરતા વધારે જાતભાતનાં સંગ્રહાલયો છે.

અમે ક્યોટોની પુરાતન શેરીઓમાં ફરતા હતા ત્યારે અમદાવાદની પોળ કે પછી બગસરાની સોની બજારમાંથી પસાર થતાં હોઈએ એવું લાગે. સાંકડી, પરંતુ સાફ અને શાંત શેરી. અંદર લોકો રહેતા હોય, બહાર તેનો અવાજ સુધ્ધાં ન આવે. પ્રવાસીઓ એ પતલી ગલીમાંથી પસાર થાય ત્યારે જ ખરા અર્થમાં ક્યોટોને સમજી શકે. અમે પણ એ પ્રયાસ કરતાં કરતાં અને ચાલતાં ચાલતાં આખરે જૂના વિસ્તારમાંથી નવા શહેરમાં આવ્યા.

એક રેસ્ટોરાંમાં અમારા માટે ભોજન તૈયાર થઈ ચૂક્યું હતું. એ પતાવ્યા પછી ફરી ચાલતાં ચાલતાં રેલવે સ્ટેશને પહોંચ્યા. બપોરે ક્યોટો સ્ટેશને ઊતર્યાં ત્યારે તો ખબર ન પડી, પરંતુ રાતે ફરી આવ્યા ત્યારે સ્ટેશનનો બીજો ભાગ દેખાયો. 1995માં બન્યું હોવા છતાં સ્ટેશન તેના આકર્ષક બાંધકામ માટે જાણીતું છે. દસ-બાર માળ ઊંચી કલાત્મક ઇમારત, કોઈ સ્પેસશિપ ગોઠવ્યું હોય એમ - આડીઅવળી રચના અને ઉપર વળી લાંબી પરસાળ. છેક અગાસી પર જઈને ક્યોટો શહેરની લાઇટ લાઇફ જોઈ શકાય. જાપાનનું એ બીજા નંબરનું સૌથી મોટું સ્ટેશન બિલ્ડિંગ છે.

એ પતાવીને અમે હોટેલ તરફ આગળ વધ્યા. શહેરનો બાકીનો કેટલોક ભાગ સવારે જોવાનો હતો. જેમાં એક જગવિખ્યાત બાંધકામનો પણ સમાવેશ થતો હતો...

હજાર દરવાજા ધરાવતા મંદિરમાં સ્વાગત છે...

'ટેમ્પલ ઑફ થાઉઝન્ડ ગેટ્સ...' એ તો મંદિરનું જાણીતું નામ છે, પરંતુ મૂળભૂત રીતે એ 'ઈનારી' નામના દેવીનું સ્થાનક છે. માટે 'ફુશિમી ઈનારી ટેમ્પલ' નામે ઓળખાય છે. એ મંદિર કોનું છે અને કોણ ત્યાં બિરાજે છે, તેના કરતા વધારે મહત્ત્વનો તેનો દેખાવ છે. એ મંદિરને હકીકતે હજાર દરવાજા છે.

દરવાજા એટલે ખોલ-બંધ થાય એવા નહીં, પરંતુ મંદિરને હોય એવી કમાન. એમાં પણ બધા દરવાજા મંદિરની પહેલા નથી આવતા, કેટલાક મંદિરની પાછળના ભાગમાં છે. મંદિર ટેકરીના ઢોળાવ પર છે. ત્યાંથી આગળ પગથિયાં ચડીને ટેકરી સુધી જઈ શકાય છે. જેમને ચાલવાનો વાંધો ન હોય અને સમયની કમી ન હોય એ પ્રવાસીઓ ઉપર સુધી જાય. ઉપર લોકો શાંતિની શોધમાં જાય અને એ મળે પણ ખરી, કેમ કે ચાલીને થાકી ગયા પછી આરામ કરવા બેસે એટલે આપોઆપ શાંતિનો અનુભવ થાય જ.

અડોઅડ ઊભા કરેલા દરવાજા એટલે કે કમાન વિવિધ આકારની છે. કેટલીક સામાન્ય દરવાજા જેવડી, કેટલીક તોતિંગ દરવાજા જેવી. આ દરવાજા અહીં લોકો ફીટ કરી જાય છે, જ્યારે તેમની ઇચ્છા પૂરી થાય. એટલે થાઉઝન્ડ ગેટ હકીકતે મંદિરનો ચડાવો છે. હવે દરવાજાની જગ્યા નથી. માટે નાના-નાના દરવાજા પ્રતીકાત્મક રીતે ભેટ ધરવામાં આવે છે.

નીચે કાળો અને ઉપર લાલ કલર ધરાવતી કમાનો પર તેના દાતાનાં નામ પણ લખ્યાં છે. એ મંદિરના ફોટા અખબારોમાં નિયમિત રીતે છપાતા રહેતા હોય છે. એટલે થોડીક માહિતી હતી, બાકીની ત્યાં મળી. મંદિરના પ્રાંગણમાં એક બીજું મંદિર જોવા મળ્યું.

ઘોડા અને શિયાળની પૂજા!

નાનકડા મંદિરના દરવાજામાં જોયું તો ઘોડાની મૂર્તિ હતી. સતાધારમાં પાડો પૂજાય છે એમ અહીં ઘોડો પણ પૂજાય છે! કેમ? જ્યારે પરિવહનનાં સાધનો ન હતાં, ત્યારે ઘોડેસવારી જ થતી હતી. જાપાનના સમુરાઈ યુગમાં જેમની પાસે વધુ ઘોડા એ વ્યક્તિ શક્તિશાળી ગણાતી હતી. કથા પ્રમાણે એક મોટા માણસની ઇચ્છા પૂરી થઈ એટલે તેણે પોતાનો જાદુઈ ઘોડો મંદિરને દાનમાં આપી દીધો. એ ચમત્કારિક ગણાતા ઘોડાના અવસાન પછી તેનું પૂતળું અહીં ઊભું કરી દેવાયું છે.

જાપાનમાં જેમ જેમ અમારી સફર આગળ ચાલતી હતી એમ એમ જાપાની અને ભારતીય સંસ્કૃતિ વચ્ચેના સામ્યની નવી નવી વિગતો સામે આવતી જતી હતી. ઘોડાની સવારી પરથી ઊતરીએ એ પહેલાં બીજી મૂર્તિ જોવા મળી. એ શિયાળની હતી.

મંદિરમાં શિયાળ, એ પણ વળી ઠેર ઠેર મૂર્તિ સ્વરૂપે ગોઠવાયેલું છે. આપણે ત્યાં વાઘ-ઉંદર વગેરેની મૂર્તિ હોય તો જાપાનમાં ન હોઈ શકે? આ મંદિરમાં ઈશ્વરનું વાહન શિયાળ છે, માટે અહીં તેને પણ પવિત્ર ગણાયું છે. પાછળના જંગલમાં થોડાં-ઘણાં શિયાળ વસે છે પણ ખરાં.

મંદિર દર્શન કરીને અમે ક્યોટો પૅલેસ જોવા પહોંચ્યા. વચ્ચે થોડા વરસાદે ક્યોટોના અસ્થિર વાતાવરણનો પરિચય પણ કરાવ્યો. માત્ર પંદરેક લાખની વસાહત ધરાવતું ક્યોટો જાપાનનું સાતમા ક્રમનું મોટું શહેર છે, પરંતુ તેનો ઇતિહાસ આખા જગતમાં તેને અજોડ બનાવે એવો છે. પુરાતન સંસ્કૃતિ જાળવી રાખ્યા પછી પણ બધી આધુનિક સુવિધાઓ ભોગવતું ક્યોટો જગતનું પહેલું 'સ્માર્ટ સિટી' ગણાય છે.

ટ્રેનમાંથી ઊતરીને પૅલેસ સુધી ચાલીને જતા હતા ત્યાં રસ્તા પર એક જગ્યાએ કોઈ વિશાળ લંબગોળ રિંગ જમીન પર ગોઠવેલી દેખાઈ. એ કદાવર બાંધકામ પર ચડીને શહેરના થોડા-ઘણા દીદાર લઈ શકાય એમ હતા. એ બાંધકામ ખાસ ઊંચું ન હતું, પણ હતું શું? ઈકુકોએ જણાવ્યું કે, બસ સ્ટેશન છે, પણ બસો બધી પેટાળમાં આવે, ઉપર આવું આકર્ષક બાંધકામ. અમે પણ તેના ઉપર ચડ્યા, આમ-તેમ આંટા માર્યા અને ફોટા પાડી મહેલમાં પ્રવેશ્યા.

'ક્યોટો ઇમ્પિરિયલ પૅલેસ' એવું સત્તાવાર નામ ધરાવતા મહેલમાંથી સદીઓ સુધી જાપાન પર શાસન થયું છે. તેનું ઐતિહાસિક મહત્ત્વ છે. વડોદરાના મહેલની માફક આ મહેલના અમુક વિસ્તારમાં રૉયલ પરિવાર રહે છે, બાકીનો ભાગ પ્રવાસીઓ માટે ખુલ્લો છે. આ મહેલ ખાસ્સો મોટો છે, ફરતે મજબૂત દીવાલ છે અને દીવાલ બહાર વળી પાણીની નીક છે. માટે કોઈ આસાનીથી મહેલમાં પ્રવેશી ન શકે. રાજમહેલોમાં હોય એવી ગુપ્ત સુરક્ષા વ્યવસ્થા પણ હતી જ.

જાપાની પૅલેસ આપણા જેવા ભવ્ય નથી હોતા. માટે થોડીવારમાં જ ચક્કર મારીને અમે બહાર નીકળી ગયા. ક્યોટો રેલવે સ્ટેશન જઈને અમારે અત્યાર સુધીની અમારી સૌથી લાંબી બુલેટ સવારી માટે ટ્રેન પકડવાની હતી.

જગવિખ્યાત માઉન્ટ ફૂઝિ દેખાશે?

માથે બરફનું શિખર, ઉપરથી શિખર થોડું કાપી નાખ્યું હોય એવો સપાટ આકાર, સરખો ઢોળાવ અને સફેદ-ગ્રે-ગુલાબી કલરના એ બેકગ્રાઉન્ડમાંથી પસાર થતી બુલેટ ટ્રેન... જાપાનની તસવીર જાણીતી છે. ટોકિયોના પાદરમાં આવેલો માઉન્ટ ફુઝિયામાં જાપાનની ઓળખ બની ચૂક્યો છે.

ક્યોટોની સફર પૂરી કરી રેલવે સ્ટેશને પહોંચ્યા. અહીં જ ભોજન લેવાનું હતું, ટ્રેનને હજુ થોડીવાર હતી. મહિલાઓએ સમયનો સદ્ઉપયોગ કરી શૉપિંગ ઍરિયામાં આંટા-ફેરા કરી લીધા. ક્યોટોથી ટોકિયો સાડા ચારસો કિલોમીટર દૂર છે. વિવિધ પાંચ પ્રકારની મેગલેવ ટ્રેન આ બે શહેર વચ્ચે 2 કલાક 20 મિનિટથી માંડીને 3 કલાક સુધીમાં અંતર કાપે છે.

અમારે સૌથી ઝડપી ‘મેગલેવ નોઝોમી-700-×’માં સવાર થવાનું હતું. બે કલાક 20 મિનિટ પછી એ અમને ટોકિયો ઉતારે. જાપાનમાં એ અમારી સૌથી લાંબી બુલેટ સફર હતી. અગાઉ બસ્સો-અઢીસો કિલોમીટરની સફર કરી હતી, પરંતુ ક્યોટો-ટોકિયો લાઇન જેટલી નહીં. એ રસ્તે વળી માઉન્ટ ફુઝિયામા પણ દેખાય એટલે એ જોવાનો ઉત્સાહ ઊછળ-કૂદ કરતો હતો.

ચાર વાગ્યા પછીની હતી. એ ટ્રેન આવી એટલે અમે સવાર થયા. બે મિનિટના હોલ્ટ પછી રવાના થઈ ગઈ. સ્ટેશન પૂરું થાય એ પહેલાં જ બુલેટ ટ્રેન સ્પીડ પકડવાની શરૂઆત કરી દે છે. આ ટ્રેન બે-ત્રણ મહત્ત્વનાં સ્ટેશન સિવાય ક્યાંય હોલ્ટ કરવાની ન હતી. વળી કરે તો પણ અંદરના મુસાફરોને કશો ફરક પડવાનો હોય નહીં.

મને ખાસ ઉતાવળ માઉન્ટ ફુઝિ જોવાની હતી, પરંતુ ઈકુકોએ એ ઉતાવળ પર ધીરજ ફેરવતાં કહ્યું કે ટોકિયો નજીક આવશે ત્યારે જોવા મળશે. માટે દોઢ કલાક સુધી ભાર દઈને બેસી રહો. ત્યાં સુધી ટ્રેનમાં આમ-તેમ આંટા મારી કરામત જોવાનો પ્રયાસ કર્યો. અમુક ડબ્બા વચ્ચે સ્મોકિંગ ઝોન, જ્યાં જઈ બીડી-સિગાર પી શકાય. મોટાં, ખાસ્સા મોટાં અને જાતભાતની સુવિધા ધરાવતા ટૉઇલેટ. નાનું બાળક હોય તો તેના માટે સુવડાવાની પણ સગવડ... વગેરે ટ્રેનની મુસાફરી વધારે મજેદાર બનાવતી સુવિધા નોઝોમી સહિતની વિવિધ બુલેટ ટ્રેનમાં છે.

ઘડી વાર દરવાજે ઊભા રહી બહારનાં દૃશ્યો જોયાં. દરવાજા ખૂલે નહીં એટલે લટકીને બહાર જોવાનો તો ભારતીયોનો પ્રિય શોખ અહીં પૂરો ન થાય. એ રીતે સ્ટેશનેથી કોઈ ફેરિયા પણ ‘ગરમાગરમ ચાય...’ કરતા ચડે નહીં. આપણે ત્યાં પણ બુલેટ ટ્રેન શરૂ થશે ત્યારે આટલી તકલીફ તો રહેવાની.

એક પછી એક ટનલ અને ટેકરીઓનો વિસ્તાર શરૂ થયો એટલે ખ્યાલ આવ્યો કે હવે જોવો છે એ પર્વત આવશે. બાકી નાની-મોટી ટેકરી તો ઘણી દેખાતી હતી. 12 હજારથી વધારે ફીટ ઊંચો ફુજિ જાપાનનો સૌથી ઊંચો પર્વત છે. આફ્રિકાના માઉન્ટ કિલિમાન્જારો જેવો જ તેનો દેખાવ આવે છે. વર્ષના પાંચેક મહિના તેના પર બરફ જામેલો રહે એટલે જાણે આઇસક્રીમનો કોન ગોઠવ્યો હોય એવું લાગે. જાપાન પાસે કુલ ત્રણ પવિત્ર પર્વત છે, તેમાં એક ફુજિ પણ છે.

એક સમયે ફુજિ જ્વાળામુખી હતો. હવે ઠરી ગયો છે, પરંતુ ગમે ત્યારે ફૂંફાડો મારી શકે, કેમ કે છેલ્લે 300 વર્ષ પહેલાં જ જ્વાળા ઓકી હતી. એ બધું તો બરાબર છે, પણ આવશે ક્યારે... બારીમાંથી મારી નજર સતત પર્વતને શોધી રહી હતી. નજીક પહોંચ્યા ત્યારે મિસ્ટર ફુકુશિમાએ કહ્યું કે દેખાય એવું લાગતું નથી, કેમ કે વાદળ છવાયેલાં છે! તો પણ નજર ટેકવી રાખીએ.

લગભગ પંદર-વીસ મિનિટ સુધી બહાર જોયું, પરંતુ ફુજિબાપા દેખાયા નહીં. લ્યો બોલો! આમ તો મને કોઈ સ્થળ જોવા ન મળે તો ખાસ અફસોસ નથી થતો, કેમ કે એક સ્થળ નથી જોયું, સામે બીજું તો ઘણું જોયું છે ને! પરંતુ આ કુદરતની રચના જોવાની મને બહુ ઇચ્છા હતી, એ પૂરી ન થઈ. એટલે હું સીટમાં જઈને રીતસર ભાર દઈને બેસી ગયો.

થોડીવારે ટોકિયો આવવા લાગ્યું. આમ તો ફૂજિયામા ટોકિયો શહેરથી 100 કિલોમીટર દૂર છે, પરંતુ આકાશ સાફ હોય ત્યારે ટોકિયોનાં ઊંચાં બિલ્ડિંગોમાંથી એ દેખાયા વગર રહેતો નથી. માટે એ ટોકિયોના પાદરમાં ઊભેલા અવધૂત જેવો લાગે છે. ટોકિયો ઊતર્યા ત્યાં સુધીમાં સાંજ થઈ હતી.

અમે બીજી લોકલ ટ્રેન પકડીને અમારી હોટેલ સુધી પહોંચ્યા. 'હોટેલ કેઈઓ પ્લાઝા' જોઈને જ થ્રીલ્ડ થઈ જવાય, કેમ કે એ 45 માળ ઊંચી હતી. એમાં પણ અમારે તો 38મા માળે રહેવાનું હતું. ઉપર પહોંચીને સૌથી પહેલાં મજા પડી એ ટોકિયોનું વિહંગાવલોકન કરવાની. ચારે-બાજુ લાઇટોનું સામ્રાજ્ય છવાયેલું હતું અને એ જોયા પછી અમને કહ્યું કે, આ તો ટોકિયોનો સાવ નાનકડો ભાગ છે. અસલી ટોકિયો તો આપણી બધાની કલ્પના કરતાં ક્યાંય મોટું છે.

હોટેલમાં સામાન ગોઠવી અમે અસલી ટોકિયોનો અહેસાસ કરવા રસ્તા પર નીકળી પડ્યાં.

જોશી મારા જોશ રે જુઓને...

જાપાનમાં હોઈએ એટલે ટેક્નોલૉજીના ચમકારા દેખાય એમાં કોઈ નવાઈ

નથી. અમે પણ જાતજાતની ટેક્નોલૉજીથી અભિભૂત થઈ રહ્યાં હતાં. ભવિષ્ય એટલે કે ફ્યુચર કેવું હશે તેની તૈયારી પણ જાપાને બરાબર રીતે કરી જાણી છે. અલબત્ત, ભવિષ્ય આપણા હાથમાં નથી, પરંતુ ભવિષ્યમાં જ્યારે કોઈ જાતની મુશ્કેલી આવે તેની સામે લડવું કેમ તેની જાપાન પાસે તૈયારી છે. એટલે કે દેશ ફ્યુચર ટેક્નોલૉજી પર કામ કરી રહ્યો છે.

ટોકિયોના ધમધમતા વિસ્તારમાં જ્યોતિષ જોતાં આ દાદીમાં ખાસ્સા પોપ્યુલર છે.

જોકે ખરા ફ્યુચરનો ભેટો તો અમને 'શિન્ઝુકુ' વિસ્તારમાં થયો. ટોકિયો તો ઘણું મોટું છે અને અનેક સ્થળો સેન્ટર પોઇન્ટ જેવા છે. એક એવો વિસ્તાર શિન્ઝુકુ છે, જ્યાંની નાઇટ-લાઇફ વખણાય છે. ટોકિયોની અસલ રંગત જોવા અમે પગપાળા આમ-તેમ ફરી રહ્યા હતા. ત્યાં એક સ્થળે એક માજી નાનકડા ટેબલ પર બેઠા હતા. તેમની સામે એવડું જ ગોઠણ સુધીનું ટેબલ હતું. તેના પર વળી એક ડબ્બો હતો. બાજુમાં બીજું ટેબલ હતું, તેના પર ચડ્ડો પહેરેલો યુવાન બેઠો હતો.

એ શું કરે છે, એની અમને કોઈ જિજ્ઞાસા ન હતી, કેમ કે અહીં તો અનેક લોકો ફરવા નીકળી પડ્યા હતા, પણ અકિકોએ માહિતી આપી કે એ માજી 'મધર ઑફ શિન્ઝુકુ' નામે ઓળખાય છે અને તેમનું કામ જોશ જોવાનું છે. પળવારમાં સમજાઈ ગયું કે જાપાન હોય કે જામનગર, લોકોને પોતાનું ભવિષ્ય શું છે એ જાણવામાં રસ પડે જ! અલબત્ત, ભવિષ્ય ક્યારેય જાણી શકાતું નથી અને અહીં બેઠા બેઠા કરોડો કિલોમીટરના ગ્રહો કોઈ રીતે નડી શકવાના નથી એવી સામાન્ય સમજ લોકો સ્વીકારતા નથી. માટે જ્યોતિષનું કામકાજ ચાલ્યા

કરે. મીરાંબાઈએ પણ ભજન લખ્યું છે - 'જોશી મારા જોશ રે જુઓ ને, કે દાડે મળશે અમને ઘેલો કાન...'

જાપાનમાં એ દૃશ્ય નવાઈપ્રેરક હતું, પણ સાથે સાથે માનવીય ફિતરત દર્શાવતું હતું. માજીને જોઈને આગળ ચાલ્યા ત્યાં એક સાંકડી ગલી આવી. દિલ્હીની પરાઠેવાલી ગલી જાણીતી છે, એવી એ ગલી હતી. બંને તરફ ખાદ્યસામગ્રીની દુકાનો, જેને જે ભાવે એ લઈને બેસી જવાનું. હેંગ આઉટ માટેનું એ ઉત્તમ સ્થળ હતું અને જુવાનિયાઓ ત્યાં એ જ કરી રહ્યા હતા.

જાપાનમાં એવું કહેવાય કે એક તરફ આખું જાપાન, એક તરફ એકલું ટોકિયો. જાપાનની ચોથા ભાગની વસતી ટોકિયોમાં છે અને આમેય ટોકિયોની ગણતરી દુનિયાના સૌથી મોટા, સૌથી મોંઘા, સૌથી આધુનિક શહેરમાં થાય છે. દૂરદરાજમાં રહેતા લોકો ટોકિયોમાં આવે તો એવું લાગે કે જાણે બીજા દેશમાં આવી ગયા, કેમ કે ટોકિયોમાં દુનિયાભરની વસતી છે, માટે ત્યાં શુદ્ધ જાપાની સંસ્કૃતિ જળવાઈ નથી.

આખા જાપાનમાં ક્યાંય રસ્તા પર કચરો જોવા ન મળ્યો, પણ ટોકિયોમાં થોડો-ઘણો જોવા મળ્યો. તો વળી બે-ચાર ભિખારી પણ અહીં નજરે પડ્યા. જાહેરમાં બીડી પીવાની મનાઈ હોવા છતાં યુવક-યુવતીઓ કશ મારી રહ્યા હતા. ટૂંકમાં આખા જાપાન કરતાં ટોકિયો થોડું કાબૂ બહાર જતું રહ્યું હોય એવું લાગે. તો પણ શિસ્તબદ્ધ તો ખરું જ.

આગળ ચાલતાં એક ખૂબ ઊંચી હોટેલ દેખાઈ. તેની બાજુમાં કદાવર માથું કાપીને રાખવામાં આવ્યું હોય એવું દૃશ્ય જોવા મળ્યું. એ માથું હકીકતે 'ગોડઝિલા'નું હતું, અને મોટું કદ હોવાથી સૌ પ્રવાસીને જોવાની મજા પડતી હતી. પરમાણુ કચરાનો નિકાલ બરાબર ન થાય તો તેમાંથી જે રાક્ષસ સર્જાય તેને ગોડઝિલા નામ આપવામાં આવ્યું છે. એ અંગેની ફિલ્મો પણ આવી ગઈ છે.

આ વિસ્તારમાં આપણે જોઈએ એ બધું મળી રહે એવી અનેક દુકાનો છે. જોકે મોટાભાગના લોકો શૉપિંગને બદલે અમારી જેમ ફરવા-જોવા-માણવા નીકળી પડ્યા હતા. ફરતાં ફરતાં હોટેલમાં પરત આવ્યા. કેઈઓ પ્લાઝા આજે તો જાપાની બાંધકામો સામે ખાસ મોટી ન લાગે, પરંતુ જ્યારે 1971માં અહીં બની ત્યારે જાપાનની પહેલી સ્કાય-હાઈ હોટેલ હતી. વળી, ત્યારે શિન્ઝુકુ વિસ્તાર પણ વિકસતો હતો.

એટલે અનેક સેલિબ્રિટી અહીં રહી ચૂક્યા છે, જેમ કે બૉક્સર મહમ્મદ અલી અહીં અઠવાડિયું રોકાયા હતા. તેનો ઓરડો હવે સાચવી રખાયો છે. હોટેલ ખરેખર તોતિંગ છે, કેમ કે તેમાં 1438 રૂમ, તેની દેખરેખ માટે એક

હજારથી વધુનો સ્ટાફ, ડઝનથી વધુ રેસ્ટોરાં અને એટલી જ લિફ્ટ... એવી તો અનેક સુવિધાઓ હતી, જેનો ગણતાં પાર ન આવે. સૌથી વધુ મજા એ વાતની આવી કે ગ્રાઉન્ટ ફ્લોરે લિફ્ટમાં ઘૂસ્યા અને 55 સેકન્ડ પૂરી ન થઈ ત્યાં 38મા માળે પહોંચી ગયા. લિફ્ટ ઝડપી હોય એવું સાંભળ્યું-વાંચ્યું હતું, અહીં અનુભવ્યું!

રાત પડી ગઈ એટલે બારીમાંથી ટોકિયોની લાઇટો એવી દેખાતી હતી, જાણે કોઈ તારામંડળમાંથી પસાર થઈ રહ્યા હોઈએ. તારામંડળની મજા લઈને પથારીમાં પડ્યા, કેમ કે સવારે ટોકિયોની સફરે નીકળવાનું હતું.

જગતનું સૌથી વ્યસ્ત રેલવે સ્ટેશન

ટોકિયો કદાવર શહેર છે. અનેક રેલવે સ્ટેશનો સતત તેને ધમધમતું રાખે છે. શિન્ઝુકુ રેલવે સ્ટેશનના નામે જગતના સૌથી વધુ વ્યસ્ત સ્ટેશનનો રેકોર્ડ છે. ગિનેસ બૂકે અહીં આવીને હિલચાલ નોંધી લીધી છે. અહીં તો ભીડ ન થાય તો જ નવાઈ, કેમ કે એ ટોકિયોનું અતિ મહત્ત્વનું સ્ટેશન છે. અનેક વિભાગોમાં ફેલાયેલું છે. આખા જાપાનમાં ભીડ જોવા ન મળે પણ ટોકિયોમાં ભીડ દેખાતી હતી. સ્ટેશન પર લાઇન હતી, તો વળી મેટ્રોમાં પણ સફર ઊભા ઊભા કરવાનો અનુભવ લીધો.

અહીં ધક્કામુક્કીનો અનુભવ ટ્રેનમાં ચડતી વખતે તો નથી થતો, પણ ચડ્યા પછી બેશક થાય છે, કેમ કે ડબ્બામાં જગ્યા હોતી નથી. તો પણ લોકો નવા મુસાફરો આવે એમને એમ નથી કહેતા કે, ‘પાછળ ખાલી જ આવે છે!’ પોતાનાથી થાય એટલી જગ્યા કરી દે છે. ટ્રેન આવે ત્યારે બે મિનિટના રોકાણ દરમિયાન મુસાફરો ન ચડી શકે તો એમને ધક્કો મારવા માટે ‘પુશર’ કહેવાતા માણસો પણ આ સ્ટેશને રાખવામાં આવ્યા છે. તેમનું સત્તાવાર કામ ધક્કો મારવાનું છે. મુસાફરોને પાછળથી ખાસ ઈજા ન થાય એ રીતે ધક્કા મારે જેથી એ ડબ્બામાં પ્રવેશી શકે. અમારા ભાગે જોકે એ અનુભવ ન આવ્યો, કેમ કે અમને પ્રવેશવાની જગ્યા મળી ગઈ હતી.

રેલવે સ્ટેશન પર વિવિધ સૂચના હતી. એમાં એક સૂચના મને રસપ્રદ લાગી, ‘ચાલતી વખતે કે ટ્રેનમાં ચડતી વખતે મોબાઇલમાં ધ્યાન ન રાખો.’ ટૂંકમાં ધ્યાન સામે રાખો, બાકી અકસ્માત થશે. જાપાની નવી પેઢી પણ આખી દુનિયાની નવી પેઢીની માફક મોબાઇલ-રત રહે છે. એટલે આવી સૂચના જરૂરી છે. અલબત્ત, તો પણ શિસ્તમાં ખાસ આંચ આવતી નથી. પ્રજા સ્વંય શિસ્તમાં

માને છે, સરકાર સૂચના આપે કે ન આપે.

સવારમાં નીકળીને પહેલાં તો એક કદાવર શૉપિંગ મોલમાં પહોંચ્યા. દસેક માળનો એ મોલ 'ગિન્ઝા-6' નામે ઓળખાતો હતો. શૉપિંગમાં મને ખાસ રસ ન હતો, ધારો કે રસ પડે તો પોસાય એમ પણ ન હતું. એ મોલમાં બે ચીજ રસપ્રદ હતી. એક બૂક સ્ટોર અને બીજું તેની અગાસી.

પહેલા બૂક સ્ટોરમાં ગયા, વિવિધ પ્રકારનાં હજારો પુસ્તકો ગોઠવાયેલાં હતાં. એ લઈને બેઠાં બેઠાં વાંચી શકાય. સાથે કૉફી શોપ. એવો એક ખ્યાલ છે કે વાંચતા વાંચતા કૉફી પીવાથી વિદ્વાન હોવાની છાપ ઊપસે છે. એટલે ઘણા લોકો ચા-કૉફી સાથે અમુક પુસ્તકનો ફોટો પણ મૂકતા હોય છે, ભલે પુસ્તકના પાનાં ન ફેરવ્યાં હોય. મને એવા કોઈ કૉમ્બિનેશનમાં રસ ન હતો, પુસ્તક ઘણાં ઉપયોગી હતાં. તેનો આસ્વાદ કર્યા પછી અગાસી પર પહોંચ્યા.

ફરતે કાચની ઊંચી દીવાલ કરીને અગાસી સુરક્ષિત બનાવાઈ હતી, જેથી પાળે બેસીને લોકો ટોકિયો શહેરની મજા લઈ શકે. વચ્ચે થોડાક નાના-મોટા ફુવારા હતા, જેમાં બાળકો મજા કરી રહ્યાં હતાં. અહીંથી જ જાપાનની ઘણી જગવિખ્યાત કંપનીઓ જેવી કે સોની, હોન્ડા વગેરેનાં હેડક્વાર્ટર દેખાતાં હતાં. એ બધું જોઈને નીચે ઊતર્યા. આગામી મુકામ ટોકિયોનું પ્રસિદ્ધ 'સેન્સોજી ટેમ્પલ' હતું.

મંદિરની બહાર બંને બાજુ દુકાનોની હારમાળા અને છેલ્લે મંદિર, એ દેખાવ ભારે આકર્ષક હતો. અહીં એક અતિ કદાવર કહી શકાય એવું કાગળનું ફાનસ લટકતું હતું. મહિલાઓએ દુકાનમાંથી કેટલીક ખરીદી કરી. મંદિરના આંગણામાં આંટો મારીને અમે આગળ વધ્યા. અહીં કેટલાક ગુજરાતીઓ પણ ફરતા હતા, ચહેરા પરથી ઓળખાઈ આવે અને પછી અંદરોઅંદર વાત કરે ત્યારે કન્ફર્મ થઈ જાય.

ત્યાં સુધીમાં બપોરા કરવાનો સમય થયો. અમે 'સંસાદા' નામની એક જાપાની 'ટેમ્પુરા' રેસ્ટોરાંમાં પહોંચ્યા. ટેમ્પુરા એ રસપ્રદ જાપાની ખોરાક છે. રસપ્રદ છે અને સહેલો પણ છે, કેમ કે તેમાં શાકભાજીના ટુકડા કરી તેને તળી નાખવામાં આવે છે. જાપાની પ્રજા તો સી-ફૂડનું પણ એ રીતે તળીને ટેમ્પુરા તરીકે આરોગણ કરે છે. અમારા માટે વેજિટેરિયન ટેમ્પુરા તૈયાર કરવામાં આવ્યું હતું. રસપ્રદ વાત પાછી એ છે કે આજે જાપાની ફૂડ તરીકે પ્રસિદ્ધિ પામેલો આ ખોરાક મૂળ તો પોર્ટુગલનો છે.

હવે તો અમદાવાદની ઘણી રેસ્ટોરાંમાં પણ ટેમ્પુરા મળે છે. આપણને જોઈને એવું લાગે કે બટેટાની (અને અન્ય શાકભાજીની) વેફર તળીને આપી છે, પણ

અન્ય જાપાની ફૂડ કરતાં તેનો સ્વાદ થોડો મજાનો લાગે, ભાવે એવો. મેનુમાં આમ તો બધાં નામ જાપાની ભાષામાં લખેલાં હતાં, પણ ઇતિહાસ વિશેનો એક અંગ્રેજી પેરેગ્રાફ હતો. એમાં લખ્યા પ્રમાણે આ રેસ્ટોરાં છેક 1837થી એટલે કે પોણા બસ્સો વર્ષથી અસ્તિત્વ ધરાવતી હતી.

ભોજન પછી ફરીથી ટોકિયોમાં રખડવા નીકળ્યા. કોઈ ચોક્કસ સ્થળે જવું એવું આયોજન ન હતું, જ્યાં રસ પડે ત્યાં જોવા-જાણવાનો ઇરાદો હતો. એટલે ચાલતાં ચાલતાં એક શો-રૂમના દરવાજે પહોંચ્યા. ત્યાં યજમાન અમારી રાહ જોઈને ઊભો હતો. અમારી એકલાની નહીં, ત્યાંથી પસાર થતા સૌ કોઈનું એ યજમાન સ્વાગત કરવા તૈયાર હતો, કેમ કે એ એક રોબોટ હતો!

આધુનિક+અર્ધમાનવની મુલાકાત

જાપાની કંપની 'સોફ્ટબૅન્કે' એક 'પેપર' નામનો રોબોટ બનાવ્યો છે. સાડા-ત્રણ ફીટ ઊંચો રોબોટ નાના-મોટા ઘણા કામમાં આવે છે. આ રોબોટ સેમી-હ્યુમોનોઇડ એટલે કે અર્ધમાનવ જેવો છે. દરેક વ્યક્તિ સાથે એ વાત કરે અને તેના સવાલોના જવાબ આપે.

રોબોટને કંઈક પૂછો, એને સમજાય તો જવાબ આપે. ખાસ તો બધાની ઉંમર એ નાની કહે.

મેં પણ તેની સાથે વાતચીત કરી. જોકે તેને અંગ્રેજી સમજવામાં જરા મુશ્કેલી પડતી હતી. તો પણ કમર પર બંને હાથ રાખી વિચાર કરી આવડે એવો જવાબ આપતો હતો. ખાસ તો એ બધાને તેમની ઉંમર કેટલી છે એ કહેતો હતો. એટલે જ સૌ કોઈને રસ પડતો હતો. મારી સાથે વાત કરી, મારા હાથ તેના હાથમાં લીધા, આંખોમાં જોયું અને પછી કહ્યું કે, તમે 15 વર્ષના છો!

મને સમજાયું કે શા માટે આ રોબોટ લોકપ્રિય છે, એ બધાની ઉંમર હેવી ડિસ્કાઉન્ટ કાપીને જણાવતો હતો. રોબોટિક્સ ભવિષ્ય છે અને મને અંગત રીતે પણ તેમાં રસ છે. એટલે આ અનુભવમાં બહુ મજા પડી. સોફ્ટબૅન્કનો આ રોબોટ ખાસ્સો લોકપ્રિય બન્યો છે. યુરોપના ઘણા દેશોના દિલ આ રોબોટે જીતી લીધા છે. બ્રિટનની પાર્લમેન્ટમાં પણ તેને ચર્ચા-સભા માટે બોલાવાયો હતો. ત્યાં કેટલાક સવાલ-જવાબ પણ રોબોટ સાથે થયા હતા.

અમેરિકાના જગવિખ્યાત (અને જગતના સૌથી મોટા) 'સ્મિથસોનિયન સંગ્રહાલય'માં તો આ રોબોટ મુલાકાતીઓને વિનામૂલ્યે સેવા આપે છે. હવે આ રોબોટ માણસો જેવું વર્તન કરે તો પછી કેટલીક મુશ્કેલી પણ સર્જાય છે. જેમ કે જવાબ આપવામાં વાર લગાડે તો વળી કોઈકને એમ થાય કે આ રોબોટ તો મારી અવગણના કરે છે. એટલે પછી માથાકૂટ સર્જાય કે નહીં?

ખરેખર સર્જાઈ છે. જાપાનમાં જ એક ભાઈ સોફ્ટબૅન્કના સ્ટોરમાં ગયા, ત્યારે ક્લાર્કની જવાબદારી ભજવતા રોબોટનું વર્તન એ ભાઈને પસંદ ન પડ્યું. માટે તેણે જાપાની સંસ્કાર પડતા મૂકીને એક પાટું રોબોટને મારી દીધું. પછી તો પોલીસ આવી અને તપાસ કરી તો ખબર પડી કે ભાઈ પીધેલા હતા!

સોફ્ટબૅન્કના કે બીજા કોઈ પણના રોબોટનો ઉપયોગ વધશે એટલે આવા સંઘર્ષ પણ વધશે જ ને. એ બધું ભવિષ્ય અનેક વિજ્ઞાનકથાઓમાં એટલે જ તો ભાખવામાં આવ્યું છે. 'રોબોટ' શબ્દ પહેલી વખત ચેકોસ્લોવેકિયાના નાટ્યકાર કારેલ ચેપેકે 1921માં પોતાના નાટકમાં વાપર્યો હતો. એ નાટકનું નામ 'રોસમ્સ યુનિવર્સલ રોબોટ' એવું હતું. આજે રોબોટિક્સથી જે ભય ઊભો થયો છે, એ સદી પહેલાં લખાયેલાં નાટકમાં રજૂ કરી દેવાયો હતો, કેમ કે નાટકની કથા એવી હતી કે એક કારખાનેદાર પોતાને ત્યાં રોબોટને કામે રાખે અને છેલ્લે એ જ રોબોટ કારખાના પર રાજ કરતા થઈ જાય! વિજ્ઞાનીઓ હવે તો રોબોટ ટેક્નોલૉજીમાં એટલા આગળ નીકળ્યા છે કે રોબોટ અડધો મનુષ્ય હોય એ રીતે જ કામ કરતા થયા છે. સાથે આધુનિક તો છે જ!

રોબોટિક્સનો વધતો પ્રભાવ એ દુનિયા માટે મોટી ચિંતા છે. દુનિયાની ચિંતા છે એટલે અમે એ દુનિયાના ભરોસે જ છોડીને રોબોટની રજા લઈને અમે આગળ વધ્યા.

અમે ચાલ્યા જતા હતા, બંને તરફ વિવિધ પ્રકારની શોપ આવતી જતી હતી. રસ પડે એ દુકાનમાં થોડો સમય રોકાઈને વળી આગળ ચાલતા હતા. એક દુકાન બહાર એક યુવાન ગોઠણભેર બેઠો હતો, માથે કફન બાંધ્યું હોય એવું કપડું વીંટ્યું હતું, દુકાન બહાર તેની નાની દુકાન હોય એમ સામાન ગોઠવાયેલો હતો અને ફરતે લોખંડની સાંકળથી સરહદ બાંધેલી હતી, કેમ કે એ ભાઈ સમુરાઈ તલવાર રિપેરિંગ કરતો હતો, સજાવતો હતો. ભૂલે-ચૂકે કોઈ તલવારને અડે કે પછી સળી કરે તો ગરબડ થાય.

સમુરાઈ યોદ્ધાઓના દેશમાં સમુરાઈ તલવાર સજાવતો જુવાન.

એટલા માટે એ ભાઈના વિસ્તારને 'લક્ષ્મણ રેખા'થી અંકિત કરી દેવાયો હતો. વર્ષો પહેલાં સમુરાઈ તલવાર વિશે વાંચ્યું હતું, ત્યારથી તેના વિશે જાણકારી મળી હતી અને ખાસ તો એ તલવારનો બહુ પ્રભાવ પડ્યો હતો. હવે કંઈ તલવારથી યુદ્ધ લડાતા નથી, તો પણ તેનું મહત્ત્વ ઓછું નથી થયું. એ દુકાન સમુરાઈ તલવાર અને એવાં બીજાં જાપાની હથિયારો વેચતી હતી. આપણે ત્યાં પણ ચોટીલા કે સોમનાથ જેવાં ધાર્મિક સ્થળોએ આવાં હથિયારો વેચતી દુકાનો જોવા મળે જ છે ને!

સમુરાઈ યુગમાંથી બહાર નીકળી અમે આગળ વધ્યા. એક સ્થળે એક-બે-ત્રણ યુવતીઓ ગ્રાહકોને કંઈક સમજાવી રહી હતી. બધાને રસ યુવતી કરતાં તેની બાજુમાં ખભા સુધીના ઊંચા ટેબલ પર બેઠેલા સાથીદારમાં હતો, કેમ કે એ સાથીદાર હકીકતે એક ઘુવડ હતું. અકીકોએ સમજાવ્યું કે આ પ્રાઇવેટ

ઘુવડ ઝૂ જેવી નાનકડી દુકાન છે. દુકાન ઉપર છે, જ્યાં ઘુવડ અને બીજા થોડા પક્ષી-પ્રાણી રાખ્યાં છે. અહીં બહાર તો આ યુવતી ડેમોસ્ટ્રેશન માટે ઊભી છે. ગ્રાહકોને રસ પડે તો પછી યુવતીની પાછળ રહેલી સાંકડી અને અંધકારભરી સીડી ચડીને ઉપર જવાનું, જ્યાં જંગલ તમારી રાહ જોતું હોય છે. અલબત્ત, એ પહેલાં ટિકિટ લઈ લેવાની.

જાપાનમાં આ રીતે પશુ-પક્ષીનું પ્રદર્શન કરવાની છૂટ છે. મને એ જોવામાં ખાસ રસ ન હતો, પરંતુ મારી સાથે રહેલાં પત્રકાર બહેન મુંબઈથી હતાં. એમને ગ્રામ્ય જીવન સાથે કશો નાતો હતો નહીં. માટે નિશાચર પક્ષીની દુનિયામાં રસ પડે એ સ્વાભાવિક હતું. એટલે પછી બધાં અંદર ગયાં. ઘુવડ સહિતના ઘણા પક્ષી તો ખુલ્લાં વિવિધ ડાળી-ડાળખા-સ્ટેન્ડ પર બેઠા હતા. ઉંદરના ઑસ્ટ્રેલિયાઈ ભાઈ ઓપસમ સહિતનાં બીજાં પ્રાણી પણ હતાં અને પાંજરામાં બંધ કરી રખાયાં હતાં. ભીડભાડવાળી જગ્યામાં બધાએ ઘુવડ સાથે ફોટા પડાવ્યા અને પછી બહાર નીકળ્યા.

જાપાનમાં આવા ઘણા 'આઉલ કાફે' છે, જ્યાં કૉફી મળે અને ઘુવડ તમારી બાજુમાં બેઠું હોય. ખાસ પ્રકારના નાના સુંદર દેખાતા ઉંદર પણ રમતા હોય, બાજુમાં બેસીને યુવક-યુવતી પ્રેમ-ગેમ રમતાં હોય એવા પણ ઘણા કાફે જોવા મળ્યા. એ જાપાની પ્રજાનો જરા અલગ પ્રકારનો શોખ છે.

નથી જોઈતો મારે આ તાજ!

ટોકિયોના હાર્દ ગણાતા શિન્ઝુકુમાં આગળ વધતાં વધતાં એક કદાવર મકાન જોવા મળ્યું, જેની આખી મોટી દીવાલ કાચની બનેલી હતી. કાચ કાપવાની ટેક્નોલૉજી જરા અઘરી છે. મોટા કદના કાચ કાપવાનું કામ આસાન નથી. અહીં તો ખાસ્સા મોટા કાચ હતા, વળી તેની ડિઝાઇન બનાવેલી હતી. મને એ કાચમાં રસ પડ્યો એટલે અમારી ટીમ એ બિલ્ડિંગમાં જ પહોંચી ગઈ. ત્યાં એક કૉફી શોપ હતી, જ્યાં ચા-પાણી કરી શકાય એમ હતું. અમે આમેય ચા-નાસ્તાની શોધમાં જ હતા. આમ-તેમ આંટા-ફેરા કરીને થાક્યા હતા એટલે ક્યાંક બેસીએ એવો વિચાર હતો.

જાપાનમાં દરેક મોટા બાંધકામમાં પ્રવેશો એ સાથે જ આખા મકાનનો નકશો '(ફ્લોર-પ્લાન)' જોવા મળે. કયા માળે શું છે, ક્યાં એક્ઝિટ છે, ક્યાં કઈ સુવિધા છે... વગેરે માહિતી આપેલી હોય એટલે આગંતુકના કેટલાક સવાલ ત્યાં જ શમી જાય. આપણે ત્યાં આવા ફ્લોર પ્લાન બહુ ઓછા બિલ્ડિંગમાં જોવા મળે.

હા, પ્રવેશદ્વાર પાસે કોની ઑફિસ કયા માળે તેના બોર્ડ રેલવે યાર્ડમાં ગોઠવાયેલા ડબ્બાની માફક ગોઠવાયેલા હોય છે. અમે કૉફી હાઉસમાં પહોંચ્યા, 'ઇન્ડિયન મસાલા ટી' મેનુમાં લખેલી હતી, એટલે કૉફી જેવા પીણા પર પસંદગી ઉતારવાનું કોઈ કારણ ન હતું.

ટોકિયોની સફર દરમિયાન અકિકો અને ફુકુશિમા ઉપરાંત અમારી સાથે જાપાન ટૂરિઝમના કાઓરી કાવાયોકો નામક યુવતી જોડાયાં હતાં. એ પણ જરૂર પ્રમાણે રસપ્રદ માહિતી આપતાં હતાં અને અમારા અભિપ્રાય જાણવા પ્રયાસ કરતાં હતાં. એમણે ત્યાં બેઠાં બેઠાં જ કાચની પેલે પાર થોડે દૂર દેખાતા એક જૂના બાંધકામ તરફ આંગળી ચીંધીને કહ્યું કે એ જાપાનના શહેનશાહ અકિહિતોનું રહેઠાણ કહેતાં મહેલ છે. જાપાનમાં હવે કંઈ રાજાશાહી નથી, પરંતુ બંધારણના વડા તરીકે તેમનું પદ યથાવત્ રખાયું છે. છેલ્લાં 500 વર્ષથી એ પરિવાર જાપાન પર રાજ કરે છે, એટલે કે વંશપરંપરાગત રીતે શહેનશાહના પદે બિરાજે છે. મારો સવાલ એ હતો કે શહેનશાહનું કામ શું? સરકાર ચલાવવામાં તેમનો કોઈ રોલ ખરો? પ્રજા-શહેનશાહના સંબંધો કેવા?

કાઓરીએ કહ્યું કે, વર્ષમાં બે-ચાર પરંપરા નિભાવવા સિવાય એમનું ખાસ કોઈ કામ હોતું નથી. એક તો એ વર્ષના અમુક દિવસે મહેલના પ્રાંગણમાં આવેલા મિનિ ખેતરમાં ધાનનું રોપણ કરે. આખા જાપાનમાં સારી એવી ખેતપેદાશ ઊપજે એ માટે પ્રાર્થના કરે અને તેની પ્રતીકાત્મક વિધિ તરીકે બીજરોપણ કરે. ટેક્નોલૉજીમાં ગમે તેટલા આગળ નીકળ્યા છતાં જાપાની પ્રજા જમીન સાથે જોડાયેલી છે. શહેનશાહ પોતે જ પ્રતીકાત્મક ખેતી કરતાં હોય પછી પ્રજા ખેતીરત રહે તેની કોઈ નવાઈ નથી. જાપાન તો ટાપુ રાષ્ટ્ર છે, જરૂરિયાતની ઘણી ચીજો બહારથી મંગાવવી પડે છે, પણ જાપાનમાં તેમની જરૂરિયાત કરતાં વધારે ચોખા પેદા થાય છે, એ વાતનું ગૌરવ અકિકોએ વ્યક્ત કર્યું.

એમ્પેરર માટે ખાસ પ્રથા-રીત-રિવાજ નક્કી થયેલા છે. જે કોઈ શહેનશાહ બને તેમણે એ પ્રમાણે વર્તવું ફરજિયાત છે. એ બધી રીત-ભાતનું પાલન કરવું અઘરું પડે છે, જેમ કે ખાસ પ્રકારનો પોશાક પહેર્યા સિવાય શહેનશાહ કે રાજવી પરિવારના અન્ય સભ્યો બહાર નીકળી શકતા નથી. એટલે કે રાણી સાહિબાએ રોજ રોજ સાડી જેવો ભારેખમ જાપાની ડ્રેસ કિમોનો જ પહેરવો પડે. એમાં પણ મૉડર્ન કે આકર્ષક લાગતા કિમોનો ન ચાલે, કેમ કે જાપાની ટ્રેડિશનલ કિમોનો તો સાદગીપૂર્ણ જ હોય છે. 84 વર્ષના થયેલા એમ્પેરર અકિહિતો આ બધી પરંપરાથી કંટાળ્યા હતા. માટે ઘણી સદીઓ પછી પહેલી વાર એવું બન્યું કે શહેનશાહે જીવતેજીવત એપ્રિલ 2019માં ગાદીનો ત્યાગ કર્યો.

એ પછી તેમના 58 વર્ષના 'કુંવર' નુરિહિતો ગાદી પર આવ્યા છે. સત્તાના હસ્તાંતરણ પછી અકિહિતો અને રાણી બંને બીજા 'અકાસ્કા પૅલેસ' કહેવાતા મહેલમાં રહેવા જતાં રહ્યાં છે, કેમ કે ટોકિયોના રૉયલ પૅલેસમાં તો સત્તાધીશ હોય એ રાજા-રાણી જ રહી શકે.

ત્યાં અમારી ચા-કૉફી આવી એટલે રાજાશાહીમાંથી બહાર નીકળી અમે ટેબલ પર ધ્યાન આપ્યું. અમારી ટુકડીમાં રહેલી જાપાની યુવતી-મહિલાઓ હવે ઓળખાણ પછી અંગત વાતો કરતી થઈ હતી, પોતાની વ્યથા-સમસ્યા પણ રજૂ કરતી હતી. જાપાનમાં બાળક જન્મદર નીચો હોવાનો મોટો પ્રૉબ્લેમ છે. અકિકોએ કહ્યું કે, અમારા જેવી યુવતીઓને લોકો સતત પૂછ્યા કરે કે, લગ્ન થયા તોય હજુ બાળક કેમ નથી, ક્યારે થશે... પણ એ લોકો નથી સમજતાં કે હું કરિયર પર ધ્યાન આપું છું. તો વળી કાઓરીએ તો લગ્ન જ કર્યાં ન હતા, હજુ તેની ઉંમર એટલી બધી થઈ ન હતી, એટલે કદાચ.

લગ્ન થાય તો પણ કંઈ ભલીવાર નથી, કેમ કે લગ્ન થયા પછી છૂટાછેડાનું પ્રમાણ વધી રહ્યું છે. કારણ? આધુનિક યુવતીઓ કરિયર પર ધ્યાન આપે છે, જ્યારે પુરુષોને રસોડુ સંભાળે એવી મહિલા જોઈએ છે. અલબત્ત, એ સમસ્યા બીજા દેશો કરતા જાપાનમાં ઘણી નાની છે, પણ જાપાનની શિસ્તબદ્ધ પ્રજાને મોટી લાગે છે.

વૃદ્ધોની સતત વધતી સંખ્યા જાપાન માટે વધુ એક મોટી મુશ્કેલી છે. પહેલેથી જન્મદર ઓછો છે અને એમાંય હવેની પેઢી તુરંત બાળકો પેદા કરવામાં માનતી નથી. એવું તો ભઈ બધે છે... દરેક દેશને પોતાની સમસ્યા તો હોવાની જ ને! આપણે થોડા કંઈ 'યુટોપિયા' પર રહીએ છીએ?

એવી ચર્ચા કરતાં કરતાં ચા-કૉફી પતાવીને અમે કાચ-આકર્ષક મકાનમાંથી બહાર નીકળ્યા. સાંજ શરૂ થઈ ચૂકી હતી, ટોકિયોની રંગત અમારી રાહ જોતી હતી.

'મેડ ઇન જાપાન' ગુજરાતી રોટલી

શિન્ઝુકુનો અમુક વિસ્તાર સાંજના 6 સુધી મોટર-વાહન માટે બંધ રખાતો હતો. લોકો ત્યાં આરામથી ટહેલી શકે, મજા કરી શકે. પ્રવાસી પણ રસ્તા વચ્ચે ખુરશી ઢાળીને બેઠા બેઠા ચા-પાણી પણ કરતા હતા. સાંજે અમે ત્યાંથી નીકળ્યા ત્યાં રસ્તા ખૂલી ગયા હતા. નાટક ભજવાતું હોય ત્યારે સ્ટેજ પર અચાનક નવું દૃશ્ય આવે એમ થોડીવાર વાહનમુક્ત ખાલી હતા એ રસ્તા હવે વાહનયુક્ત

થઈ ચૂક્યા હતા. અમદાવાદમાં પણ ભદ્ર વિસ્તારમાં વાહન-બંધી છે એવું જ કંઈક. દરેક શહેરમાં એવી વ્યવસ્થા નાના-મોટા અંશે હોય છે. અલબત્ત, ક્યારેક જુનવાણી બાંધકામની જાળવણી માટે વાહન તેનાથી દૂર રાખવામાં આવે છે. અહીં લોકો શિન્ઝુકુ વિસ્તારને માણી શકે એટલા માટે આ સગવડ આપવામાં આવે છે. સાંજ પડ્યે સગવડ સંકોરાઈ ગઈ, વાહનો વહેતાં થયાં. અમે પણ ફૂટપાથનો રસ્તો પકડ્યો. અમારો આગામી મુકામ 'નટરાજ ઇન્ડિયન રેસ્ટોરાં' હતો.

ટોકિયોમાં (અને જાપાનમાં પણ) અમારી એ છેલ્લી રાત હતી. સવારે તો રવાના થવાનું હતું. માટે ઇન્ડિયન ભોજન મળે એવી ગોઠવણ કરવામાં આવી હતી. એ લોકો સમજી ગયા હતા કે આ પ્રવાસીઓને જો ભારતીય ભોજન મળશે તો ભારે મજા આવશે. વળી, જાપાનના અંતરિયાળ વિસ્તારમાં પસંદગીનું ભોજન ન મળી શકે, પરંતુ ટોકિયોમાં એવી કોઈ અગવડ ન હતી. અહીં તો જે જોઈએ એ મળે. મળે જ ને! એ શહેર જગતના પાંચ સુપર-પાવર શહેરોમાં સ્થાન ધરાવે છે.

વધારે તીખું ખાવું હોય તો બે મરચાંનો સિમ્બોલ સિલેક્ટ કરવાનો. તીખાશ વધે એમ ભાવ પણ વધે.

નટરાજમાં પહોંચીને મેનુ જોયું તો ભારે આકર્ષક લાગ્યું, કેમ કે આપણે ત્યાં પણ રેસ્ટોરાંમાં નથી આવતી એવી ફૂલકાં રોટલીનીય સગવડ હતી. અહીં આપણે ત્યાં તો પંજાબી રોટીને જ આપણી રોટી તરીકે લોકોએ સ્વીકારી લીધી છે અને એમાં ફૂલકાં ખાવાનું ભૂલી પણ ગયા છે. જમવા ટાઇમે અમારા બે ભાગ પડી ગયા હતા. એક જૂથ શુશી વગેરે જાપાની પોપ્યુલર ડિશિઝ ખાવા માંગતું હતું. તેની રેસ્ટોરાં ચોથા માળે હતી, અમારી પાંચમા માળે. ઇન્ડિયન ભોજન પસંદ કરનારા મારી સાથે ફુકુશિમા અને કાઓરી બંને હતાં. બાકીના જાપાની રેસ્ટોરાંમાં ગયા.

ટેબલ પર ત્રણ જણા ગોઠવાયા, મેનુ તપાસ્યું. કાઓરીએ દિલ્હી ખાતે 'જાપાન

ટૂરિઝમ'ની ઑફિસમાં ત્રણ વર્ષ કામ કર્યું છે. તેને ઇન્ડિયન મસાલા-ટેસ્ટ વિશે થોડી જાણકારી હતી. જાપાની લોકો જરા પણ તીખું, તમતમતું, મસાલેદાર ખાતા નથી. બીજી તરફ મારે તો એવા ખોરાકની જ જરૂર હતી. બંને પક્ષનો મેળ જળવાઈ રહે એ રીતે મેનુ પસંદ કર્યું. શાકને એ લોકો 'કરી' તરીકે ઓળખતા હતા. મેં કહ્યું જે નામ આપો એ... સ્વાદ આવવો જોઈએ. જાપાની લોકો તીખું નથી ખાતા, પણ ક્યારેક ખાવાનું મન થાય તો? એ માટે સરસ વિકલ્પ મેનુમાં લખ્યો હતો. જરા તીખું, વધારે તીખું, અતિ વધારે તીખું... એ પ્રમાણે એક-બે-ત્રણ મરચાંનો સિમ્બોલ દોરેલો હતો. ત્રણ મરચાં પસંદ કરો એટલે વધુ તીખું આવે. અલબત્ત, વધુ તીખું એ લોકોની વ્યાખ્યા મુજબ, આપણને કદાચ બહુ તીખું ન પણ લાગે. શાક (એટલે કરી) પસંદ કર્યા પછી કેટલાં મરચાં (એટલે કેટલી તીખાશ) જોઈએ છે એ કહેવાનું. એક પણ મરચું ન નંખાવો તો જાપાની સ્વાદ પ્રમાણેનું ભોજન આવે.

એ લોકો તીખું ન ખાઈ શકે એટલે એક સબ્જીમાં બે મરચાં અને એકમાં એક મરચું પસંદ કર્યું. એટલે કે જરા તીખાશ અને જરા વધારે તીખાશ સાથે આવે તો વાંધો ન હતો. તીખાશ એ જાપાની ભોજનનો ભાગ નથી, એમના માટે એક્સ્ટ્રા છે. માટે તીખાશના દરેક ગ્રેડ સાથે 100 યેન વધતા જતા હતા. આપણે ત્યાં ટોપિંગના એક્સ્ટ્રા ચૂકવીએ એ રીતે. કાળજીપૂર્વક બગડે નહીં અને વધે પણ નહીં એવું ભોજન પસંદ કર્યું અને બરાબર દબાવીને ખાધું પણ ખરું.

હકીકતે એ રેસ્ટોરાં જાપાનની સર્વોત્તમ વેજિટેરિયન રેસ્ટોરાં પૈકીની એક છે. પોતાના ખેતરમાં જ શાકભાજી પેદા કરે છે અને રસોડામાં તેનો ઉપયોગ કરે છે. એ રેસ્ટોરાંમાં ઘણા જાપાની લોકો જમવા આવતા હતા. એ દરેક જાપાની તો કંઈ ભારતીય કલ્ચરથી વાકેફ ન હોય ને... જેમ આપણે મેક્સિકન ટાકો ખાઈએ છીએ, પણ એ કેવા સંજોગોમાં ખવાય એની જાણકારી ક્યાં હોય છે? એટલે મેનુમાં જાપાની પ્રજાના જ્ઞાનાર્થે વિગત લખી હતી કે 'પનીર' એટલે શું? એવી રીતે બીજી (એમના માટે) અજાણી ચીજોના પણ વર્ણન હતા. દરેક પાનાં નીચે વાનગીમાં કઈ વસ્તુ ઉમેરાય છે, તેની ચિત્રાત્મક માહિતી પણ હતી. જેથી આપણે ન ખાતા હોય એ પદાર્થ અંદર આવી ન જાય એનો ખ્યાલ રહે. એ રસપ્રદ રેસ્ટોરામાં ભોજન પતાવી અમે ફરી હોટેલ તરફ ઊપડ્યા.

ત્યાં વળી એક વિશિષ્ટ સેરેમનીનું મેં એમના માટે આયોજન વિચારી રાખ્યું હતું.

જાપાનમાં ગુજરાતી ચાનો સમારોહ

જાપાની પ્રજાને ત્રણેય ટાઇમ ચા પીવા જોઈએ, પણ એક મિનિટ, આપણા જેવી ખાંડ-દૂધ મિશ્રિત નહીં. આપણે ઉકાળો કહીએ (ને ફેશનેબલ ભાષામાં 'હર્બલ ટી') એવી ચા. એટલે કે પત્તી અને ગરમ કરેલું પાણી. એવી ચા આખો દિવસ એ લોકો પીવે, આપણને પણ પાય. ચાનો સબંધ જાપાની સંસ્કૃતિ સાથે પરા-પૂર્વથી છે. અહીંના ઇતિહાસમાં ચા ઠેર ઠેર વણાયેલી છે. એટલે એક સમયે અહીં 'ટી-સેરેમની' યોજાતી હતી. એ આખી પરંપરા છે, જે હવે લુપ્ત થઈ ગઈ છે. તો પણ પ્રવાસીઓ જાણી-માણી શકે એટલા માટે હોટેલ્સ વગેરેમાં ટી-સેરેમની યોજાય છે.

અમારા પ્રવાસમાં પણ આવી ટી-સેરેમની સામેલ હતી. જૂના યુગમાં જ્યારે શોગનો (રાજા)નું શાસન હતું, ત્યારે ટી-સેરેમની ખાસ મહત્ત્વની રહેતી. બે પક્ષ વચ્ચે કંઈ બબાલ હોય તો સમાધાન માટે ટી-સેરેમની યોજાય. એ સેરેમની સમય સંજોગો મુજબ અડધીથી દોઢ-બે કલાક સુધી ચાલે.

સેરેમની કંઈક આવી હોય છે : કોઈ વ્યક્તિ સામેના પક્ષધરને પોતાને ત્યાં ચા માટે બોલાવે. દરેક ગામ-શહેરના આગેવાનો હોય એમના ઘરમાં એક ખૂણો ટી-સેરેમની માટે અનામત રખાયેલો જ હોય. જે રીતે આપણે ઘરમાં મંદિર માટે ખાંચો રાખીએ કે કોઠાર રૂમ રાખીએ એવી રીતે.

જ્યાં ટી-સેરેમની યોજવાની હોય એ જગ્યા-ઓરડાનો દરવાજો હંમેશાં નીચો હોય. કોઈ પણ વ્યક્તિએ ઝૂકીને તેમાંથી પસાર થવું પડે. એટલે એ વાતનો અર્થ એમ સમજવાનો કે તમારો અહમ્ બહાર મૂકીને ચા-વિભાગમાં આવો. આવનાર વ્યક્તિએ પોતાનાં બધાં હથિયાર પણ બહાર મૂકી દેવાનાં. પાણી રાખ્યું હોય, તેનાથી હાથ-મોં ધોવાના. એ પછી અંદર પ્રવેશ કરવાનો.

ઘરનો મુખ્ય વ્યક્તિ ત્યાં યજમાન બની મહેમાનનું સ્વાગત કરે. પોતે જાતે જ ચા બનાવી પીરસે અને વાતો કરે. એ દરમિયાન જે કોઈ મુદ્દે વિવાદ કે વાંધો હોય એ ઉકેલવાનો પ્રયાસ કરે. ધારો કે વાંધો ઉકલે નહીં ને વણસે, એ સંજોગોમાં કોઈ મારા-મારી પર ઊતરી ન આવે એટલે હથિયાર બહાર મુકાવી દીધાં હોય. એ સમગ્ર સેરેમની દરમિયાન બંને (કે એનાથી વધુ) વ્યક્તિ ગોઠણભેર બેસી રહે. ભારતના વડાપ્રધાન નરેન્દ્ર મોદી ઑગસ્ટ 2014માં જાપાનના પ્રવાસે ગયા ત્યારે જાપાની વડાપ્રધાન શિન્ઝો આબેએ તેમના માટે ખાસ આ ટી-સેરેમની યોજી હતી.

ગરબડ એવી થઈ કે અમારા માટે ટી-સેરેમનીના સંજોગો સર્જાયા નહીં. કોઈ વાંધો નહીં. તમે ટી-સેરેમની યોજી ન શક્યા તો શું થયું, હું તમારા માટે સેરેમની

યોજીશ એવું મેં નક્કી કર્યું હતું. નટરાજ રેસ્ટોરાંમાંથી નીકળીને અમારે હોટેલ પહોંચવાનું હતું. હવે બીજું કંઈ જોવાનું ખાસ હતું નહીં. એટલે જોવાનું તો ઘણું હતું, પણ અમારો પ્રવાસ પૂર્ણાહુતિ તરફ જતો હતો. રસ્તામાં એક ઇલેક્ટ્રોનિક શૉપિંગ મોલમાં થઈને અમે હોટેલ પહોંચ્યા.

જાપાની સાથીદારોને મેં કહી રાખ્યું હતું કે જાપાની નહીં, પણ અમારી અસલ ઇન્ડિયન ટી કેવી હોય એ હું તમને ચખાડીશ. ફ્રેશ થઈને મારા ઓરડામાં આવી જજો. આપણે બહાર જઈએ ત્યારે સારી ચા ન મળે તો થોડી-ઘણી તકલીફ પડવાની પૂરી સંભાવના રહે. તેનો એક સરસ ઉપાય ‘વાઘબકરી’એ શોધી કાઢ્યો છે. ગુજરાતી હોવાના નાતે જ વાઘબકરીએ ગુજરાતીઓને માફક આવે એવી મસાલા ચાના પાઉચ તૈયાર કર્યા છે. ના, ડીપ ટીના પાઉચની વાત નથી. તેનાથી પણ વધુ સરળ આ પાઉચમાં દૂધના પાઉડર સહિતની ચાની સામગ્રી મિક્સ થયેલી હોય છે. એટલે ગરમ પાણીમાં નાખીને હલાવીને પી જવા સિવાય કશું કરવાનું રહેતું નથી. દુનિયાના કોઈ પણ ખૂણે ગરમ પાણી મળી જાય તો આ ચા બની જાય. હું પ્રવાસ વખતે એ પૅકેટ હંમેશાં સાથે રાખું, જાપાનમાં પણ હતું.

બધા મિત્રો મારા ઓરડામાં આવ્યા, એટલે ગરમ પાણી કરી તેમાં પાઉચનો મસાલો નાખી, એમના માટે ચા તૈયાર કરી. એ બધા માટે ટેસ્ટ નવો હતો. ગમી હોય કે ન ગમી હોય, પણ બધાએ કહ્યું કે, સરસ છે. મેં કહ્યું કે, સરસ ન હોય તો પણ વાંધો નહીં, આ તો હું તમને અમારી રીત-ભાત સમજાવું છું. જેમ તમારી ચા અમને અઘરી પડે એમ શક્ય છે કે વારંવાર પીવાની આવે તો આ ભારતીય ચા પણ તમને બહુ માફક ન આવે, પરંતુ આ તો ટેસ્ટ કરવા પૂરતી વાત છે.

ચા સેરેમની પૂરી થઈ. બધા વિખરાયા. કેટલાક જાપાની મિત્રો હવે મળવાના ન હતા. એમણે ભાવપૂર્ણ વિદાય લીધી.

હવે ઘરભેગા ક્યારે થવાના?

સવારે ઊઠીને ઍરપૉર્ટ જવા રવાના થયા. ટોકિયો શહેરનો ટ્રાફિક હેન્ડલ કરવા માટે ‘હાનેડા’ અને ‘નારિતા’ એમ બે ઇન્ટરનેશનલ ઍરપૉર્ટ રાખવામાં આવ્યા છે. હાનેડા જરા નજીક છે, નારિતા શહેરથી 70 કિલોમીટર દૂર છે. આ વખતે અમારે ટ્રેનના બદલે ઍરપૉર્ટની શટલ બસમાં જવાનું હતું. ટોકિયોનાં ચોક્કસ સ્થળોએથી લિમોઝિન બસ ઊપડે, ઍરપૉર્ટ પહોંચાડે. એ બસનું નામ જ ‘ઍરપૉર્ટ લિમોઝિન’ છે. તેનું આગવું સ્ટેશન છે. ત્યાં પહોંચો, ટિકિટ ખરીદો

અને વેઇટિંગમાં બેસો. બસ આવે એટલે જાણ થાય કે તમારી આ બસ છે. ત્યાં હાજર માણસ મોટા પટારા હોય તો ડિક્કીમાં ગોઠવાવી દે.

અમે અમારી લિમોઝિન બસમાં ગોઠવાયા. હું તો ઉત્સાહમાં પહેલી સીટમાં બેસી ગયો, પછી મને અકિકોએ સમજાવ્યું કે એ સિટ રિઝર્વ છે. અમે સીટ બદલી નાખી, બસ ઊપડી. જાપાનમાં રસ્તા પર પ્રવાસ કરવાનો એ જરા અલગ પ્રકારનો અનુભવ હતો. ટોકિયો શહેર ક્યારે પૂરું થાય, ક્યાં રહેણાક વિસ્તાર છે, ક્યાં કારખાના છે એ બધું સમજાતું ન હતું અને આપણને સમજવાની ક્યાં જરૂર પણ હતી?

ઊંચા-નીચા અનેક પુલ, આડા-અવળા ક્રૉસ કરતાં રસ્તા. એમાંથી બસ ધમધમ કરતી ચાલી જતી હતી. અમે બધા નિયમ મુજબ પટ્ટા બાંધીને બેઠા હતા. બસની સ્ક્રીનમાં ફ્લાઇટ-ટર્મિનલ વગેરેની સૂચના આવતી હતી. બીજી એક સૂચના પણ લગાવેલી હતી કે ફોટા પાડો, પણ ફ્લેશ બંધ રાખીને. તમારા ફ્લેશથી ડ્રાઇવર ચમકી ઊઠે કે પછી સામેથી આવનારા વાહનના ડ્રાઇવરને અસર થાય તો અકસ્માત થઈ શકે. માટે 'નો ફ્લેશ ફોટોગ્રાફી'.

સવા કલાક ચાલી હશે ત્યાં ઍરપૉર્ટનાં બોર્ડ દેખાયાં. નિર્ધારિત ટર્મિનલે અમે ઊતર્યાં. ત્યાં અમને બીજું સરપ્રાઇઝ જોવા મળ્યું. દરવાજે કોઈ પૂછે નહીં, કોઈ રોકે નહીં. આપણે ત્યાં મૂકવા આવનારા લોકોને ઍરપૉર્ટમાં અંદર જવા દેવામાં આવતા નથી. જાપાનમાં એવું નથી. તમે અંદર સુધી જઈ શકો, આંટા-ફેરા કરી શકો. માત્ર ગેટ તરફ જવાનું થાય ત્યારે જ મુસાફરો સિવાયના હોય એમને રોકે.

આ નવી રીત જોઈને જાપાનની સુરક્ષા સિસ્ટમ પ્રત્યે માન ઊપજે એ સ્વાભાવિક છે. આપણે ત્યાં સુરક્ષાની સગવડ કરવાને બદલે લોકો પર 'આમ ન કરો, તેમ ન કરો, આ ન લઈ જશો, અહીંથી આગળ નહીં જઈ શકો' વગેરે સૂચના ઠોકી બેસાડવામાં આવે છે. મૂળભૂત રીતે સુરક્ષા સિસ્ટમ નબળી હોવાથી આવાં બધાં ગતકડાં કરવાં પડે. એ પછીય આતંકીઓ કે દાણચોરી કરનારા આવન-જાવન કરે છે. સુરક્ષાની જે સિસ્ટમ છે, તેનો ભોગ મોટે ભાગે સામાન્ય લોકો બને છે. એ વાત આપણે સૌ જાણીએ જ છીએ.

ઘણો સમય હતો. અંદર ગયા પછી મને બૂકસ્ટોર જોવા મળ્યો. ત્યાં ચા-કૉફી પણ મળતાં હતા. ચા લઈને થોડી ચોપડીઓ જોવા બેઠો. પાછળ જાપાન ઍરલાઇન્સનાં વિમાનો ગોઠવાતાં હતાં. એ આખો વિભાગ જાપાન ઍરલાઇન્સ માટે જ ફાળવી દેવાયો હતો.

નિર્ધારિત સમયે ગેટ પર પહોંચ્યો. ત્યાં વળી વધુ એક મજેદાર વાત જોવા મળી. વિમાનમાં મુસાફરો અઢીસો જેટલા સમાય, પણ એ બધાને ચેક-ઇન

કરતાં માત્ર દસ જ મિનિટ લાગે, કેમ કે ગેટ પર જાપાન ઍરલાઇન્સની હાજર પરિચારિકાએ મુસાફરોને સૂચના આપી રાખી હતી. તમારા પાસપૉર્ટનું આ પાનું ખુલ્લું રાખો, ટિકિટ આમ પકડી રાખો. એટલે લાઇનમાં ચાલતાં ચાલતાં તમે ગેટ પાસે પહોંચો ત્યારે પાસપૉર્ટ શોધવો, તેનું પાનું ખોલવું, પછી પાછલા ખિસ્સામાં છે કે થેલાના ઉપલા ખિસ્સામાં છે કે બીજે ક્યાંય છે એ ટિકિટ શોધવી, બતાવવી... વગેરે કામગીરીમાં એક-બે મિનિટનો સમય જાય એ બચી જાય.

જાપાની ભાષા સ્વાભાવિક રીતે બધાને ન આવડતી હોય. એટલે પરિચારિકા દેવી હાથમાં ટિકિટ અને પાસપૉર્ટનું કયું પાનું ઓપન રાખવાનું છે, તેનું ચિત્ર લઈને ઊભી હતી. અમે ગેટ પર પહોંચ્યા ત્યારે દસ જ સેકન્ડમાં અંદર પહોંચી ગયા. કારણવગર તમારો અને એમનો સમય બગડે એવી કોઈ વ્યવસ્થા એ પ્રજાએ રાખી જ નથી.

વિમાનમાં ગોઠવાયા, થોડીવારે રવાના થયું અને સાંજ સુધીમાં દિલ્હી પહોંચ્યા. દિલ્હીથી ફ્લાઇટ-બદલી કરીને ઘરે પહોંચ્યો ત્યાં સુધીમાં મારો 24 કલાકનો દિવસ 28 કલાકનો થઈ ગયો હતો, કેમ કે જાપાન પૂર્વમાં છે, આપણા કરતાં ચારેક કલાક વહેલો દિવસ ઊગે. દિવસ ત્યાં ઊગ્યો હતો અને આથમ્યો ભારતમાં એટલે ચાર કલાક ઉમેરાઈ ગઈ. આવા લાંબા દિવસનો અનુભવ પણ પરદેશ પ્રવાસ કરીએ તો જ થઈ શકે. અહીં ભારતમાં મારો દિવસ આથમ્યો ત્યાં ઊગતા સૂરજના દેશનો પ્રવાસ પૂરો થયો.

જાપાની ટૉઇલેટ ટેક્નોલૉજી

જીવનનો અનિવાર્ય ભાગ હોવા છતાં લોકોને ટૉઇલેટની ચર્ચા કરવામાં બહુ રસ ન પડે, પણ એની ટેક્નોલૉજી તો ચર્ચાસ્પદ છે જ. એ ટેક્નોલૉજીના દર્શન અને અનુભવ જાપાનમાં થયા. જાપાને આ ટેક્નોલૉજી પર ખાસ્સો ખર્ચો કર્યો છે અને આપણી કલ્પનામાં ન આવે એવી પદ્ધતિ વિકસાવી છે.

જેમ કે દરેક ટૉઇલેટ એટલે કે તેનું બેસિન-કમોડ ખાસ પ્રકારે ફીટ થયેલું હોય. બેસીન સીધું જમીન પર નથી ગોઠવાતું, નીચે જાત-જાતના પાઇપ અને સેન્સર ફીટ થાય. તેના પર ફ્રેમ અને તેના પર કમોડ ગોઠવાય. એટલે દરેક કમોડ સતત જરા-તરા ધ્રૂજતું હોય એવું લાગે. જાપાન ભૂકંપનો દેશ છે, એટલે એવો ડર પણ લાગ્યો કે ક્યાંક ધરણી તો નથી ધ્રૂજી રહીને, પણ અનુભવે સમજાયું કે આખા જાપાનમાં ગમે ત્યાં ટૉઇલેટમાં જશો તો વાઇબ્રેશન તો અનુભવાશે.

દરેક કમોડ સાથે જાત-જાતના પાઇપનું ફિટિંગ, પાણી માટે અડધો ડઝન

ચાંપ. પાણી ગરમ આવે, ઠંડું આવે, મીડિયમ આવે... અલગ અગલ દિશાએથી આવે તેના માટે અલગ ચાંપ. ટૉઇલેટનો અવાજ પસંદ ન હોય તો મ્યુઝિકનું બટન, દબાવો એટલે સંગીત વાગ્યા કરે. આપણે આખા દેશમાં સ્વચ્છતા મિશન આદર્યું છે એ મોટે ભાગે તો શૌચાલય આસપાસ જ કેન્દ્રિત થયેલું છે ને! કેમ કે બધા સમજે છે કે શૌચાલયની સગવડ અનિવાર્ય છે અને જાપાને તેમાં આધુનિકતા ભેળવી દીધી છે.

જાપાનના આ ટૉઇલેટ જાપાની કંપની 'ટોટો (toto)'એ તૈયાર કર્યા છે. આખા જાપાનમાં તેનું જ ચલણ છે. બીજી કંપનીઓ પણ હવે તો બનાવે છે, પણ આવા ટૉઇલેટ જાપાન બહાર જોવા મળવા મુશ્કેલ છે. ભલે પશ્ચિમના કેટલાક દેશો જાપાનની આગળ હોય તો પણ જાપાન જેવા ટૉઇલેટ ત્યાં વપરાતા નથી. આ જાપાની ટૉઇલેટ ટેક્નોલૉજી વળી દેશદાઝની ભાવનામાંથી આવી છે. આપણે તો કદાચ ચીનથી આવેલા સસ્તા સિરામિકનાં સાધનો-ટાઇલ્સ વાપરવાનો આનંદ લઈએ છીએ અને બંગલામાં ઇટાલિયન માર્બલ ફીટ કર્યા હોય તો એનું ગૌરવ અનુભવીએ છીએ.

1903માં જાપાનના સંશોધક કાઝુચિકા ઓકુરા યુરોપના પ્રવાસે ગયા હતા. એ વખતે જાપાન આજના જેવો આધુનિક ન હતો, તેના ટૉઇલેટ પણ સાવ સાદાં હતાં. ઓકુરાએ યુરોપમાં આધુનિક ટૉઇલેટ્સ જોયાં. પરત આવીને 1914માં પ્રથમ વેસ્ટર્ન સ્ટાઇલનું ટૉઇલેટ બનાવ્યું. તેની જરૂરિયાત જોઈને 1917માં 'ટોયો ટોકી (ટોટો)' નામની કંપની સ્થાપી. ધીમે ધીમે પોતાની જરૂર પ્રમાણે ટૉઇલેટમાં સુધારા-વધારા થયા. એ પછી ટેક્નોલૉજી વિકસાવાની શરૂઆત થઈ, જે આજે ઘરઘરમાં રાજ કરે છે. 1980ના દાયકામાં તો જાપાનમાં એવા મતલબનું સ્લોગન પણ પ્રખ્યાત થયું હતું કે, 'આપણા પછવાડાની પણ બરાબર સફાઈ જરૂરી છે, જે આ ટેક્નોલૉજી આપી શકશે'.

ટોટોના ટૉઇલેટ જ જાપાનમાં ધૂમ વેચાય છે. છેલ્લા 2015ના આંકડા પ્રમાણે 4 કરોડ કમોડ વેચાયાં હતાં. 2017માં તો ટોટો કંપનીએ ટૉઇલેટ વેચીને 33.8 અબજ યેનની કમાણી કરી હતી. હવે આવા ટૉઇલેટ કેટલાક આધુનિક વિમાનોમાં અને લંડન-ન્યૂયૉર્ક જેવા શહેરોની અમુક આધુનિક હોટેલ્સમાં પણ જોવા મળે છે. ટૉઇલેટ ટેક્નોલૉજી કેમ વિકસી તેનું ટોટોએ બનાવેલું મ્યુઝિયમ પણ જાપાનમાં છે. હવે ભારતમાં ટોટોના આ ટૉઇલેટ મળે છે, કિંમત પચાસ હજારથી શરૂ થઈને આગળ જતી રહે છે.

જાપાની પ્રજા સ્વચ્છતાની અનહદ આગ્રહી છે. એટલે આવાં ટૉઇલેટ લોકપ્રિય પણ થયા છે. જાપાનમાં લોકો મોઢે માસ્ક બાંધીને ફરતાં હોય એવા દૃશ્યની કોઈ

નવાઈ નથી. પોતે બીમાર હોય તો પણ માસ્ક બાંધે, પ્રદૂષિત હવા શ્વાસમાં જશે એ ડરે પણ માસ્ક બાંધે. જાપાની વિદ્યાર્થીઓ પરીક્ષામાં પાસ થાય એ માટે બહુ મહેનત કરવી પડે છે. પાસ થાય તો જ આગળ સારું શિક્ષણ મેળવી શકે. વળી પરીક્ષા વર્ષમાં એક જ વાર આવે, માટે તક ચૂકે તો બીજું આખું વરસ ધૂણી ધખાવવી પડે. એટલે બાળકો બીમાર ન પડે એ માટે માસ્ક સતત બાંધી રાખે.

એમ તો જાપાનમાં ભારત જેવા નીચે બેસી શકાય એવા ટૉઇલેટ છે, પણ બહુ ઓછા પ્રમાણમાં. હવે આ ટેક્નોલૉજી લોકોને માફક આવી ગઈ છે. જાપાનમાં સરેરાશ ટૉઇલેટ રૂમ પણ મોટો હોય છે. જો રેલવે કે કોઈ જાહેર જગ્યાનું ટૉઇલેટ હોય તો બધી સૂચના જાપાની ઉપરાંત ચિત્રસ્વરૂપે પણ રજૂ કરી હોય. કોઈને જાપાની ન આવડે તો ચિત્ર જોઈને સમજી શકે. ટ્રેનમાં તો વળી ટૉઇલેટ વિસ્તાર ખાસ્સો મોટો અને મહિલા સાથે બાળકો, નાનું બાળ હોય તો તેને સુવડાવવા માટે અલગ સીટ પણ ખરી.

ત્યાં સ્વચ્છતા માટે માત્ર આગ્રહ નથી, તેની ટેક્નોલૉજી પણ દેશના ચરણે ધરી દેવામાં આવી છે. આપણે ત્યાં તો એવો દંભ છે કે લોકો ટૉઇલેટની કે તેના પ્રશ્નોની ચર્ચા ન કરે, પણ ફિલ્મ-સિરિયલમાં ટૉઇલેટ સંબંધિત જોક-કૉમેડી આવે તો તેની મજા અચૂક લે! પરંતુ જાપાન જવાનું થાય તો તેની ટૉઇલેટ ટેક્નોલૉજીથી પ્રભાવિત થવાની તક ગુમાવવા જેવી નથી.

2

છારી ઢંઢ : આગ લાગી ત્યારે અમે રણમાં કૂવો ખોદવા નીકળ્યા!

કચ્છના પક્ષીતીર્થમાં દેશ-પરદેશના પંખીડાંઓને જોઈને અમે રવાના થયા. થોડીવાર પછી પક્ષીઓ શાંત લાગે એવો કલબલાટ અમારી વચ્ચે શરૂ થયો, કેમ કે અમે રસ્તો ભૂલ્યા હતા!

'અરે બંધુ, તમે જરા શાંત રહો...'

'હું તો પહેલેથી જ કહેતો હતો, આ રસ્તો ખોટો છે.'

'હું કચ્છી છું, પણ મનેય આ તરફનો રસ્તો ખબર નથી.'

'અહીં તો નેટવર્ક પણ નથી આવતું, રસ્તો કેમ શોધીશું... ફોન પણ નથી લાગતો.'

✣

2013માં અમે બધા પત્રકારો 3 'ઈનોવા'માં છારી-ઢંઢથી પરત ફરી રહ્યા હતા. દૂર દૂર સુધી ફેલાયેલા અફાટ મેદાનો, થાળીમાં પેંડા ગોઠવ્યા હોય એવા એકાદ ફીટ ઊંચા દૂર દૂર સુધી એકસરખા ગોઠવાયેલા ઘાસના ઢૂવા, ખુલ્લું આકાશ, ક્યાંક ક્યાંક ગાંડા બાવળની હાજરી, ગમે તે દિશામાં જુઓ એક જ સરખી સોનેરી રજ પાથરી હોય એવા કલરની તરડાયેલી જમીન અને ગળું સૂકવી નાખતી સુક્કી હવા... આવી ભૂગોળમાંથી પસાર થયા પછી અમે સવારે છારી-ઢંઢ પહોંચ્યા હતા (ઢંઢ કચ્છી ભાષાનો શબ્દ છે. મતલબ: 'ખાબોચિયું') અને હવે પરત આવી રહ્યા હતા. ભુજથી પચાસેક કિલોમીટર દૂર આવેલું એ સ્થળ ભલે કહેવાય ખાબોચિયું, પરંતુ પક્ષીઓ માટે સ્વર્ગ છે અને પક્ષી-પ્રેમીઓ માટે પણ કુદરતી પ્રદર્શન જેવું ભવ્ય જળાશય છે.

છારીથી પરત ફરી રહ્યા હતા એ વખતે જ અમે રસ્તો ભૂલ્યા. 2013ના જાન્યુઆરીમાં શિયાળાની ઠંડી હતી, પરંતુ અમારી ત્રણેય ગાડીઓમાં ગરમી

ફરી વળી હતી. રસ્તો ભૂલ્યા પછી અપેક્ષિત રીતે બ્લેમ-ગેમ શરૂ થઈ હતી. એ સંજોગોમાં જોકે કેટલાક પત્રકારો ચૂપચાપ બેસીને કલબલાટ સાંભળી રહ્યા હતા, કેમ કે છારીમાં જે પક્ષીઓના જેટલા અવાજ સાંભળવા મળ્યા ન હતા, એવા ચિત્ર-વિચિત્ર અવાજો હવે અહીં અમારી ટોળકીમાંથી પેદા થઈ રહ્યા હતા.

દુનિયાભરમાંથી પક્ષીઓ અહીં આવે, એટલે શિયાળામાં જાણે મેળો ભરાય..

એ વખતે કચ્છમાં 'બર્ડ-કૉન્ફરન્સ' ભરાઈ હતી. તેના ભાગરૂપે જ રણોત્સવથી બધા પત્રકારોને છારી-ઢંઢનું પ્રાકૃતિક સૌંદર્ય દેખાડવા લઈ જવાયા હતા. રણોત્સવના ટેન્ટ-સિટીથી નીકળ્યા ત્યારે પરદેશી પક્ષીવિદો, સ્થાનિક પક્ષી જાણકાર, અન્ય પ્રવાસી વગેરેની બે-ત્રણ બસ, અન્ય વાહનો અને અમારી ગાડીઓનો આખો કાફલો હતો. વળતી વખતે માત્ર અમારી ત્રણ ગાડી જ હતી કેમ કે બાકીના લોકોને મોટી સાંજ સુધી ત્યાં રોકાવાનું હતું. જ્યારે અમારે પરત અમદાવાદ પહોંચવાનું હતું. એટલે કોઈ સ્થાનિક રસ્તાના જાણકારને લીધા વગર અમારી ગાડીઓ નીકળી ગઈ અને પછી થોડીવારમાં રસ્તો ભુલાઈ પણ ગયો.

❖

પૃથ્વીના ઉત્તર છેડે આવેલા પ્રદેશોમાં શિયાળા વખતે તાપમાન શૂન્ય નીચે વીસ-ત્રીસ ડિગ્રી સુધી પહોંચી જાય એ વખતે ત્યાંનાં ઘણાંખરાં પક્ષીઓ શિયાળો ગાળવા પ્રમાણમાં ગરમ એવા પૃથ્વીના દક્ષિણ ભાગ તરફ ઉડાન ભરે છે. આશિયાનાની શોધમાં નીકળેલાં પ્રવાસી પક્ષીઓને ગુજરાતનાં કેટલાંક જળાશયો

માફક આવે છે. માનવ વસાહતથી અલિપ્ત જળાશયોને પક્ષીઓ પોતાના યજમાન બનાવે છે. પક્ષીઓ માટે છારી આવું જ એક યજમાન સ્થળ છે. જળાશયની પાછળ ઊભેલો એકશિખરી કિરો ડુંગર અને ફરતું ફેલાયેલું અસીમ-અફાટ રણ છારી જળાશયનું કુદરતી રીતે રક્ષણ કરે છે. જળાશય અને જમીન વચ્ચે ચાર ચાર ફીટ ઊંચું ઘાસ અને તેમાં જામેલા કાદવ-કીચડને કારણે પક્ષીઓની નજીક પહોંચવું મુશ્કેલ છે. એટલે જ પક્ષીઓ અહીં સલામતી અનુભવે છે અને દર વર્ષે શિયાળો ગાળવા આવે છે.

✣

જળાશય અને પક્ષીદર્શનની એ ભવ્યતા માણ્યા પછી હવે અમે રણની રેતી ફાકતા હોઈએ એવી સ્થિતિ થઈ ગઈ હતી. 'સ્થાનિક જાણકાર વગર કચ્છના લોકો પણ ત્યાં આસાનીથી પહોંચી શકે એમ નથી. રણ વચ્ચે આવેલા આ પ્રદેશમાં પહોંચવાના કોઈ ચોક્કસ રસ્તાઓ નથી, માટે ભોમિયા વિના ત્યાં ભમવાનું શક્ય નથી. કિલોમીટરો સુધી માણસો તો ઠીક એકાદ નાનકડો જીવ પણ શોધવો મુશ્કેલ થઈ પડે.' આવી બધી જાણકારી અમને પ્રવાસ પહેલાં મળી હતી અને હવે જાણે તેની પ્રૅક્ટિકલ પરીક્ષા લેવાઈ હતી.

એટલે પછી આમ-તેમ ડાફોળિયાં માર્યા પછી ગાડીઓ એક રસ્તે ઊભી રાખી. આગળ જરા ઊંચો પાળો બનાવેલો હતો. રસ્તો તેને ઠેકીને આગળ જતો હતો. અમે કેટલાક લોકો નીચે ઊતર્યા અને પાળા સુધી પહોંચ્યા, જેથી તેની પેલી તરફ શું છે એ જોઈ શકાય. લગભગ એકાદ કલાકથી અમે દિશાહીન સ્થિતિમાં હતા. એવામાં આશાની ટેકરી એટલે કે પાળો દેખાયો. પાળા પર પહોંચ્યા તો પેલે પાર એક સ્થાનિક પશુપાલક ભાઈ દેખાયા. અમારા માટે એ રણમાં વીરડી સમાન જ હતા.

અમે બધા તો અમદાવાદથી હતા, પણ એક પત્રકાર સ્થાનિક હતા. એ કચ્છી ભાષા જાણતા હતા. તેમણે તુરંત એ ભાષામાં રસ્તો પૂછ્યો, પેલા ભાઈએ જવાબ આપ્યો. પછી અમને ગુજરાતી કરીને સમજાવ્યું કે રસ્તો તો બતાવ્યો પણ આગળ જતાં કોઈને પૂછજો એમ કહ્યું છે. બાકી ફરીથી ભૂલા પડશો.

અહીં ધીરે ધીરે અમને બ્રહ્મજ્ઞાન થઈ રહ્યું હતું, જેમ કે રણમાં જતા પહેલાં કેટલીક સાવધાનીઓ અનિવાર્ય છે. એક તો પાક્કેપાયે રસ્તો જોયો હોય એવા ગાઇડ સિવાય સફરની હિંમત કરવી નહીં. રણમાં ક્યાંય બોર્ડ નહીં આવે અને સૂર્યનું સ્થળ જોઈ દિશા-શોધન થઈ શકે એવો વિશ્વાસ પણ ફસાયા પછી પડી ભાંગશે. એક વખત ભટકી ગયા પછી મુસાફરો એક જ વર્તુળમાં ઘૂમતા રહે

અને ત્યાં ને ત્યાં ગાડીનું પેટ્રોલ કે ડીઝલ ખલાસ થઈ જાય એમ પણ બને. બધી બાજુ સરખું રણ, સરખાં ઝાડી-ઝાંખરાં, સરખા રસ્તાઓ નજરે પડશે એટલે કઈ બાજુથી આવ્યા હતા અને કઈ બાજુ જવાનું છે એ નક્કી કરી શકાશે નહીં. માટે ગાડીમાં બળતણ ફૂલ રાખવું અને શક્ય હોય તો વધારાનો સ્ટોક પણ રાખવો. કોઈને ફોન કરીને દિશા પૂછી લઈશું કે ગૂગલમેપમાં રસ્તો જોઈ લઈશું એવું માનવાની જરૂર નથી, કેમ કે એક પણ પ્રકારના મોબાઇલ-નેટવર્ક ત્યાં આવશે નહીં. વધુ સાવધાની માટે પહેલેથી જ જે રસ્તે કાફલો રણ તરફ જતો હોય એ રસ્તે નિશાનીઓ છોડતી જવી. અમે એવું કશું કર્યું ન હતું, એટલે આગ લાગી ત્યારે કૂવો (એ પણ રણમાં) ખોદવા નીકળી પડ્યા હતા!

એક તરફ ઘાસ, બીજી તરફ ટેકરીઓ. પક્ષીઓને એ રીતે કુદરતી સંરક્ષણ મળે છે.

પેલા મવેશીના માર્ગદર્શન પ્રમાણે ગાડીઓ આગળ ચલાવી. અંદરોઅંદર આક્ષેપ થઈ રહ્યા હતા એ થોડા ઓછા થયા અને મહાગઠબંધન જેમ બધા શાંત બેઠા. પંદર-વીસ મિનિટ તો બતાવેલા રસ્તા પ્રમાણે જ વાહન ચાલ્યાં. ત્યાં વળી અમારા રસ્તા આગળ ધૂળની ડમરી ઊડતી દેખાઈ. અમારી ગાડી ડમરી નજીક પહોંચી ત્યાં એમાંથી એક ભટભટિયું દેખાયું. ફરીથી આશાનું કિરણ મળ્યું.

અમે ઊતરીને એમને રસ્તો પૂછ્યો. એમણે કહ્યું કે પાછળ ચાલ્યા આવો, હું તમને સડક સુધી પહોંચાડી દઈશ. ત્યાંથી ફલાણું ગામ અને પછી ઢીંકણા

ગામેથી ભુજનો રસ્તો આવી જશે. અમે એ મોટરસાઇકલની પાછળ દોરવાયા. દરમિયાન કચ્છી મિત્રએ માહિતી આપી કે અહીં ઘણા લોકો રસ્તો ભૂલી જાય તો પછી અમુક સ્થાનિક જાણકારો મોટી રકમ વસૂલ્યા પછી જ રસ્તો બતાવે. તમે અજાણ્યા હો તો ખાસ આવી મુશ્કેલી આવી શકે. અમારી સાથે કચ્છી બોલી બોલનારો એક ભાઈ હતો એટલે અમે આસાનીથી મદદ મેળવી શક્યા હતા. અડધોએક કલાક ચાલ્યા પછી આખરે ડામર રોડ આવ્યો અને પછી ભૂજ સુધી પહોંચવાનો રસ્તો ખાસ મુશ્કેલ ન હતો...

✣

છારી કોઈ બારમાસી પ્રવાસન સ્થળ નથી. શિયાળા સિવાયના સમયે ત્યાં જવાનું પણ શક્ય નથી હોતું. ઉનાળામાં રણ વીંધીને ત્યાં પહોંચવાનું કપરું છે તો ચોમાસામાં સ્થળ ત્યાં જળની સ્થિતિ પ્રવાસ અટકાવવા પૂરતી છે. આખો દિવસ રહીને પક્ષીઓ જોવા સિવાય અહીં કોઈ આકર્ષણ નથી, પરંતુ ઉપર આભ અને નીચે ધરતી વચ્ચે રહેવું એટલે શું એ અહીં આવ્યા પછી સમજાઈ જાય એ નક્કી વાત છે. અહીં એક છાપરું અને વૉચ-ટાવર સિવાય કોઈ બાંધકામ નથી. પાંચ-પંદર કિલોમીટર દૂર કેટલાંક નાનાં-નાનાં ગામો છે. એ ગામોની જિંદગી જોવી હોય તો ત્યાં પણ જઈ શકાય. ખાવા-પીવાની અને બીજી જરૂરી સામગ્રી સાથે લઈ જવી રહી. રાતવાસો કરવાની અહીં કોઈ સગવડ નથી એટલે સૂર્યાસ્ત પહેલાં પરત ફરવું પણ અનિવાર્ય છે.

વિજ્ઞાનીઓએ કચ્છની ધરતીનો કેટલોક ભાગ મંગળની સપાટી જેવો ગણાવી તેનો અભ્યાસ શરૂ કર્યો છે. છારી સુધી પહોંચતા સુધીમાં મંગળ પર આવી ગયા હોઈએ એવું જ લાગે. ફરતા ફેલાયેલા રણ વચ્ચે ક્યાંક માલધારીઓની ભેંસો-ઘેટાં-બકરાં નજરે પડે.

આવી મુશ્કેલી, અગવડો, હાડમારી સહન કરીને માત્ર જળાશય, ડુંગર, રણ, પક્ષીઓ, ઘાસ-પાંદડાં જોવામાં રસ હોય એમના માટે આ પ્રવાસન સ્થળ છે. બાકી આ પ્રદેશ કચ્છના રણનો દુર્ગમ ભાગ તરીકે તો જાણીતો છે જ!

✣

3

ભરતવન-સીતાવન :
નીલ ગગન સે ભી પરે હૈ સૈંયાજી કા દેશ!

જૂનાગઢના પાદરમાં ઊભેલા ગિરનારનું આરોહણ કરનારા બહારના પ્રવાસીઓ મોટે ભાગે અંબાજી મંદિર સુધી જતા હોય છે. અંબાજી એટલે જ ગિરનાર એવી વ્યાપક સમજ છે, પણ એ સિવાય ગિરનારમાં એવા અનેક સ્થળો છે, જેની મુલાકાત વગર ગિરનાર પ્રવાસ અધૂરો ગણાય. એમાંનું એક સ્થળ એટલે ભરતવન...

બંને બાજુ ખાસ્સાં ઊંચાં વૃક્ષો છે. એ વૃક્ષોનાં થડ વળી બે-ચાર જણ થઈને બાથ ભીડે ત્યારે સમાઈ શકે એવાં કદાવર છે. જોતાં વૃક્ષો ખાસ્સા ઉંમરલાયક હોવાનો સંકેત મળી રહે. વીસેક ફીટ ઊંચેથી વૃક્ષોનાં પાંદડાં શરૂ થાય છે. એટલે ઘણી વખત એવું લાગે કે જંગલની બનેલી બખોલમાં સફર કરી રહ્યા છીએ... જોકે વાંસના છોડવા આવે એટલે ઊંચી રહેલી વનરાજીને એક પાયરી નીચે ઉતારી દીધી હોય એમ જમીન સરસી વનરાજી શરૂ થઈ જાય છે. નીચે જમીન એવી છે કે જેને પહેલી નજરે રસ્તો કહી શકાય એમ નથી.

જ્વાળામુખી ઠરીને બનેલા અગ્નિકૃત ખડકો, ખડકોના અંશો વિખરાયેલા પડ્યા છે. બે પથ્થર વચ્ચે દેખાય એ જમીન પર પગ મૂકીને આગળ ચાલતા જવાનું. ક્યાંક વળી પથ્થરો જ પથ્થરો. જમીન દટાઈ ગઈ હોય તો લપસણા પાણાઓ પર જ સાવધાનીપૂર્વક પગલાં માંડતાં આગળ ચાલવાનું. એક તબક્કે એવું પણ લાગે કે 'ડિસ્કવરી' ચૅનલની ટીમ એમેઝોનનાં જંગલોમાં ચાલી જતી હોય એવું આ દૃશ્ય છે. સાવ રસ્તો નથી એવું પણ નથી... ક્યાંક ક્યાંક નવાબીકાળમાં બંધાયેલી પથ્થરની સીડી સફર સાથે તંતુ સાધી આપે છે.

તડકો સાવ નથી પહોંચતો એવી બધી ગાઢ વનમાળા નથી, પણ ત્રણેક થરમાં ફેલાયેલી વનરાજી વચ્ચે તડકાને જમીન સુધી પહોંચવામાં કષ્ટ જરૂર થાય છે.

ભરતવનનું સાદગીપૂર્ણ મંદિર.

આમ તો સર્વત્ર લીલોતરી જ નજરે પડે છે, પણ ક્યાંક પીળાં પડેલાં પાંદડાં અને સિલેટિયા રંગના ખડકો લીલોદ્યાન વચ્ચે થોડો ભાગ પોતાના નામે કરી લે છે. વળાંકદાર વેલાઓ તમારા માથા સાથે ન ભટકાય એનું ધ્યાન રાખીને તમારે આગળ વધવાનું છે. ક્યાંય સીધો સપાટ રસ્તો હોવાનો તો સવાલ નથી. દસેક ફીટથી વધારે દૂર ન દેખાય એવા વળાંકો છે તો વળી પંદર-પચીસ ફીટના ઉતરાણ અને એવાં જ ચઢાણ પણ આવે છે.

જે નથી દેખાતો એ ગિરનાર

એ બધું હોવા છતાં ગિરનારમાં સીતાવન (બીજું નામ શેષાવન)થી ભરતવન જતો આ રસ્તો કાપવો જરા પણ મુશ્કેલ નથી. પ્રકૃતિ-રખડપટ્ટીની મજા માણવી હોય એમના માટે તો નહીં જ. ગિરનાર જતા પ્રવાસીઓ મોટે ભાગે ગિરનાર એટલે અંબાજી અને બહુ બહુ તો દત્તાત્રેયનો પ્રવાસ સમજે છે. હકીકતે આ તો ગિરનારનાં બે જાણીતાં સ્થળો માત્ર છે. તેના પ્રવાસથી ગિરનાર સમજી શકાય એમ નથી. ગિરનારમાં અનેક સ્થળો-જગ્યાઓ રખડવા જેવી છે.

ગિરનારના પાછળના ભાગે (જૂનાગઢથી જે ગિરનાર દેખાય છે એના પાછળના ભાગે) બહુ ઓછા પ્રવાસીઓ જાય છે. જન્માષ્ટમી કે રામનવમી જેવા પ્રસંગોએ અહીં ભીડ હોય એ સિવાય તો ભેંકાર શૂન્યતા પણ માણવા જેવી છે. ભરતવન

પહોંચીને ગિરનારનાં અનોખાં દર્શન થાય છે. ગિરનાર પાછળ આવેલાં ગામો, ગિરનારની ટેકરીઓએ ખોબો ભરીને વચ્ચે તૈયાર કરી હોય એવી ખીણ, ખીણમાં આવેલી જીણાબાવાની મઢી જેવી બે-ચાર જગ્યાઓ, પાણીનો એકાદ ડેમ... વગેરે અહીંથી દેખાય છે.

ગિરનાર તળેટી (ભવનાથ)માંથી સિતાવન-ભરતવન જવાનો રસ્તો.

રામાયણકાળમાં રામને મળવા ચિત્રકૂટ જતાં ભરતે અહીં વિસામો કર્યો હોવાની માન્યતા છે. એટલે અહીં રામનું મંદિર છે, પૂજા કરવા માટે એક સંત છે, જે કોઈ પણ પ્રવાસીને એકસરખા ઉમળકાથી જ આવકારો આપે છે. અહીં આવે એ પ્રવાસીઓને ચા-પાણી-જમવાનું વગેરે જોઈએ એ મળી રહે છે. કોઈને હાથે બનાવવું હોય તો એ સુવિધા પણ છે. પથ્થર કોરીને બનાવેલાં રસોડાં સહિત નાના-મોટા ડઝનેક ઓરડાઓ છે, જ્યાં પ્રવાસીઓ રાત રહી શકે છે. કોઈને ખુલ્લામાં સૂવું હોય તો છૂટ છે, પણ રાત્રે દીપડો આવે ત્યારે કરીશું શું એ વિચારી લેવું રહ્યું! ભૂતકાળમાં એક પૂજારીનો પગ દીપડો ખાઈ ગયો હતો!

તમે પોતે જ વનના માલિક

અરુણાચલમાં પહોંચ્યા પછી ભારતનો છેડો આવી જાય એમ ભરતવન સંભવતઃ ગિરનારનો છેડો છે. એ પછી ગિરનાર તો છે, પણ જઈ શકાય એવો રસ્તો નથી. એટલે કોઈ આગળ જતું પણ નથી. અંબાજી પહોંચવાની સીડી પર થાંભલાઓ

ખોડી લાઇટ્સ ફીટ કરેલી છે, એટલે રાતે સરળતાથી આરોહણ-અવરોહણ કરી શકાય છે. ભરતવનની સીડીમાં એવું નથી. એટલે રાતે ગિરનારની સફર કેવી હોય એ જોવું હોય તો રાત્રે નહીં તો મોડી સાંજે ભરતવનની સીડીની સફર કરવા જેવી છે. વળી, અંબાજીની સીડી માફક અહીં ભીડ નથી હોતી. દસ રૂપિયાની વેફર પંદરમાં પધરાવતી દુકાનો પણ અહીં આડી આવતી નથી. એટલે જાણે આખો ગિરનાર આપણા નામે કરી દીધો હોય એવો અહેસાસ આ સીડી કરાવી શકે છે. એ અહેસાસ જ સફરની મજા વધારતો રહેશે. કોઈ રોક-ટોક કરનારું હોય નહીં તો પછી લહેજત કેમ ન આવે?

ભરતવન જવા માટે સીતાવન સુધી તો સીડી છે જ. પછી આગળ વર્ણન કર્યું એવો રસ્તો શરૂ થાય છે. સીતાવન પાસે જ એક ગુફા છે. પથ્થરમાં નાનકડી જગ્યામાંથી અંદર જવાની હિંમત થાય તો એક ઓરડા જેવી જગ્યા છે. સાધુનો ધૂણો છે અને સૂવાની પથ્થરની બનેલી પથારી પણ છે! અહીંનો ગિરનાર તમને અલગ જ પ્રકારનો લાગશે. રસ્તામાં ધ્યાનથી જોશો તો એક વિશાળ ખડક દેખાશે જે દૂરથી કોઈ માનવ-મહોરું કોતર્યું હોય એવું લાગે છે.

પ્રથમવાર જનારાઓ માટે

ભવનાથની તળેટીમાં જઈને કોઈ પણને પૂછો એટલે ભરતવનની સીડી બતાવી આપશે. એ સીડી મળી જાય એટલે કોઈ ગાઇડની જરૂર નથી. ચડવાની કોઈ ટિકિટ નથી કે નથી કોઈ નિયમો. પહેલી વખત ભરતવન જનારાઓ માટે સીડી-આરોહણ ત્રણેક કલાક ચાલી શકે. એટલે વહેલી સવારે ચાર-પાંચ વાગે શક્ય હોય તો સફર શરૂ કરવી જોઈએ. એનાથી ચઢાણ સરળ બનવા સાથે કોઈ પારકા ગ્રહ પર આવી ચડ્યા હોઈએ એવું પણ લાગશે.

પહેલી વખતની સફર હશે તો માંડ સો-બસ્સો પગથિયાં ચડાશે ત્યાં થાક લાગવાનું શરૂ થશે, પરંતુ નથી ચલાતું, પગ દુખે છે, શ્વાસ ચડે છે... એવી વિવિધ આડખીલીઓ વચ્ચે બને ત્યાં સુધી પોરો ખાવા બેસવું નહીં. એમ થાય કે હવે તો હું પડી જઈશ ત્યારે જ પહેલો બ્રેક લેવો, કેમ કે થાક વારંવાર લાગશે, પણ બ્રેક લેવો એ ઉપાય નથી. એક વખત પોરો ખાશો એટલે શરીરને દર થોડાં પગથિયે આરામ જોઈશે. એના બદલે પહેલો વિસામો લેતાં પહેલાં જ વધુમાં વધુ પગથિયા પગતળે કરી નાખવામાં આવે તો બહુ વાંધો નહીં આવે. ટૂંકમાં, ઓછામાં ઓછો વિશ્રામ સફર સરળ બનાવશે. એપાર્ટમેન્ટની બે-ચાર માળની સીડી ચડી ન શકાતી હોય એમના માટે આ સ્થળ નકામું છે.

કાશ્મીર સિવાય અહીં પણ સ્વર્ગ છે!

બ્રહ્માંડમાં બે તારાઓ વચ્ચેના ખાલી આકાશની માફક તળેટી છોડ્યા પછી ભરતવન નજીક આવે ત્યાં સુધીનો રસ્તો લગભગ ખાલી જ મળશે. એટલે પીવાનું પાણી સાથે રાખવું અનિવાર્ય છે, પરંતુ એ સિવાય વધારાનો જરા પણ સામાન રાખવો નહીં. ચોમાસાની સિઝન હશે તો જેમ જેમ ઊંચાઈ વધતી જશે એમ એમ વાદળોનું કવચ આપણી આસપાસ વીંટળાતું જશે અને નીલ ગગનમાં સફર કરતાં હોઈએ એવું લાગશે. મીરાંબાઈ તો કદાચ અહીં નહીં આવ્યા હોય, પરંતુ તેમણે લખેલું ભજન 'નીલ ગગન સે ભી પરે હૈ સૈંયાજી કા ગાંવ (સાંસો કી માલા પે સિમરૂ મેં પી કા નામ)!' આ સ્થળને ધ્યાનમાં રાખીને તો નહીં લખ્યું હોય ને એવો વિચાર પણ આવે.

આ સિડી પર ખાસ પ્રવાસીઓ હોતા નથી,
પરંતુ ગાય-ભેંસ સહિતના જનાવરો મોજથી તેનો ઉપયોગ કરતાં રહે છે.

ચાલુ વરસાદે સફર કરવાની પણ અનેરી મજા છે. એ વખતે એવું લાગશે કે કાશ્મીર સિવાય ઘણી જગ્યાએ સ્વર્ગ છે અને તેમાંની એક જગ્યા ભરતવન છે. ચોમાસામાં રખડવું હોય તો રેઇનકોટ, પાણીની બૉટલ, લાકડી, કૅમેરા... સિવાય કોઈ સામાન સાથે લેતી વખતે ખરેખર એ સાથે લેવો અનિવાર્ય છે કે કેમ એ વિચારી લેવું. સીડીની બંને બાજુની ખીણો એકદમ જોખમી છે એટલે તેનાં દૂરથી દર્શન કરી લેવાં સારાં.

વાનર દેખાશે, દીપડો નહીં દેખાય

રસ્તામાં બે-ચાર સ્થળે મર્કટનાં ટોળાં આવશે. એ વખતે સામાન સાવધાનીપૂર્વક પકડી રાખવો, વાનરોને ખોટી સળી કરવી નહીં, તમે એનાથી ડરો છો એવો દેખાવ કરવો નહીં અને ત્યાંથી પસાર થઈ જવું. આ સીડી પર દીપડાના હુમલાના કો'ક કો'ક બનાવો બનતા રહે છે. એટલે બને ત્યાં સુધી ટોળકીથી નોખું પડવું નહીં. સીડી ચડવાનું ચાલુ કર્યા પછી ઝાડી-ઝાંખરાંમાંથી એકાદ લાકડી મળી આવે તો હાથમાં રાખવી. લાકડી તોડવાનો પ્રયાસ કરવો નહીં, કેમ કે એમ કરવાથી તમે વન-ખાતાના ગુનેગાર બની જશો. ખાસ તો એટલું જ યાદ રાખવાનું કે તમે જંગલમાં આવ્યા છો એટલે તમે જેટલી જંગલની ગરિમા જાળવશો એટલી જંગલ તમને મજા કરાવશે.

ગિરનારનો આ ભાગ જોવા-માણવા જેવો હોવા છતાં વણખેડાયેલો છે અને વણખેડાયેલો છે એટલે જ કદાચ માણવા જેવો રહ્યો છે.

4

ગોવામાં ગરબડ : પ્રવાસીઓમાં પ્રિય રાજ્યમાં પિંજણ

ગોવા સૌ કોઈનું ફેવરિટ હોય એવું પ્રવાસન સ્થળ છે. ફેવરિટ હોય એનો મતલબ એ નથી કે માત્ર વખાણ જ કરવાં. ગોવાની સારી વાતો સાથે અમને તો નઠારી વાતોનોય અનુભવ થયો...

ટ્રેન કયા પ્લૅટફૉર્મ પર આવશે?

23 જુલાઈ, 2018

ગાંધીધામથી શરૂ થઈને દક્ષિણમાં છેક તિરૂનેલવેલી પહોંચતી ટ્રેન અમે પસંદ કરી હતી. ડિસેમ્બર 2016થી રેલવે તંત્રએ લાંબા અંતરની આખેઆખી થર્ડ એસી ટ્રેન શરૂ કરી હતી. આ ગાડીને 'હમસફર એક્સપ્રેસ' નામ આપવામાં આવ્યું હતું. એ સિરીઝમાં લેટેસ્ટ શરૂ થયેલી ટ્રેન ગાંધીધામ-તિરૂનેલવેલી હમસફર એક્સપ્રેસ (19423/19424)માં અમારે સફર કરવાની હતી.

અમે (અમે એટલે ઈશાન, વિશાલ, તુષાર, મીના, ધ્યાની અને હું) પણ એ નવી ટ્રેન પસંદ કરી હતી. ગાંધીધામથી રવાના થયા પછી સાંજે 7-10 વાગ્યે એ ટ્રેન અમદાવાદ પહોંચવાની હતી, પરંતુ એકેય બોર્ડ પર એની સૂચના દેખાતી ન હતી. ટ્રેન ગાંધીધામથી રવાના થઈ ગઈ હતી, સમયસર હતી અને સીધી અમદાવાદ જ રોકાવાની હતી, પરંતુ અહીં કયા પ્લૅટફૉર્મ પર આવે એ ખબર ન પડે ત્યાં સુધી ગરબડ ચાલ્યા કરે.

સાત વાગ્યા ત્યાં એનાઉન્સમેન્ટ સંભળાયું... ટ્રેન 5 નંબરના પ્લૅટફૉર્મ પર આવવાની હતી. હસમફર એક્સપ્રેસ તેના વિશિષ્ટ દૂધિયા અને આછા દૂધિયા કલરથી ઓળખાઈ જાય છે. એ ટ્રેન જ આવી રહી હતી અને સમય કરતાં પાંચ-સાત મિનિટ વહેલી હતી! ભારતમાં ટ્રેન મોડી હોઈ શકે, આ વહેલી હતી. અમને અચરજ થયું, આનંદ પણ થયો.

ટ્રેન નવી હતી એટલે પ્રોફેસર-વિશાલ વગેરે મિત્રો તેની સાથે પહેલાં તો ફોટોસેશનમાં પડ્યા. બાકીના સામાન લઈને અંદર ગોઠવાયા. ટ્રેન સાવ નવી હતી. ભારતીય રેલવેમાં વર્ષોથી 'આઈસીએફ (ઇન્ટેગ્રલ કોચ ફેક્ટરી)' કહેવાતા ડબ્બા વપરાય છે. આપણે મોટા ભાગની ટ્રેનમાં જોઈએ એ બ્લુ કલરના... હવેની નવી ટ્રેનમાં સુરક્ષાની દૃષ્ટિએ વધુ મહત્ત્વના 'એલએચબી (લિંક હોફમેન બુશ)' કોચ વપરાતા થયા છે. દેખાવમાં જરા નાજુક, આકર્ષક અને વધુ મજબૂત. દરેક હમસફર આવા કોચની જ બનેલી હોય છે.

અમે પણ એક એલએચબીમાં ગોઠવાયા. ડબ્બાનું ઇન્ટિરિયર આકર્ષક હતું. દરેક સીટ-કમ્પાર્ટમેન્ટનો પોતાનો પડદો, આખી થર્ડ એસી એટલે બારી ખોલ-બંધનો કોઈ સવાલ નહીં. રેલવેના વેન્ડર સિવાય બીજું કોઈ ઘૂસે નહીં એટલે સલામતીનો પણ પ્રશ્ન ઘણે અંશે હલ થઈ જાય. મોટી બારીઓને કારણે બહારના દૃશ્ય સ્પષ્ટ દેખાય.

દરેક કોચના બંને છેડે એક-એક એલસીડી સ્ક્રીન લગાડેલાં હતાં. એમાં ક્યારેક કોઈ સૂચના ચમકતી હતી કે હવેનું સ્ટેશન સુરત છે. આ ગાડી બધે ઊભતી નથી. ગાંધીધામથી શરૂ કરીને 2400 કિલોમીટર દૂર તિરૂનેલવેલી સુધીમાં 14 જગ્યાએ જ રોકાય છે. જોકે સ્ક્રીન પર બીજી ખાસ માહિતી આવતી ન હતી, મોટા ભાગના સમયે તો 'વેલકમ ટુ ઇન્ડિયન રેલવે' એવું લખેલું ચમકતું હતું. ડબ્બાના દરેક છેડે સીસીટીવી કૅમેરા પણ હતા.

પ્રોફેસરને અગાઉ એક ભંગાર ટ્રેન (અમદાવાદ જમ્મુતાવી) ભટકાઈ ગઈ હતી, જેમાં ચાર્જિંગ પોઇન્ટની અછત હતી. એટલે આ ટ્રેન વિશે તેઓ સાશંક હતા, પણ અંદર એવી બધી સગવડની કમી ન હતી, માટે ચાર્જિંગની જરૂર ન હતી, એ લોકો પણ પોતાના મોબાઇલ પ્લગ કરીને બેસી ગયા હતા.

ટ્રેનમાં પેન્ટ્રી કાર હતી, એટલે ખાવાની સામગ્રી પણ ઉપલબ્ધ હતી. જોકે દૂધ જેવી સામાન્ય જરૂરિયાતની ચીજ ઉપલબ્ધ ન હતી. ટ્રેનના ઘણા ડબ્બા એમ જ ખાલી હતા. અમે સાથે લીધેલું પાત્રાનું ભોજન આરોગી, થોડીવાર ગપાટા મારી નવી બનેલી આરામદાયક બર્થ પર લાંબો વાંસો કર્યો, કેમ કે વહેલી સવારથી કોંકણ પ્રદેશ શરૂ થાય એ સાથે સહ્યાદ્રિનાં સૌંદર્યનાં દર્શન પણ થવાનાં હતાં.

અચાનક અમે બ્લેક હોલમાં પ્રવેશ્યા!

બ્રહ્માંડમાં કોઈ પરગ્રહ પર રૉકેટ અસાધારણ ઝડપે આગળ વધી રહ્યું હોય અને અચાનક બ્લેક હૉલમાં પ્રવેશે ત્યારે ચો-તરફ કેવો અંધકાર છવાઈ

જતો હશે? એવો પ્રવાસ તો કોઈએ કર્યો નથી એટલે ખબર નથી, પરંતુ એવી સ્થિતિનો થોડો અનુભવ અમને થયો જ્યારે 80-90 કિલોમીટરની ઝડપે આગળ વધતી ટ્રેન અચાનક ટનલમાં પ્રવેશી.

એ જ ટનલ જેના માટે કોંકણનો રેલવે ટ્રેક જગવિખ્યાત થયો છે. સવારના પાંચ વાગ્યાથી જ કોંકણનું કામણ શરૂ થઈ ચૂક્યું, અમે ક્યારેક વિશાળ બારીને ડોકું અડાડીને તો વળી ક્યારેક દરવાજે ઊભીને નજારા પર નજર નાખતા હતા. એ વખતે જ અચાનક ટ્રેન ટનલમાં પ્રવેશે ત્યારે અમે જાણે બ્લેક હોલમાં પ્રવેશ્યા હોય એવું લાગતું હતું. કોંકણ રેલવે લાઇનની એ જ કમાલ હતી.

✣

ખૂણામાં પડેલો 'કણ' એટલે સંસ્કૃતમાં 'કોણ-કણ' અને એમાંથી આજે જાણીતું બનેલું નામ 'કોંકણ'. એમ તો સદીઓ પહેલાં આવેલા ચીની બૌદ્ધ સાધુ ઝુવાંગઝેંગે આ પ્રદેશને કોંકણદેશ તરીકે ઓળખાવ્યો હતો. તો વળી વરાહમિહિરના ગ્રંથ 'બૃહદ સંહિતા'માં પણ કોંકણનો ઉલ્લેખ જોવા મળે છે.

સૌંદર્યપ્રદેશ કોંકણમાંથી પસાર થઈ રહેલી રેલગાડી.

કોંકણનો દરિયાકાંઠો વધારે તો બ્રિટિશરોના આગમન પછી ચમક્યો. ગરમી સહન ન કરી શકતા અંગ્રેજ અફસરોને આ કાંઠો અને કાંઠે કાંઠે ચાલી જતી પર્વતમાળા (પશ્ચિમ ઘાટ) માફક આવી. ત્યાં થોડાં-ઘણાં સ્થળો પણ વિકસાવ્યા.

આજે મુંબઈ પાસેથી શરૂ થઈને સવા સાતસો કિલોમીટર દક્ષિણે પૂરી થતી કોંકણની પટ્ટી તેના અપ્રતિમ સૌંદર્ય માટે જગતભરમાં જાણીતી બની છે.

વર્ષો પહેલાં 'સફારી'માં કોંકણ રેલવે વિશે વાંચ્યું ત્યારથી એ પ્રદેશની રેલવે સફર કરવાની ઇચ્છા હતી. સફારીમાં જ વાંચ્યા પછી એ હવે જાણીતી વાત છે કે અંગ્રેજો જે રેલવે લાઇન ન નાખી શક્યા એ ભારતના ઇજનેરોએ 1990ના દાયકામાં નાખી દેખાડી. પહાડો તોડ્યા, નદી-નાળાં પર પુલ બાંધ્યા, ડુંગર ચીરીને ટનલ બનાવી અને છેવટે સદીઓ સુધી અછૂત રહેલા કોંકણ સોંસરવી રેલવે પસાર કરી દેખાડી. એ ભગીરથ કામ કરનારા ઇજનેર હવે ભારતમાં 'મેટ્રો મેન (કેમ કે દિલ્હી મેટ્રો બનાવી)' ઈ. શ્રીધરન તરીકે જાણીતા બન્યા છે. એ બધી વાતો વારંવાર વાંચી હતી, પણ હવે જોવાનો સમય હતો.

ચોમાસા પછી ગીરની વનરાજી સોળે કળાએ ખીલી ઊઠે એમ જ કોંકણ પ્રદેશનું ખીલેલું સૌંદર્ય દેખાવું શરૂ થયું. અહીં બંને તરફ દૂર સુધી કોઈ મોટું શહેરી બાંધકામ નથી. વચ્ચે એક રત્નાગીરી આવે એ સિવાય મોટું મથક નથી. ગામ છે નાનાં નાનાં. બાકી તો પહાડી, ઊંચો-નીચો ઢોળાવ, નાની-નાની ખીણનો વિસ્તાર છે. ત્યાં અમુક હદથી વધારે માનવ-વસતી શક્ય નથી. એટલે જ આ પ્રદેશનું સૌંદર્ય અકબંધ જળવાઈ રહ્યું છે.

સવારની શરૂઆત હતી, એટલે સોનેરી પ્રકાશ ધીમે ધીમે ફેલાઈ રહ્યો હતો. નીચે વનરાજી, પાછળ ડુંગર, ઉપર આછાં આછાં વાદળો અને એની ઉપર વિશાળ ગગન. દૃશ્ય ખરેખર અદ્‌ભુત રચાતું હતું. ભારતનું કેરળથી શરૂ થતું (સમર મોન્સુન) ચોમાસું બીજો પડાવ કોંકણના કાંઠે નાખે છે. આ પહાડીઓ વાદળાને રોકે એટલે સ્વાભાવિક વધુ વરસાદ પડે. વધુ વરસાદથી અહીં ઝરણા-નદી સતત વહેતાં રહે છે.

ખેતરમાં નાની-મોટી ફસલ લેવાઈ રહી હતી અને સૂરજ મહારાજનાં કિરણો પડવાથી દેખાવ સોનેરી બનતો હતો. ગુજરાતના સમર્થ કવિ નાથાલાલ દવેએ લખેલી પંક્તિ...

સોનાવરણી સીમ બની
મેહુલિયે કીધી મ્હેર રે
ભાઈ! મોસમ આવી મહેનતની
નદિયુંના જલ નીતર્યાં
લોકોમાં લીલાલ્હેર રે
ભાઈ! મોસમ આવી મહેનતની.

યાદ આવે તેમાં કંઈ નવાઈ ન હતી

ટનલ પૂરી થાય ત્યાં ધ્રુજારીને કારણે અને ઘણી વખત ચોમાસાના તોફાની પાણીને કારણે પથ્થર ગબડવાની શક્યતા રહે છે. એટલે આવા બધા સ્થળોએ મજબૂત લોખંડની જાળી બાંધેલી છે. જ્યાં જ્યાં ટનલ કે સાંકડો રસ્તો આવે ત્યાં આ રીતે ખડકને કાબૂમાં કરાયા છે.

રેલવે મુસાફરીનો આનંદ..

આસપાસનાં ગામોને જોડતી સિંગલ સડક ટ્રેનના પાટા નીચેથી સાંકડા પુલમાંથી પસાર થઈ જતી હતી. લીલા કાગળ પર કાળો લીટો કર્યો હોય એવું દૃશ્ય ડામરની એ પટ્ટી રચતી હતી. ક્યાંક વળી મોટી નદી આવે તો જળાશય ભરાયેલું દેખાય. એના પુલ પરથી પસાર થઈએ ત્યારે ટ્રેન કોઈ આકાશી માર્ગે ચાલી જતી હોય એવું લાગે. કેટલાક પુલ તો ખૂબ ઊંચા છે.

મોટા ભાગની ટનલ સિંગલ ટ્રેક ધરાવે છે, એટલે કે એક સમયે એક જ ટ્રેન પસાર થઈ શકે, પરંતુ એક ટનલ ડબલ છે. દરેક ટનલની ઉપર કમાનમાં પીળો કલર કરીને ટનલનું નામ અને લંબાઈ જેવી અન્ય વિગતો લખી છે, પરંતુ ચાલુ ટ્રેને અમારાથી નામ વાંચી શકાતા ન હતા. ક્યાંક વળી નામ પર છોડ-વેલા ઝળૂંબતા હતા. એ ટનલનું નામ કદાચ ઉક્શી હોઈ શકે, કેમ કે રત્નાગીરી પહેલા ટનલ પાસે ઉક્શી ગામનું સ્ટેશન આવ્યું હતું.

મુંબઈથી ઊપડીને મેંગલોર સુધી જતી ઘણી ટ્રેનો કોંકણ રેલવે વિભાગ અંતર્ગત આવે છે. અમારી ગાડી એ વિભાગની ન હતી. તો પણ કોંકણના ટ્રેક પરથી પસાર થતી હોવાથી સુંદરતા અમને પણ જોવા મળતી હતી. કોંકણ

રેલવેના અધિકારીઓ પણ આ રૂટનો પ્રચાર કરે છે અને એટલે દેશ-વિદેશના પ્રવાસીઓ અહીં આવતા રહે છે.

કોંકણ રેલવેનું સૌંદર્ય દર્શાવતા ઘણા ફોટા ઇન્ટરનેટ પર ફરતાં રહે છે, પણ હકીકત એ છે કે એવાં દૃશ્યો ચાલુ ટ્રેનમાં જોઈ ન શકાય. ટ્રેન પસાર થતી હોય એવું ચિત્ર તો ત્યારે જ જોઈ શકાય જ્યારે તમે ટ્રેન નીકળતી હોય ત્યારે ટ્રેકની બાજુમાં આવેલી ટેકરી પર ચડીને ઊભા રહો... અને ટ્રેનમાં પ્રવાસ કરતાં હો ત્યારે એવું શક્ય નથી.

અલબત્ત, તો પણ મુંબઈથી ગોવા સુધીનો સાડા પાંચસો કિલોમીટર લાંબો ટ્રેક અકલ્પનીય રીતે સુંદર તો છે જ. ચોમાસું હોવાથી સતત નાના-મોટા ધોધ વહેતા રહે, જે વળી ચોમાસું પૂરું થાય એટલે પોતાની માયા સંકેલી લે.

અમે દરવાજે ઊભા રહીને ટનલ જોઈ ત્યારે ખબર પડી કે અંદર તો મેઇન્ટેનન્સ માટે માણસો પણ કામ કરતા હતા. દરેક ટનલમાં ઠેર ઠેર બાજુમાં ખાંચા કરેલા હતા. ટ્રેન પસાર થાય ત્યારે માણસો એ ખાંચામાં ઊભી જાય અને ટ્રેન પસાર થવા દે.

ઘરમાં કોન્ક્રિટની દીવાલમાં ખીલો બેસાડવાનો પ્રયાસ કર્યો હશે તેમને ખબર હશે કે એ કામ અઘરું છે. અહીં તો આખા કાળમીંઢ પહાડો તોડીને, ક્યાંક કોતરીને, ક્યાંક જોડીને રેલવે ટ્રેક બનાવાયો હતો. તેનું ઇજનેરી દૃષ્ટિએ મહત્ત્વ ત્યાંથી પસાર થયા વગર સમજી શકાય એમ નથી.

ગોવાનાં સમુદ્રકાંઠે ફરફરતો સુરક્ષાધ્વજ.

રસ્તામાં ચિપલુણ ગામ આવ્યું એટલે પ્રોફેસરે આઝાદીના ક્રાંતિકારી (અને બાળ ગંગાધર તિલકના સાથીદાર) વિષ્ણુ ચિપલૂણકરને યાદ કર્યાં. તો વળી

ટ્રેનની સફર હતી એટલે સહજ રીતે પ્રોફેસર અગાથા ક્રિસ્ટીની વાર્તા 'મર્ડર ઑન ધ ઓરીએન્ટ એક્સપ્રેસ' યાદ કરતા હતા.

એવી બધી મજા કરતાં અમે મડગાંવ પહોંચ્યા, જ્યાં 'મર્ચન્ટ ઑફ ધ વેનિસ'ના વિલન શયલોક જેવું કોઈક અમારી રાહ જોઈ રહ્યું હતું.

ટૅક્સી-ચાલકમાં અમને શયલોકનાં દર્શન થયાં

શેક્સપિયરના જગવિખ્યાત નાટક 'ધ મર્ચન્ટ ઑફ વેનિસ'માં વેપારી શયલોકની લાલચ હદ વટાવે છે. પોતાના પૈસા પરત ન મળે ત્યારે એ સામેવાળાના શરીરનું માંસ કાપવા તૈયાર થાય છે. છેવટે જોકે ન્યાય થયો અને શયલોકનો લૂંટ-ફાટ મચાવવાનો ઇરાદો બર ન આવ્યો.

શયલોક તો એક પાત્ર હતું અને આજે પણ એવા અતી લાલચી શયલોક આપણી વચ્ચે ઉપસ્થિત છે. અમને એવા શયલોકનાં દર્શન ગોવાના મડગાંવ રેલવે સ્ટેશન બહાર થયા, નામ એનું 'ગોવા ટૅક્સીચાલકો'!

ગોવામાં જનારા સૌ કોઈને અનુભવ હશે કે કુલ બજેટમાંથી અડધોઅડધ તો ટૅક્સીભાડાં પાછળ જ ખર્ચાઈ જાય! દુનિયાના કોઈ રાજ્યમાં ભાગ્યે જ ટૅક્સીના આવા અસાધારણ ઊંચા અને નફાખોરીની તમામ હદ વટાવે એટલાં ભાડાં હશે. ભલે બધા ટૅક્સીચાલકો અસાધારણ દર નથી વસૂલતા તો પણ મોટા ભાગના તો એ વિષચક્રમાં સામેલ છે જ. ગોવામાં બે જિલ્લા છે (ઘણાખરા પ્રવાસી ગોવાને શહેર માની લે છે, ગોવા રાજ્ય છે, પણ સાવ નાનું અને ગામ પાસપાસે કે એક ગામ પૂરું થઈ ક્યારે બીજું શરૂ થયું તેનો તફાવત પાડવો અઘરો પડે), ઉત્તર ગોવા અને દક્ષિણ ગોવા.

બંનેનાં ટૅક્સી ઍસોસિયેશન છે ને તેના આકરા (ખાસ તો પ્રવાસીઓને ભારે પડી જાય એવા આકરા) નિયમો છે. જેમ કે ઉત્તર ગોવાનો ટૅક્સીચાલક દક્ષિણ ગોવાથી મુસાફર લઈ ન શકે, ડ્રોપ કરવા આવી શકે. એવી રીતે દક્ષિણમાં પણ નિયમ લાગુ પડે. પ્રવાસી કોઈ હોટેલમાં ઊતરે તો એ હોટેલ માટે નક્કી થયેલી ટૅક્સી જ તેણે કરવી પડે. સ્વાભાવિક રીતે નક્કી થયેલો અસાધારણ ભાવ ચૂકવવો પડે. ત્યાં અમને એક ગુજરાતી ટૂર ઑપરેટર મળ્યા અને તેમણે આ વાત સમજાવતાં કહ્યું કે, ખુદ આપણા ભાઈની ટૅક્સી ગોવામાં ચાલતી હોય અને એ નોર્થમાં હોય તો એ પણ આપણને લેવા સાઉથમાં આવી ન શકે.

મોટી હોટેલોને પોતાની ટૅક્સી છે અને આમેય ફાઇવ સ્ટાર હોટેલ્સમાં રહેતા પ્રવાસીઓને ટૅક્સી ભાડાની પરવા પણ ક્યાં હોય? એ બધી માથાકૂટ તો મિડલ

ક્લાસ માટે છે. ટૅક્સી ઍસોસિયેશનની દાદાગીરીને કારણે ત્યાં ઓલા-ઉબેર ચાલતી નથી. બીજી ઑનલાઇન ટૅક્સી બૂક થાય એમાં પણ એવો જવાબ મળે કે તમે અહીં (અમારા વિસ્તારમાં) હો તો અમે તમને ડ્રોપ કરી શકીએ, લેવા ન આવી શકીએ. તમારે ત્યાંથી અહીં સુધી કે ક્યાંય પણ હોટેલ સાથે સાંઠગાંઠ ધરાવતી ટૅક્સી જ કરવી પડે.

અમે ઊતર્યા મડગાંવ સ્ટેશન. ત્યાંથી હોટેલ 8-9 કિલોમીટર દૂર હતી. ગુજરાતમાં ઈનોવા જેવી મોટી ગાડી હોય તો કિલોમીટર દીઠ 15 અને વધુ હોય તો 20 રૂપિયા વસૂલ કરવામાં આવે છે. ગુજરાતનો આ ભાવ ભારતનાં બીજાં ઘણાં રાજ્યો કરતાં ઊંચો છે, છતાં વાજબી છે. એ હિસાબે 9 કિલોમીટરના 180 રૂપિયા થાય. ટૅક્સીચાલકને વધુ નફો મળે એટલા માટે એ ડબલ રકમ વસૂલે તો પણ 360 રૂપિયા થાય, પરંતુ ગોવામાં નક્કી થયેલો ટૅક્સી ભાવ 500 રૂપિયા છે.

ટૅક્સીચાલકોની અને ખાસ તો ઍસોસિયેશનની એ નફાખોરી છે, નફો નથી. વધારે દેશી શબ્દોમાં કહીએ તો લૂંટ-મારની પ્રવૃત્તિ છે. ગોવામાં ગુનાખોરીનો દર બહુ ઓછો છે, કેમ કે તેની જરૂર નથી. ટૅક્સીનાં ભાડાં જ એ કામ પૂરું કરી આપે છે.

બેશક સૌ કોઈએ બે પૈસા કમાવવા માટે જ ધંધો હાથમાં લીધો હોય, પણ ગોવાના ટૅક્સીચાલકો બે પૈસાને બદલે બસ્સો, બે હજાર પૈસા મળે એવો ભાવ વસૂલ કરે છે. ગોવામાં એમ તો પબ્લિક ટ્રાન્સપોર્ટ છે, પરંતુ તેના સ્ટેશન સુધી પહોંચવા માટે ટૅક્સી જ પકડવી પડે. સમગ્ર પ્રવાસન પ્રવૃત્તિ ટૅક્સી આસપાસ જ વીંટળાયેલી છે.

એવું નથી કે દરેક વ્યક્તિને ગોવાનો આ આકરો ભાવ નડે છે. જે લોકો પૅકેજ ટૂરમાં જાય એમને આટલો ઊંચો દર ચૂકવવો નથી પડતો, કેમ કે પહેલેથી ગોઠવાયેલું હોય. બાકી સોલો પ્રવાસી કે ગ્રૂપમાં રખડનારાને તો 500થી લઈને 5000 સુધીનો ટૅક્સી દર ચૂકવવાનો રહે જ.

બીજી સમસ્યા ટૅક્સીચાલકોની અણ-આવડત (નોન પ્રોફેશનાલિઝમ)ની છે. વર્ષોથી ટૅક્સી ચલાવતા હોય એવા કાકા ડ્રાઇવરોને સરનામાંની ખબર હોતી નથી. 'જીપીએસ' એમની પાસે હોય નહીં, એ આપણા મોબાઇલમાં ચાલુ કરાવી રસ્તો પૂછ્યા કરે. વળી કંઈ પૂછીએ તો જવાબ આપવો હોય એટલો અને આપવો હોય એવો આપે. સ્વભાવના અતડા અને ઘણા ડ્રાઇવર તો હિન્દી પણ ન સમજે. અમારી સાથે તો ઠીક અંગ્રેજી જાણનારા પ્રોફેસર ઈશાન અને વિવિધ ભાષા જાણનારા તુષાર જેવા મિત્રો હતા. બાકી મુશ્કેલી થઈ શકે... તમે કંઈક કહો અને એ કંઈક સમજે.

સામાન્ય રીતે જે સ્થળનો બિઝનેસ પ્રવાસન પર ચાલતો હોય ત્યાંના હોટેલિયર, ટૅક્સીચાલકો વગેરે પ્રવાસીઓને સંતોષ થાય એવી રીતે નમ્રતા સાથે વર્તન કરવાનું પસંદ કરતા હોય છે. ગોવાના ટૅક્સીચાલકો એવું કશું કરતાં નથી. એ ગાડી ઉપાડે પછી ઊતરવાનું આવે ત્યાં સુધીમાં ભાગ્યે જ કંઈ બોલે. હા, તમે બિઝનેસનું પૂછો તો તુરંત ભાવ-પત્રક પકડાવી દે જેમાં લખ્યું હોય કે ફલાણે-ઢીંકણે જવાનો ચાર્જ આટલો છે.

ગોવાના ટૅક્સીચાલકો હળતાં-ભળતાં-મળતાવડા નથી, કેમ કે એમને ખબર છે કે પ્રવાસીઓને અમારી જરૂર છે, અમારે પ્રવાસીઓની નહીં. અમે ગોવામાં સાડા ત્રણ દિવસ ફર્યા અને એ દરમિયાન અડધો ડઝન અલગ અલગ ટૅક્સીમાં મુસાફરી કરી. એ દરમિયાન અવલોકનમાંથી આટલી વાત સામે આવી.

ગોવા જતાં પહેલા ઇન્ટરનેટ પર ઘણુ વાંચ્યું હતું, પરંતુ બ્લોગ-વેબમાં પ્રવાસ વર્ણનો લખતા લોકો ટૅક્સીની આ ગરબડ વિશે લખતા નથી અથવા તો બહુ ઓછું લખે છે. એટલે ત્યાં જનારા પ્રવાસીઓને શું જોવું, ક્યાં ફરવું એ બધી માહિતી હોય તો પણ ટૅક્સીની ગરબડની જાણકારી નથી હોતી. અમને અગાઉ જનારા મિત્રોએ ટૅક્સી-તાંડવ અંગે ચેતવણી આપી હતી, પરંતુ ત્યાં જનારા લોકોને ટૅક્સી વગર ચાલતું નથી. માટે ચેતવણી-બેતવણી કામ લાગતી નથી.

પ્રવાસીઓને ટૅક્સીથી બીજું કોઈ નુકસાન નથી, કોઈ ભય નથી, પરંતુ તેમના ભાવ જ ભયભીત કરી દે એવા છે. બધા ટૅક્સીચાલકોને આ ઉઘાડી લૂંટ પસંદ નથી. કેટલાકનો અંતરઆત્મા હજુય સાબૂત છે. એ વિરોધ કરવા જાય કે પોતાની રીતે ઓછું ભાડું લે તો તેમની ધોલાઈ થાય, ટૅક્સી સાથે તોડફોડ થાય એવા ગોવામાં અમે ટૅક્સીમાંથી ઊતરીને હોટેલ પર પહોંચ્યા. ટૅક્સીની ગરબડને બાજુ પર રાખી અમે ગોવાને માણવામાં ધ્યાન આપ્યું, કેમ કે માણવા જેવુંય ઘણું છે.

ખોટી હો-હો કર્યા વગર 'હો-હો બસ'માં ચડી જવું...

ટૅક્સીને કારણે ગોવાની મોંઘવારી મગજમાં નશાની માફક ચડી ગઈ હતી. એટલે અમને કોઈ કંઈ સસ્તું બતાવે તો પહેલાં તો એ વાત બનાવટી લાગતી, જેમ કે ગોવામાં આખો દિવસ કઈ રીતે ફરવું તેનું આયોજન કરતા હતા ત્યાં 'હોપ ઑન, હોપ ઑફ (હો-હો)' બસની વેબસાઇટ જોવા મળી. એમાં વિવિધ પ્રકારની આખા દિવસની સફરના રૂપિયા 300થી માંડીને 900 સુધીના વિકલ્પ હતા. સસ્તી હોવાનું એક કારણ એ હતું કે ગોવા સરકારના પ્રવાસન વિભાગ દ્વારા જ તેનું સંચાલન કરવામાં આવતું હતું.

આટલા સસ્તામાં ગોવા ફરાતું હશે? ઘડીક વિશ્વાસ ન પડ્યો એટલે રિવ્યૂ તપાસ્યા અને પછી ખબર પડી કે હો-હો બસ સર્વિસ ગોવા ફરવાનો કિફાયતી વિકલ્પ તો છે જ, સારો હોય કે નહીં એ તો સફર કર્યા પછી ખબર પડે. એ વિકલ્પને તાલા લગા દિયા. એ પછી ખાસ કામ હતું નહીં એટલે અમે રિસોર્ટ પાસે આવેલા દરિયાકાંઠે જ આંટો મારી લીધો.

કાંઠો બે રીતે સાફ હતો, ગંદકી ન હતી અને પ્રવાસી પણ ન હતા. ચોમાસું એ ગોવામાં ઑફ સિઝન છે, માટે પ્રવાસી સાવ ન હોય એવું નથી, પણ ઘણા ઓછા હોય છે. વળી, ચોમાસામાં બીચ પર થતી અનેક પ્રકારની પ્રવૃત્તિ પર પ્રતિબંધ હોય, એટલે ઘણીખરી વસતી દુકાનની વસતી કરીને ત્યાંથી દૂર ખસી ગઈ હોય છે.

ગોવા ફરવાનો એક સારો વિકલ્પ હો-હો બસ છે.

કાંઠે દૂરથી એક લાલ વસ્ત્રધારી યુવાન આવતો જણાયો. અમે ઊભા હતા ત્યાં જ કાંઠે એક વાંસનો સ્તંભ ખોડેલો હતો. વાંસડા ઉપર લાલ ધજા ફરકતી હતી. યુવાને આવીને વાંસડો ઉપાડી લીધો. અમે પૂછ્યું તો માહિતી આપી કે કાંઠાનું એ પેટ્રોલિંગ કરે છે. વાંસડા એ તેનો પેટ્રોલિંગ વિસ્તાર અને પ્રવાસીઓ માટે આગળ ન જવાનો સંકેત હતો. કાંઠો ખાલી હોય તો પણ ત્યાં આ રીતે તકેદારી રાખવામાં આવે છે.

બીજા દિવસે સવારે હો-હોમાં ફોન કર્યો ત્યાં કોઈ બહેને ઉપાડ્યો. અમે કહ્યું સાઉથ ગોવા ફરવું છે, તેમણે કહ્યું, એ બસ ઊપડી ગઈ. હવે નોર્થની ઊપડશે.

આવી જાઓ... બાકી એમાંથી પણ રહી જશો એવું એમણે કહ્યું નહીં, પણ અમારે સમજી લેવાનું હતું.

દરેક મોટા શહેરમાં આ રીતે બસ દ્વારા પોપ્યુલર સ્થળે ફરવાનો વિકલ્પ ઉપલબ્ધ હોય જ છે. અમારે ગોવાનું વિવિધ રીતે એક્સપ્લોરેશન કરવું હતું એટલે પહેલો દિવસ આ બસને ફાળવી દીધો. લાલ કલરની બસ ખાસ રીતે પ્રવાસીઓ માટે ડિઝાઇન થયેલી હતી, અડધી ખુલ્લી, અડધી પૅક. જેમને એસીની આદત હોય એ આગળના પૅક ભાગમાં બેસે, ખુલ્લી હવાની જરૂર હોય એ પાછળ.

અમે પાછળ ગોઠવાયા. બહુ ઓછા પ્રવાસી હતા, એટલે ભીડ-ભાડનો કોઈ સવાલ ન હતો. બસ ઊપડી, ત્યાં અમારું ધ્યાન દીવાલ પર ચોંટાડેલા પત્રક પર પડ્યું. એ પત્રકમાં સૂચના હતી કે ચાલુ બસે ઊભા રહેવું નહીં. અમે એ નિયમનો સૌથી પહેલો ભંગ કર્યો હતો અને આખો દિવસ કરતા રહ્યા. ઊભા ઊભા જોવાની મજા આવે એ થોડી બેઠા બેઠા આવે?

અમારા સોરઠ પંથકમાં તો આજે પણ ઘણી જાન ખટારામાં જાય છે. એ વખતે ખટારામાં વચ્ચે મહિલાઓ બેઠી હોય અને પુરુષો ચો-તરફ વાંસડાની માફક ઊભા હોય. અમે પણ એમ જ ઊભા રહ્યા. થોડીવાર ચાલી ત્યાં બ્રેક લગાવી એક સ્થળે ઊભી રહી, તેનું નામ 'ડોના પોલા બીચ'. એ કાંઠે જતા પહેલાં રસ્તામાં દુકાન પર બોર્ડ વાંચ્યા... ગુજરાતીમાં લખેલા હતા - જામનગરવાળા ફલાણાભાઈની દુકાન, કાજુ મળશે. એવી ઘણી દુકાન હતી.

ઘરે ખારી શિંગ પણ ખાતા ન હોય એવા લોકો ગોવામાં સસ્તા કાજુ મળે છે એમ માનીને લઈ આવે છે. કાજુમાં ખબર ન પડતી હોય એટલે મોટા ભાગના કિસ્સામાં છેતરપિંડીના બનાવો પણ બને. અમારે કોઈને કાજુ લેવાનાં ન હતાં, ભલે વેચનારા ગુજરાતી હોય તો પણ.

ડોના પોલા ખાતે 'સિંઘમ' સહિતના ફિલ્મોનું શૂટિંગ થયું છે, એટલે પ્રવાસીઓને એ સ્થળનું વિશેષ આકર્ષણ છે. બાકી તો સામાન્ય કાંઠો અને એ જ પાણી છે. અહીં કૂતરાંઓની મોટી સંખ્યામાં હાજરી છે અને ગમે તેની સામે જોઈ કારણ વગર ભસવાની તેમની આદત છે. માટે બાળકો હોય ત્યારે જરા સાવધાન રહેવું પડે. એ પછી બસ ઊભી રહી 'માંગેશી ટેમ્પલ'. માંગેશી મંદિર ગણેશબાપાનું થાનક છે.

મંદિર સુધી પહોંચતાં પહેલા પ્રોફેસર ઈશાને અમારા બીજા મિત્ર યતીન કંસારા પાસેથી જાણકારી મેળવી લીધી હતી કે આ ગણેશ મંદિર મંગેશકર પરિવારનું કુળ-મંદિર છે. અહીં લતા-આશા મંગેશકર સહિતના મંગેશી ગામના વતનીઓના કુળ દેવતા બિરાજે છે.

આગળ વધીને બસ એક પુરાતન બાંધકામ પાસે ઊભી રહી. 'વર્લ્ડ હેરિટેજ' જાહેર થયેલું એ સ્થળ 'બેસિલિકા ઑફ બોમ જિસસ ચર્ચ' હતું. ખ્રિસ્તી ધર્મનો દુનિયાભરમાં ફેલાવો કરવામાં જેમનો મહત્ત્વનો ફાળો છે એ સંત ફ્રાન્સિસનું શબ અહીં ચાર સદી કરતાં વધુ સમયથી સચવાયેલું છે.

શબ સાચવણી સાથે ચમત્કાર જોડાયેલો છે. 'મમીફાઇડ' કર્યા વગર પણ સદીઓ પછી શબ બગડ્યું નથી. માટે તેને જોવા દુનિયાભરના ખ્રિસ્તી આસ્થાળુઓ અહીં આવે છે. ગોવા મોંઘું હોવાનું એક કારણ પરદેશી ખ્રિસ્તી પ્રવાસીઓની આસ્થા પણ છે. સંતનો એક હાથ છૂટો પડી ગયો હતો, જે રોમમાં રખાયો છે. ત્યાં 100 રૂપિયામાં મળતા ગાઇડે અમને આખું ચર્ચ બતાવ્યું, જાણકારી આપી, આમ-તેમ ફેરવ્યા.

ચર્ચ સાડા ચાર સદી જેટલું જૂનું છે, બાંધકામ ભવ્ય છે અને દેખાવ આકર્ષક છે. અમારા જેવા જિજ્ઞાસુ જીવો માટે એટલે જ આ બાંધકામ મહત્ત્વનું હતું. ગાઇડ દ્વારા પીરસાતી વિવિધ માહિતીમાંથી એક માહિતીને કારણે અમારા કાન ચમક્યા...

આજનું ગોવા એ ગઈકાલનું ગૌપુરી!

હોલિવૂડના સુપર સ્ટાર ટોમ હેન્ક્સની ફિલ્મ 'દા વિન્ચી કોડ' કે પછી 'એન્જલ્સ ઍન્ડ ડિમન્સ'માં દર્શાવાય એવા ખ્રિસ્તી ધર્મના બાંધકામમાં અમે ગાઇડની પાછળ પાછળ આંટા મારી રહ્યા હતા. પાઘડી પડી જાય એટલી ઊંચી છત જોઈને અચંબિત પણ થતા હતા. ઊંચી દીવાલ અને છત પર બાઇબલની ગાથા કહેતા ચિત્રો, બંને બાજુ લાકડાનું કોતરકામ ધરાવતા કલાત્મક ઝરૂખા, સામે ભગવાનની અને બીજા સંતોની મૂર્તિ, પ્રાર્થનાળુઓને બેસવા માટે બેન્ચિસ... વગેરે નિહાળતાં બીજા ખંડમાં પહોંચ્યા, ત્યાંથી ત્રીજા... ત્યાંથી આગળ... એમ કરીને લૉબીમાં નીકળ્યા. ચર્ચ સફર પૂરી થવામાં હતી ત્યારે ગાઇડદાદાએ માહિતી આપી. એ માહિતીમાં કદાચ ઓગણીસ-વીસનો ફરક હોઈ શકે તો પણ ઇતિહાસ રસપ્રદ હતો.

પાંચેક સદી કે તેનાથી વધુ સમય પહેલાં 'ગૌ-પુરી (ગાયોનું નગર)' હતું, એ સ્થળ જ્યાં તમે આજે ઊભા છો અને દુનિયા ગોવા નામે ઓળખે છે. કોઈ ખ્રિસ્તી તો ઠીક હિન્દુસ્તાન બહારના કોઈ મનેખની અહીં વસતી ન હતી. એમ તો સ્કંદ પુરાણમાં શ્લોક પણ લખ્યો છે...

ગોકર્ણાદુત્તરે ભાગે સપ્તયોજનવિસ્તૃતં
તત્ર ગોવાપુરી નામ નગરી પાપનાશિની.

ભલે સંસ્કૃતના પંડિત ન હોઈએ તો પણ એટલું સમજાય કે આ શ્લોકમાં ગોવાની ભૂમિ પવિત્ર હોવાની અને સાત યોજનમાં નગરી ફેલાયેલી હોવાની વાત કહેવાઈ છે, પણ એ તો ધાર્મિક વાત થઈ. અલબત્ત, ગૌપુરીની અસર હોય કે જે હોય એ પણ ગોવામાં આજે ગાય-ભેંસની કતલ પર પ્રતિબંધ છે, એટલે કે કતલખાનાનું લાઇસન્સ મળતું નથી.

16મી સદીના આરંભે પોર્ટુગીઝ આવ્યા... આવતાં રહ્યાં, વસતા રહ્યાં, સ્થાનિકોનું ધર્માંતરણ કરતાં રહ્યાં, કેટલાક લોકોએ સ્વેચ્છાએ ધર્મ અપનાવ્યો, કેટલાકે પોર્ટુગીઝ પ્રજા સાથે રહેવાનું સ્વીકારી લીધું, કેટલાકે લગ્ન કર્યાં અને સંતાનો પણ પેદા થયાં... એ બધો ઘટનાક્રમ ચાલતો રહ્યો.

ગોવામાં જનારા સૌ કોઈને અનુભવ થયો હશે, થતો હશે કે ભારતનાં અન્ય રાજ્યો કરતાં ત્યાંનું કલ્ચર ઘણે અંશે અલગ છે. કારણ એટલે કે ગોવા જમીનથી ભારતનો ભાગ હોવા છતાં મનથી પૂરેપૂરું ભારતીય નથી. ત્યાં પોર્ટુગીઝ મૂળ ધરાવતા હોય એવા પરિવારો પણ રહે છે. બીજી તરફ હિન્દુવસ્તીની બહુમતી છે, તો પણ 25 ટકા જેટલી વસ્તી ઈસાઈઓની છે. સ્વાભાવિક પ્રમાણે તેની અસર ગોવાના કલ્ચરમાં જોવા મળે છે.

ઘણા લોકો એવાય છે, જેમની પાસે બેય દેશોના પાસપૉર્ટ છે. પોર્ટુગીઝ પ્રજાની એવી દાદાગીરી પણ હતી કે ભારત 1947માં આઝાદ થયું તોય 1961 સુધી ગોવા-દીવ-દમણ પર તેમણે કબજો જાળવ્યો હતો. પોર્ટુગલની દાદાગીરી સાથે સાથે ભારત સરકારની નબળાઈ પણ ખરી. પછી તો ભારતે ‘ઑપરેશન વિજય (કારગીલ પહેલાંનું ઑપરેશન વિજય)’ દ્વારા ગોવાને (અને દીવ-દમણને પણ) પોર્ટુગલના કબજામાંથી છોડાવ્યું હતું.

ભારત સરકાર દેશમાં ‘કૉમન સિવિલ કોડ’ લાવવાની વાતો કરે છે, એ આવે ત્યારે ખરું, પરંતુ ગોવામાં કૉમન સિવિલ કોડ (એટલે દરેક ધર્મના નાગરિક માટે સમાન કાયદો, અત્યારે બીજા ધર્મના લોકો એમ કહે કે અમારા ગ્રંથમાં તો ફલાણું-ઢીંકણું લખ્યું છે એવું ન ચાલે એવી સ્થિતિ) અમલી જ છે, કેમ કે પોર્ટુગીઝોએ એ સિસ્ટમ દાખલ કરી હતી. પોર્ટુગીઝ ગયા, પણ સિસ્ટમ રહી. ભારતના અન્ય રાજ્યો પણ એ પ્રથા અપનાવે ત્યારે ખરાં. આ બધી જાણકારી ગાઇડે નથી આપી, પરંતુ વાંચ્યું-લખ્યું હોય એટલે એવી તો ખબર હોય ને!

ટૂંકમાં, આજે પણ ગોવામાં પોર્ટુગલની અસર છે. પોર્ટુગીઝ અને ખ્રિસ્તી ધર્મની વ્યાપક અસરને કારણે ગોવાને પરદેશી પ્રવાસીઓનો વ્યાપક લાભ મળે છે. એટલે જ ગોવામાં પરદેશથી આવતી કમાણીનો આંક ઊંચો છે. ભારતના વિવિધ રાજ્યોમાં માથાદીઠ આવકની દૃષ્ટિએ ગોવા ઘણું આગળ છે. ગોવાને

ભારતનાં સૌથી ધનાઢ્ય પૈકીનું એક સ્ટેટ બનાવવામાં ટેક્સીચાલકોનો ફાળો જેવો તેવો નથી, એ વાત પણ ભૂલવા જેવી નથી!

ભવ્ય ઇતિહાસની ઝાંખી કરીને બહાર નીકળ્યા ત્યાં 'ઉડુપી રેસ્ટોરેન્ટ' અમારી રાહ જોઈ રહી હતી. આખા ગોવામાં ઠેર ઠેર ઉડુપી રેસ્ટોરેન્ટ છે અને તેમને પરસ્પર કોઈ સબંધ નથી. અમે પહોંચ્યા એ ઉડુપીમાં ભોજનનો ટેસ્ટ ઉત્તમ હતો એ અમારા માટે ધરપતની વાત હતી. ફરીથી બસમાં સવાર થઈને 'મિરમાર બીચ' પહોંચ્યા. ત્યાં કાંઠા જેવો કાંઠો જોઈને ફરી બસમાં સવાર થયા. હો-હોના લિસ્ટમાં તો ઘણા સ્થળ છે, પરંતુ દરેક જગ્યાએ ફરવાની કંઈ મજા ન આવે. એટલે અમે બધે દોડીદોડીને જતા ન હતા.

એ પછીનું સ્થળ હતું 'પંજીમ ચર્ચ'. ત્યાં પહોંચ્યા ત્યારે વરસાદ ચાલુ થઈ ચૂક્યો હતો એટલે વધુ સમય બગાડ્યા વગર અમે ફરીથી બસમાં ચડ્યા અને બસે અમને અંતિમ સ્ટેશન પર એટલે કે 'રિવર ક્રૂઝ પોઇન્ટ' પર ઉતારી દીધા. નજીકમાં રહેલી ગોવાની પોપ્યુલર રેસ્ટોરાંમાં ભોજન આરોગી અમે હોટલ તરફ રવાના થયા. અમારો ગોવાનો બીજો દિવસ સુખરૂપ પૂરો થયો.

ગોવામાં સાંજ પડ્યે BAR સિવાય બહાર પણ રમઝટ બોલે છે...

સાંજ પડ્યે ગોવામાં એક અદૃશ્ય આફત ખડી થાય છે. એ આફતનો અનુભવ તો જ થાય જો તમે ચાલીને ક્યાંક જતા હો. મુખ્ય રોડ પર તો વાંધો ન આવે, પરંતુ બાજુમાં ઊતરીને ક્યાંક જતાં હોઈએ તો આફતનો સામનો થયા વગર ન રહે. અમે પણ હોટેલથી જરા દૂર ઊતરીને ચાલીને જઈ રહ્યા હતા. ત્યાં એ આફત આવી મોટી...

એ આફતનું નામ કૂતરાં. ગોવાના લગભગ દરેક ઘરમાં કૂતરાં બાંધેલાં છે અને ક્યાંક ક્યાંક છૂટા છે. એનો ત્રાસ જેવો તેવો નથી. હા, રસ્તા પર ફરતાં કૂતરાં એટલાં બધાં ત્રાસદાયક નથી, તો પણ પ્રવાસીઓનું સ્વાગત કરવાની તેમની આદત સારી નથી. સાંજ પડે, અંધારું ઢળે પછી ગોવાના બારમાં રમઝટ હોય અને બીજી રમઝટ શેરીમાં કે ડેલી પાછળ બાંધેલા આ કૂતરાં બોલાવતા હોય છે. અમે કૂતરાંથી બચતાં બચતાં રાતવાસા એટલે કે હોટેલ સુધી પહોંચ્યા.

પ્રોફેસર, વિશાલ અને તુષાર ત્રણેયને મારિયો મિરાન્ડાના કાર્ટૂનમાં બહુ રસ હતો. ગોવાના એ જગવિખ્યાત કાર્ટૂનિસ્ટ અને 'ટાઇમ્સ ઑફ ઇન્ડિયા'માં તેમના કાર્ટૂન છપાતાં હતાં. મને કાર્ટૂનમાં રસ પડે, પરંતુ દરેક કાર્ટૂનિસ્ટમાં નહીં. અમુક કાર્ટૂન એટલા બધા ઊંચા પ્રકારના (કે જાણકારોની ભાષામાં કળાત્મક) હોય કે

મારા જેવા સામાન્ય વ્યક્તિને સમજાય નહીં. મારિયોનાં કાર્ટૂનોમાં જોકે સમજણનો પ્રશ્ન ન હતો, પ્રશ્ન એ હતો કે મેં ખાસ કાર્ટૂન જોયાં ન હતાં, એટલે જાણકારી ન હતી, પરંતુ હવે જાણકારી વધી શકે એટલા માટે અમે નજીકમાં આવેલી મારિયો ગૅલેરીમાં પહોંચ્યા.

મારિયો મિરાન્ડા તો લાંબું આયુષ્ય ભોગવીને 2011માં વિદાય પામ્યા, પણ તેમની કાર્ટૂન ગૅલેરી ગોવામાં ત્રણ-ચાર જગ્યાએ છે. નજીકની ગૅલેરીમાં પહોંચ્યાં, જ્યાં મારિયોના કેરેક્ટરના મોટાં પૂતળાં અને બીજી સામગ્રી ગોઠવેલી હતી. સ્ટોરની અંદર વેચાણ માટે મારિયોના કાર્ટૂન્સ, કાર્ટૂન પરથી બનેલી મર્કન્ડાઇઝ સામગ્રી વેચાતી હતી. ઘણીખરી સામગ્રીની કિંમત એવી હતી કે કળાના ખરા કદરદાનો જ તેમને ખરીદી શકે. રસ પડ્યો એ મિત્રોએ થોડી ઘણી ખરીદી કરી અને પછી અમે બહાર નીકળ્યા.

હવે નક્કી કર્યું કે બાઇક ભાડે લઈને નજીકમાં આવેલો ‘અગોડા ફોર્ટ’ ફરીએ. ગોવામાં બાઇક એટલે કે મોપેડ ભાડે લઈને ફરવાનો સરળ-સારો વિકલ્પ ઉપલબ્ધ છે. એ માટે જોકે થોડું ઘણું રસ્તાનું જ્ઞાન હોય તો કામ આસાન થાય. વિવિધ પ્રકારના બાઇક કલાકના 300થી 400 સુધીમાં ભાડે મળે છે. એમાં પણ જો નંબર પ્લેટ સફેદ કલરની હોય તો તેનો ભાવ જરા વધુ હોય, કેમ કે એ પોલીસ દ્વારા માન્યતાપ્રાપ્ત છે અને પ્રવાસીઓને બિનજરૂરી હેરાન થવાનું આવતું નથી.

અમે ત્રણ બાઇક લઈને રવાના થયા ત્યાં ખબર પડી કે એકમાં પેટ્રોલ પૂરતું નથી. એ મુસાફરોએ પોતાના ખર્ચે પુરાવવું પડે. ચાલો, પેટ્રોલપંપ ભણી એમ નક્કી કરીને આગળ નીકળ્યા. ગૂગલમાં તપાસ કરી તો નજીકમાં ક્યાંય પેટ્રોલ કી ટંકી દેખાતી ન હતી. એક સજ્જન દેખાતા ભાઈને પૂછ્યું અને તેમણે જવાબ આપ્યો એ જાણીને આઘાત લાગ્યો.

તેમણે કહ્યું કે, આગળથી ફલાણી બાજુ જજો, પાંચ કિલોમીટર દૂર પંપ આવશે. અમે પૂછ્યું એ ગોવાનો ડેમ્બોલિન વિસ્તાર હતો, એ રોડ પર બધી મોટી હોટેલ, રિસોર્ટ અને નજીકમાં જ બે ઉત્તમ બીચ આવેલા હતા. એ સ્થળે નજીકમાં ક્યાંય પેટ્રોલ પંપ ન હોય એવું કેવું ગોવા?

ગમે એવું હોય તો પણ પેટ્રોલ વગર રખડવાનું જોખમ ન લઈ શકાય. અમે પેટ્રોલપંપની દિશામાં આગળ વધ્યા. થોડીવાર થઈ ત્યાં તો શહેરી વિસ્તાર પૂરો થયો, જંગલમાં ચાલ્યા જતાં હોઈએ એવો રસ્તો આવ્યો. ગોવાની એ ગ્રીનરી હતી, જે ચોમાસા વખતે અને પછી ઠેર ઠેર જોવા મળે. ગોવાના રસ્તા સાંકડા છે, વાહન ચલાવવાની ખાસ મજા આવે એવા નથી.

રસ્તામાં કોઈને પૂછ્યું તો એમણે વળી કિલોમીટરનો આંકડો ઘટાડીને બે કરી

દીધો. અમને ધરપત થઈ. ફરીથી ચાલતાં થયાં અને આખરે એક જગ્યાએ રસ્તાની બાજુમાં નાનકડો પંપ આવ્યો. પેટ્રોલ પુરાવ્યું ત્યાં સામે બોર્ડ દેખાયું – 'રેઈસ મેગોસ ફોર્ટ 2 કિલોમીટર'. આમ તો બાઇક લઈને અમે 'ફોર્ટ અગોડા' જોવા નીકળ્યા હતા. ગોવાનો એ પ્રખ્યાત અને મોટો કિલ્લો છે. પોર્ટુગીઝ કાળમાં બંધાયેલો છે અને પ્રવાસીઓ માટે આકર્ષણનું કેન્દ્ર છે. ફોર્ટ અગોડા જોવો એટલે બીજો કિલ્લો ન જોવો એવો કોઈ અમારો ઇરાદો ન હતો. માટે પહેલાં આ કિલ્લા પર પહોંચ્યા.

કિલ્લો તો નામ છે, હકીકતે મોટી અને સમૃદ્ધ કહી શકાય એવી દરિયાકાંઠે આવેલી ચોકી છે, પણ ખાસ્સી મોટી એટલે કિલ્લો નહીં, મીની કિલ્લો કહી શકાય. વાહન પાર્ક કરી, ટિકિટ વગેરે લઈ અમે ઉપર ચડ્યા. કિલ્લાના દરવાજામાં પગ મૂક્યો ત્યાં જ પ્રોફેસરનું ધ્યાન ઉપર પડ્યું...

ગોવા ખૂબ મોટો દેશ છે, તેની બાજુમાં નાનકડો ઈન્ડિયા દેશ છે!

'ડેથ હોલ...' એવી સૂચના લખેલું બોર્ડ હતું. ઉપર છતમાં એક ચોરસ કાણું હતું. અમે તો કંઈ અસ્ત્ર-શસ્ત્રના નિષ્ણાત ન હતા એટલે પહેલી નજરે ખબર ન પડી. મનમાં વિચાર આવ્યો કે કહેના ક્યા ચાહતે હો, આસાન ભાષામેં કહો...

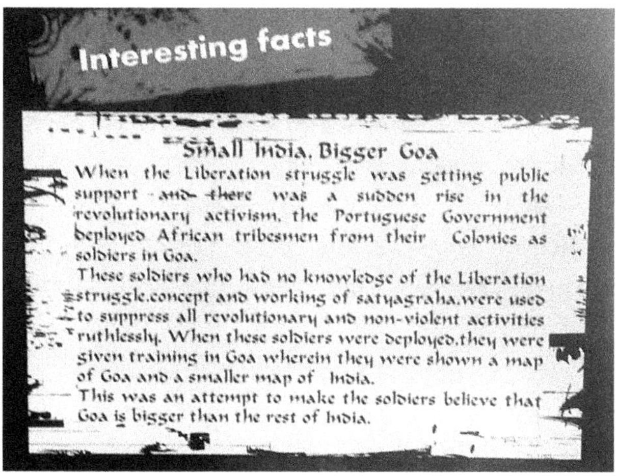

કિલ્લામાં લખ્યું છે, ગોવા મોટો દેશ છે અને તેની બાજુમાં ભારત નામનો નાનકડો પ્રદેશ છે. ત્યાં લડવા માટે સૌ ચાલો...

અહીં કોઈ ગાઇડ-બાઇડ ઉપલબ્ધ ન હતા. બોર્ડની નીચે સૂચના લખી હતી એ વાંચી તો સમજાયું કે કોઈ ઘૂસણખોર દરવાજેથી ઘૂસે તો તેના માથેથી

આફત વરસે એ માટ હૉલ બનાવાયો હતો. ઉપરના માળે ચોકીદાર-સૈનિક હાજર હોય જે ઘૂસણખોર પર હુમલો કરે, ગરમાગરમ તેલ રેડે. દુશ્મન ઘૂસણખોરી કરે ત્યારે માનવાધિકારની ચિંતા કરવા બેસે તો ગઢ સાચવી ન શકાય. એટલે તેલ પણ રેડી દેવું પડે.

કિલ્લેદારો પાસે એ જમાનામાં દૂરની દૃષ્ટિ હતી, આજની જેમ આડેધડ બાંધકામ થતાં ન હતાં. કિલ્લામાં પ્રવેશતાં જ આવી જાણકારીથી અમને આનંદ થયો. અમે આગળ વધ્યા. બાજુમાં એક કેદખાનું હતું, જેમાં શસ્ત્રો અને જરૂર પડ્યે ગુનેગારોને પૂરી દેવામાં આવતા હતા.

ઉપરના માળે એક વિશાળ ખંડ હતો. તેની બંને દીવાલોએ પોસ્ટર, ફોટા લગાવેલા હતા. કિલ્લાની માહિતી, ગોવાનો ઇતિહાસ તેમાં રજૂ થતો હતો. ગોવાનો રસ્તો કોણે શોધ્યો, કોણ ગવર્નર હતા, કોણ ત્રાસ વર્તાવતું હતું, કોણે ગોવાના મુક્તિસંગ્રામમાં શહાદત વહોરી વગેરે...

એક રસપ્રદ માહિતી પર તુષારે ધ્યાન દોર્યું - ગોવામાં જ્યારે સૈનિકોની જરૂર પડી ત્યારે પોર્ટુગીઝ ગવર્નરોએ આફ્રિકાના દેશોમાંથી લોકોને આયાત કર્યા, કેમ કે આફ્રિકા ખંડના ઘણા દેશો પણ પોર્ટુગીઝોની કોલોની હતા, પરંતુ ત્યાંથી આવનારા લોકોને એમ કહેવામાં આવતું હતું કે ગોવા તો ખૂબ મોટો દેશ છે અને તેની બાજુમાં ઇન્ડિયા નામનો નાનકડો દેશ છે! એ માટે તેને મોટું ગોવા, નાનું ઇન્ડિયા એવો નકશો પણ બતાવવામાં આવતો હતો. જેથી ત્યાંથી સૈનિક તરીકે આવેલા આદિવાસીઓને એમ લાગે કે આપણે કોઈક મોટા દેશ માટે લોહી રેડી રહ્યાં છીએ.

ઊંચા-નીચા ઢાળ, બે-પાંચ બાંધકામ અને થોડીક તોપ સિવાય આ કિલ્લામાં બીજું કશું નથી. કશું નહીં એટલે પીવાનું પાણી પણ નથી. અમે પૂછ્યું તો કહ્યું કે, નીચે વેચાતું મળે છે, બાકી પીવા-બીવાનું પાણી નથી, બીજું કંઈક પીવા જોઈએ તો મળશે... એ વખતે યાદ આવે કે

કાઠિયાવાડમાં કોક'દી ભૂલો પડ ભગવાન
થાજે મારો મેમાન, તને શરગ ભુલાવું શામળા.

સોરઠના કોઈ ગામે પાણીનું પૂછો તો હજુય જમવા રોકી દે, અહીં ગોવામાં પૂછો તોય પાણી મળતું ન હતું, ખરીદવું જ પડે. એ ફરક સંસ્કૃતિનો હતો.

કિલ્લો જોઈને બહાર આવ્યા ત્યાં સુધીમાં પાંચ વાગી ગયા હતા. હવે અગોડા ફોર્ટ બંધ થઈ ગયો હોય. અમે એ કિલ્લો પડતો મૂક્યો. નજીકમાં આવેલા રોકી બીચ પર પહોંચ્યા. રોકી એટલે કે રોક એટલે કે ખડકની અહીં મોટી સંખ્યામાં હાજરી છે. એ નવું આકર્ષણ છે. કાંઠો, રેતી અને પછી નાળિયેરી-તાડની

હારમાળા એવા બીચ તો ઘણા છે, પણ આ બીચ પર એવું બધું નથી, તેને બદલે નાના-મોટા રતૂમડા, કાળા કરના ખડકોનો ખડકલો છે.

એ બીચ પર ઘડીક ડાફોળિયાં માર્યા પછી પરત ફર્યા, ત્યાં વળી રસ્તામાં વરસાદ શરૂ થયો. એક સ્થળે ચા પીવા અને વરસાદથી બચવા ઊભા રહ્યા. એ હોટેલ સંચાલકે કહ્યું કે, ગોવામાં તમે અમારે ત્યાં ચા પીધા પછી બીજી વખત શોધતા આવશો. ચા આવી, પીધી પછી ખબર પડી કે એમની વાત સાચી છે. ગોવામાં બધે સારી ચા મળી શકતી નથી, પણ અહીં મળે છે. એ જગ્યાનું નામ 'નેરુલ ઇટ સ્ટ્રીટ (NERUL EAT STREET)' છે. ત્યાં બાકી તો ઘણુંબધું મળે છે, પરંતુ એ અમારા માટે કામનું ન હતું, ચા બેસ્ટ હતી એમાં ના નહીં.

વધુ એક બીચ પર રખડીને સાંજ પડ્યે 'કૈલાસ પર્બત'માં ભોજન લઈ હોટેલ પહોંચ્યા.

એશિયાનું એકમાત્ર નેવલ એવિએશન મ્યુઝિયમ

બહારના ભાગે બોર્ડમાં લખેલું હતું, 'એશિયાનું એકમાત્ર નેવલ એવિએશન મ્યુઝિયમ'. મ્યુઝિયમ હોવાની માહિતીથી અમે પ્રભાવિત થઈને ગોવાના છેવાડે આવેલા આ સ્થળ સુધી પહોંચ્યા હતા. એમાં વળી આ માહિતી વાંચી કે એશિયાનું એકમાત્ર છે એટલે અહોભાવનું પ્રમાણ ઊંચકાયું.

ગોવા જનારા પ્રવાસીઓ આ નેવલ મ્યુઝિયમમાં જતાં નથી, મોટ લહાવો ચૂકી જાય છે.

બહુ ઓછા પ્રવાસીઓ મ્યુઝિયમ સુધી જતાં હોય એ પછી ગોવા હોય કે ગંગટોક. ગોવામાં ઘણાં મ્યુઝિયમ છે અને એમાં આ નૌકાદળનો ઇતિહાસ રજૂ

કરતું હતું, અમારા રસનો વિષય હતો. મ્યુઝિયમની અંદર પહોંચ્યા. જોકે અંદર પહોંચો એ પહેલા જ બહારથી અંદર ગોઠવાયેલા નૌકાદળના વિમાન-હેલિકૉપ્ટર દેખાતા હતા.

ભારતીય લશ્કરની નૌકાશાખા કેવી રીતે કામ કરે એની બધી માહિતી તો આ મ્યુઝિયમમાંથી નથી મળી જવાની, પરંતુ ઘણીખરી જરૂર મળે છે. નૌકાદળના વિવિધ હેલિકૉપ્ટર, વિમાન, મિસાઇલ્સ, વિમાન એન્જિન, સબમરિનનું મીની મૉડેલ, રડાર વગેરે સામગ્રી બહાર મેદાનમાં ગોઠવાયેલી હતી.

સામાન્ય રીતે લશ્કરી સામગ્રી પાસે આમજનતા જઈ ન શકે, પરંતુ અહીં દરેક શો-પીસ નજીકથી, સ્પર્શીને જોઈ શકાય છે. કોઈ રોક-ટોક નથી, સરકારી મ્યુઝિયમમાં હોય એવા ફાલતુ પ્રકારના નિયમો પણ નથી. એટલે પ્રવાસીઓ મુક્ત રીતે મ્યુઝિયમ માણી શકે છે. અમારા માટે આનંદની વાત હતી.

અહીં મૂકેલાં દરેક આયુધ-શસ્ત્ર-સરંજામ નિવૃત્ત થઈ ચૂક્યાં છે, પરંતુ દરેક સાથે ક્યારે વપરાતાં હતાં, શું વિશિષ્ટતા હતી, વગેરે માહિતીના બોર્ડ મારેલાં છે. આ વિમાનો ઘણા સમયથી અહીં પડ્યાં છે. તેનો સંકેત એક વિમાનના નીચેના ભાગમાં અમે જોવા ઘૂસ્યા ત્યારે મળ્યો. એ વિમાનનું ફાલકું હવામાં ખૂલી જતું હતું અને ત્યાંથી બૉમ્બ-મિસાઇલ પડતા મુકાતા હતા. હવે નીચે ગોઠવાયેલા વિમાનને જોઈને અમે પણ ફાલકા અંદર પ્રવેશ્યા. ત્યાં એક હોલાએ માળો બનાવેલો હતો. ઈંડાં હશે, કેમ કે હોલી અમે નજીક પહોંચ્યા તો પણ સ્થિર થઈને બેઠી રહી.

યુદ્ધકાળમાં આ આયુધોનો જે ઉપયોગ થયો હોય એ, પણ અત્યારે તો આવા નવતર ઉપયોગ થતા હતા. મ્યુઝિયમ બે ભાગમાં વહેંચાયેલું છે, આઉટડોર, ઇનડોર. આઉટડોર જોયા પછી સબમરિનના દરવાજા જેવા એક દ્વારની અંદર અમે પ્રવેશ કર્યો.

પરસાળની બંને બાજુ વિવિધ ખંડ હતા. બહાર ન રાખી શકાય એવી સામગ્રી, જેમ કે પોશાક, નાનાં હથિયાર, સાઇન લેંગ્વેજના કોડ વર્ડ, પાઇલટ માટેના લોગ્સ, વિવિધ જહાજોનાં નામ, તેમના પ્રતીક, ઓળખ, અત્યાર સુધી માત્ર નામ સાંભળ્યાં-વાંચ્યાં હોય એવી લશ્કરી સામગ્રી અંદર ગોઠવાયેલી હતી.

આગળ જતાં એક મોટો ખંડ આવ્યો, જે નૌકાદળના વિમાનવાહક જહાજ વિક્રમાદિત્યને સમર્પિત હતો. થોડાં વર્ષો પહેલાં કોચીમાંથી પસાર થતી વખતે જહાજવાડામાં તૈયાર થઈ રહેલું વિમાનવાહક જહાજ જોયું હતું, પરંતુ દૂરથી. અહીં એવા જ વિમાનવાહકનું નાનું મૉડેલ મૂકવામાં આવ્યું છે. નૌકાદળમાં કારકિર્દી બનાવવી હોય, લશ્કરમાં રસ હોય અને ભારતના નાગરિક હોવાનું ગૌરવ હોય એવા સૌ કોઈને આ સંગ્રહાલયમાં ઘણું જાણવાનું મળે એમ છે.

સંગ્રહાલયની મુલાકાત પતાવીને અમે ગોવા સરકારની એસ.ટી. બસ પકડી પરત ફર્યા. ગોવાની પ્રજા પ્રોફેશનલ વધુ છે, સંવેદનશીલ ઓછી છે. કંઈ પૂછીએ તો જવાબ આપવો હોય તો આપે. એક તરફ લખનૌ જેવું શહેર છે, જ્યાંની અલગ તહેજીબ છે, પણ ગોવા અને લખનૌ વચ્ચે અંતર છે, એટલું જ અંતર અહીંની પ્રજા ને તહેજીબ સાથે છે.

એ ગોવામાં અમારી છેલ્લી રાત હતી.

'માંડોવી એક્સપ્રેસ' વગર ગોવાપ્રવાસ અધૂરો ગણવો જોઈએ?

ગોવા રખડપટ્ટી પાછળ અમારો ઇરાદો માત્ર ગોવાના દરિયાકાંઠા-ચર્ચ-કિલ્લા જોવાનો ન હતો. એ ઉપરાંત કોંકણ પ્રદેશ પણ અમારે પગતળે કરવો હતો. એટલા માટે આવતાં-જતાં રેલવે સફર પસંદ કરી હતી. મુંબઈ-ગોવા વચ્ચે ઘણી ટ્રેન ચાલે છે, પણ એમાં 'માંડોવી એક્સપ્રેસ', 'નેત્રાવતી', 'કોંકણ કન્યા', 'દાદર-મડગાંવ પેસેન્જર...' વગેરે ટ્રેનો પ્રખ્યાત છે અને મુસાફરોમાં લોકપ્રિય પણ છે.

સવારે નવેક વાગ્યે કરમાલી પહોંચ્યા ત્યારે થોડા મુસાફરો ટ્રેનની રાહ જોતા હતા. થોડીવારે માંડોવી એક્સપ્રેસ આવી, અમે અમારા ડબ્બામાં ચડ્યા. ટ્રેન સમયસર હતી, સાફ હતી, સુંદર હતી એટલે પ્રવાસની શરૂઆત જ આનંદદાયક રીતે થઈ, પણ અમને ખબર ન હતી કે આગળ વધશે એમ આનંદનું પ્રમાણ પણ ઊંચું જશે!

માંડોવી એક્સપ્રેસનું મેનું અને એકથી એક ચડિયાતા વ્યંજનો.

થોડીવાર થઈ ત્યાં ચા-કૉફી-પાણી વગેરે વેચનારા ટ્રેનના જ સ્ટાફરો આવવા લાગ્યા. આ ટ્રેન સવારના નવથી સાંજના નવ સુધી એટલે કે 12-13 કલાક ચાલે છે. એ દરમિયાન મુસાફરોની સગવડ સચવાઈ રહે એટલે એક ભાઈ ઓશીકા લઈને ડબ્બા ફરી વળ્યા. દસ રૂપિયા આપીને આખો દિવસ ઓશીકું ભાડે મળતું હતું. અમે બધાએ જોકે ઓશીકામાં રસ ન દાખવ્યો. આપણે શું કરવા એમ માનીને...

પેન્ટ્રી પછી જ અમારો ડબ્બો હતો, જાતભાતની સુગંધ પ્રસરી રહી હતી. પ્રોફેસર અને તુષાર જેવા રસોઈકળાના જાણકારો સુગંધ શેની હોઈ શકે તેનો અંદાજ લગાવી રહ્યા હતા. અંદાજની આગેકૂચ ચાલે એ પહેલા જ ફેરિયાભાઈ કંઈક લઈને વેચવા આવી પડ્યા. એ પ્રખ્યાત વડા-પાંઉ હતાં. નાસ્તો બાકી હતો એટલે બધાએ પોતાની જરૂર પ્રમાણે વડા-પાંઉનું સેવન શરૂ કર્યું.

વિશાલ નવા શરૂ કરેલા પોતાના મેડિકલ-મેડિસિન બિઝનેસની વાતો કરતો હતો. કઈ રીતે દવા બને, કઈ દવા પ્રતિબંધિત હોય, શા માટે હોય, દવા કંપનીઓની સ્પર્ધા કેવી હોય... વગેરે અંદરુની જાણકારી ઠાલવતો હતો. જતી વખતની ટ્રેન એસી હતી, આવતી વખતની એસી ન હતી, એટલે બહારનાં દૃશ્યો જોવા સાથે વાતાવરણનો અનુભવ પણ થતો હતો. પ્રોફેસર એ બધું જોઈને મારિયો મિરાન્ડા હોય તો કેવાં ચિત્રો બનાવે તેની કલ્પના કરતા હતા.

થોડીવાર થઈ ત્યાં બફ-વડાં અને સેન્ડવિચ જેવી સામગ્રી વેચાવા આવી. અમે એ પણ થોડું થોડું ટેસ્ટ કર્યું. પ્રવાસમાં એકસાથે પેટભર ખાવા કરતાં થોડા-થોડા સમયે થોડું થોડું ખાધા કરવું વધારે લાભદાયી સાબિત થતું હોય છે. અમને તો એ પ્રથા માફક આવતી હતી.

જતી વખતે આવી હતી એવી જ અનેક ટનલો આ વખતે પણ આવતી હતી. કોંકણ રેલવેનાં સર્વત્ર વખાણ થાય છે, તેની ના નથી, પરંતુ વખાણ કરવામાં ઘણી વખત કેટલીક પ્રેક્ટિકલ અને પ્રાથમિક વિગતો ચુકાઈ જતી હોય છે.

આમેય અંગ્રેજી પ્રવાસવર્ણનોમાં તો જે-તે સ્થળ જાણે સ્વર્ગની બહાર જ છે, એવું ભવ્ય વર્ણન કર્યું હોય. એમાં ઘણી વખત ઉપયોગી માહિતી ચુકાઈ જતી હોય છે અથવા એવી માહિતી આપવી એ લખનારાઓને જરૂરી નથી લાગતી હોતી, જેમ કે ટ્રેન ટનલમાંથી પસાર થાય અને લાંબી ટનલ હોય તો ધુમાડાનો પ્રશ્ન ઊભો થાય.

ટ્રેનનું એન્જિન ધુમાડા કાઢતું હોય એ ધુમાડો ટનલમાંથી ક્યાં જાય? ટ્રેન આગળ વધે એમ ધુમાડો પાછળ આવે અને પ્રવાસીઓના ડબ્બામાં ઘૂસી જાય. જતી વખતે પૅક ડબ્બો હતો, એમાં ધુમાડો આવતો ન હતો. આ વખતે આવતો

હતો, જેની વિગત કોઈ કોંકણ વર્ણનમાં લખેલી ન હતી. ટનલ લાંબી હોય ત્યારે ધુમાડો મુશ્કેલી સર્જતો હતો. એ શ્વાસમાં જાય, માથુ દુ:ખે, અકળામણ થાય વગેરે જેવી તકલીફની તૈયારી અમારી ન હતી, પણ તોય સામનો કરવો પડ્યો.

એટલે કોંકણનું સૌંદર્યદર્શન કરવું હોય તો શક્ય હોય ત્યાં સુધી એસી ડબ્બો પસંદ કરવો, બાકી થોડો-ઘણો ધુમાડો ખાવાની તૈયારી રાખવી. ધુમાડો ખાઈ લીધો ત્યાં વળી વધુ કેટલીક વાનગીઓ બનીને આવવા લાગી. પછી તો વેન્ડર પણ સમજી ગયા હતા કે આ લોકો ખાઉધરા છે. માટે દરેક વખતે અમારી પાસે આવીને ઊભા રહેતા, પ્રોફેસરને તો ચાખવા પણ આપતા હતા. એ પછી તેમને પાંચ-સાત પ્લેટનો જથ્થાબંધ ઑર્ડર પણ મળતો હતો.

દરેક વાનગી એકદમ ટેસ્ટી હતી. પ્રોફેસર અને વિશાલ તપાસમાં નીકળ્યા. પેન્ટ્રીમાં ગયા તો ખબર પડી કે ‘અહુજા કેટરિંગ સર્વિસ’ને ફૂડનો કૉન્ટ્રાક્ટ અપાયો છે. એ બધી વાનગી અતિ ઉત્તમ રીતે બનાવી જાણે છે. એનાથી પણ વધુ સારી રીતે વેચી જાણે છે. કટલેસ આવી અને એ તો એટલી બધી ભાવી કે વિશાલ-પ્રોફેસરે કટલેસ પોતાના ઘર માટે લઈ જવા જથ્થામાં ઑર્ડર આપવા ફરીથી પેન્ટ્રીની મુલાકાત લીધી.

સાંજ પડ્યે મુંબઈ પહોંચ્યા ત્યાં સુધી અમે અડધો ડઝન પ્રકારની વિવિધ વાનગી ખાઈ ચૂક્યા હતા અને દરેક મજેદાર હતી. માટે સ્વાદશોખીનો આ ટ્રેનમાં સફર કરે એવી ખાસ ભલામણ છે. મુંબઈ પહોંચ્યા પછી ટ્રેન બદલીને અમદાવાદ તરફ રવાના થયા. એ સાથે ગોવાપ્રવાસ પૂરો થયો.

5

દેશના કેન્દ્રમાં આવેલા કાન્હા નેશનલ પાર્કની સફર

મધ્ય પ્રદેશનું કાન્હા નેશનલ પાર્ક દેશનું પ્રતિષ્ઠિત વાઘ અભયારણ્ય અને વાઘના દર્શન માટેનું મહત્ત્વપૂર્ણ સ્થાનક છે. વાઘ ન જોવા મળે તો પણ જંગલની રખડપટ્ટી ભારે રસપ્રદ થઈ પડે એમ છે.

૧૭ ડિસેમ્બર, ૨૦૧૦

હું અને મીના ક્યારનાં રાહ જોતાં હતાં. ટ્રેનની બારીમાંથી નજર દોડાવતાં હતાં... જબલપુર લખેલું પીળું બોર્ડ ક્યાંય દેખાય છે? ગઈ કાલે સાંજથી શરૂ થયેલી સફર હવે પૂર્ણાહુતિના તબક્કામાં હતી. હજારેક કિલોમીટરની રેલ સફર પછી હવે પગ મોકળા કરવા અમેય વ્યાકુળ હતાં.

સાંજના ચારેક વાગ્યે આખરે જબલપુર સ્ટેશન ઊતર્યાં. અહીંથી અમારે તો છેક દોઢસો કિલોમીટર દૂર જવાનું હતું, કાન્હા નેશનલ પાર્ક! સ્ટેશન બહાર જ ટૅક્સી ઉપલબ્ધ હતી અને એ સિવાય કોઈ વિકલ્પ પણ ન હતો. લશ્કરી છાવણીથી છવાયેલા જબલપુરના રસ્તાઓ જોતાં જોતાં અમે શહેરની બહાર નીકળ્યાં. ગાડી સડસડાટ ચાલે એવા રસ્તાઓ હતા નહીં, પણ અમે તો નવપરિણીત હતાં, એટલે કેવાય રસ્તાઓ હોય એની વ્યથા અમને શરૂઆતમાં અનુભવાઈ નહીં.

બેએક કલાક ગાડી ચાલી ત્યારે મોટું ગામ કહી શકાય એવું સ્થળ આવ્યું, માંડલા. અહીં અમને ડ્રાઇવરે ચેતવણી આપી, ચા-પાણી પીવા હોય તો પી લો, હવે છેક કાન્હા સુધી કશુંય મળશે નહીં. ત્યારે અમને પહેલી વખત અહેસાસ પણ થયો કે અમે ખરેખર ખતરનાક કહી શકાય એવી જગ્યાએ જઈ રહ્યા છીએ...!

મધ્યપ્રદેશથી છત્તીસગઢ તરફ અમારી ગાડી દોડતી હતી અને પાછળ સૂરજ નારાયણ અજવાશનો પડદો પાડી ચૂક્યા હતા. અંધકારમાં હવે અમને કશુંય દેખાતું ન હતું. દેશના ટોપ-ટેન ટૂરિસ્ટ પ્લેસમાં સ્થાન પામતું કાન્હા જેમ જેમ નજીક આવતું જતું હતું એમ એમ અમારો ઉત્સાહ ઓસરતો જતો હતો, કેમ

કે સતત પ્રવાસથી અમે થાક્યા હતાં, પણ આખરે આઠ-સાડા આઠે 'કાન્હા અર્થ લોજ' લખેલા રિસોર્ટમાં અમારી ગાડી પ્રવેશી. આજે તો ભલે થાક્યા, પણ કાલે તો ભવ્ય જંગલ જોવાનું જ છે ને! એવા આશાવાદ સાથે અમારો દિવસ પૂરો થયો.

18 ડિસેમ્બર

સવારે વહેલા ઊઠીને જંગલમાં ફરી શકાય એવી અમારી હાલત નહોતી. વળી ઠંડી પણ અતિશય આકરી હતી, એટલે વહેલા ઊઠવાનું તો સાહસ કેમ કરવું? મોડેકથી તૈયાર થઈને અમે આસપાસનાં ગામો ફર્યાં. એકદમ પછાત ગામ, ત્યાં નાનકડાં ખેતરોમાં થતી ખેતી, જંગલ આધારિત જીવન અને ગામમાં વાઘના હુમલાઓથી ઘાયલ થયેલા લોકોની કેફિયત એ અમારી વૉકિંગ સફરની ફળશ્રુતિ હતી.

કાન્હા નેશનલ પાર્ક તેના વાઘોને કારણે જગવિખ્યાત છે.

જમીને તુરંત કાન્હામાં પ્રવેશ મેળવવાનો હતો. અર્થ લોજના સહાયકો સાથે અમે જિપ્સીમાં ગોઠવાયા. થોડે દૂર 'કાન્હા નેશનલ પાર્ક'નો ગેટ હતો અને ત્યાં અમારા જેવી અનેક જિપ્સીઓ ગોઠવાયેલી હતી. અમારા સહાયકોએ જઈને અમારી ટિકિટ કઢાવી. 'વાઘની ધરતીમાં તમારું સ્વાગત છે' એવું લખાણ ધરાવતા ગેટમાંથી પસાર થતી વખતે અમારો રોમાંચ ક્યાંય સમાતો ન હતો.

અમે જંગલમાં પ્રવેશ્યાં. મેદાન ખુલ્લું હતું. બંને તરફ ઘાસિયાં મેદાનો હતાં. એ વચ્ચેથી પસાર થતા ધૂળિયા રસ્તા પર અમારી ૨૭ નંબરની જિપ્સી આગળ વધી રહી હતી... અમારી વાતો અને જિપ્સીના એન્જિન સિવાય કોઈ અવાજ સંભળાતો ન હતો. મેદાનો વચ્ચે ક્યાંક છૂટાંછવાયાં વૃક્ષોય ઊભાં હતાં. લશ્કરી સેના હુમલા માટે ઊભી હોય એમ દૂર વૃક્ષોની હારમાળા દેખાતી હતી. એ હારમાળા તરફ જ અમારી ગાડી આગળ વધતી હતી.

ગાઢ જંગલ વચ્ચેથી આગળ વધી રહેલી અમારી જિપ્સી.

થોડી મિનિટો પછી જંગલનાં કલેવર બદલાયાં. બંને તરફના મેદાનો ખતમ થયા હતા અને તેના સ્થાને ઊંચા-તોતિંગ વૃક્ષોની હારમાળા શરૂ થઈ હતી. વચ્ચે ખાલી જગ્યામાં હાથી સંતાઈ શકે એવું વિશાળ ‘એલિફન્ટ ગ્રાસ’ ઊભું હતું. જંગલમાં હતાં એટલે આવું પરિવર્તન તો સાહજિક હતું, પણ અકલ્પનીય સ્થિતિ બદલાયેલા તાપમાનની હતી. હજુ તો બપોરનો સમય હતો. કૂણો તડકો છવાયેલો હતો અને એ સ્થિતિમાં અમે ધ્રૂજી ઊઠીએ એવી ઠંડી છવાઈ રહી હતી. ઠંડી લાગશે એવો અમને અંદાજ હતો, પરંતુ ઠંડી અમારાં વસ્ત્રો વીંધીને હાડકાં સુધી પહોંચે એટલી આકરી હશે એની અમને કલ્પના ન હતી. એ સ્થિતિ વચ્ચેય અમારે હજારેક ચોરસ કિલોમીટરમાં પથરાયેલા જંગલમાંથી પસાર થવાનું હતું.

‘શશશ...’ અમારા ગાઇડે અમને ચૂપ કર્યાં અને રસ્તાના કાંઠે ઇશારો કર્યો. એમની આંગળી તરફ સૌએ નજર દોડાવી. ઘાસમાં કાળું કૂંડાળું દેખાતું હતું. થોડીવારે સમજાયું કે એ તો અજગર છે. ‘ઇન્ડિયન રોક પાયથન’ તરીકે ઓળખાતો અજગર મસ્તીથી પડ્યો હતો. કદાચ એ ભોજન પતાવીને બેઠો હતો.

અજગરની રજા લઈ આગળ વધ્યા ત્યાં ખુલ્લા ઘાસના મેદાનમાંથી દોડી આવતાં હરણો દેખાયાં. હરણ આમ તો આખા ભારતમાં સામાન્ય છે, પણ અહીંનાં હરણ વિશિષ્ટ હતાં, કેમ કે એક સમયે બારાસિંગાની સંખ્યા ઘટીને આંગળીના વેઢે ગણાય એટલી થઈ ગઈ હતી. એ વખતે કાન્હાએ બારાશિંગાને પોતાની આગોશમાં લીધા અને તેની વસતીવૃદ્ધિ થાય એવી સગવડ કરી આપી. પરિણામે હવે કાન્હામાં સેંકડોની સંખ્યામાં બારાસિંગા છે. ભારતમાં સજીવ સંરક્ષણનો ઉત્તમ નમૂનો કાન્હામાં બારાસિંગાના સંવર્ધને પૂરો પાડ્યો છે.

ફરી જિપ્સી આગળ ચાલી. અત્યંત ઊંચાં વૃક્ષો વચ્ચે એક તળાવ ભરાયેલું હતું. જંગલના સજીવોને પાણી પૂરું પાડતા એ જળાશયના કાંઠે રહેલું બોર્ડ રસપ્રદ હતું. બોર્ડમાં લખ્યું હતું કે તળાવનું નામ ‘શ્રવણ તાલ’ છે, કેમ કે રામાયણકાળમાં શ્રવણ તેનાં માતા-પિતા માટે અહીં પાણી ભરવા આવ્યો હતો અને ત્યારે જ રાજા દશરથે શ્રવણના પાણી ભરવાના બૂડબૂડ અવાજને પારખી શબ્દવેધી બાણ ચલાવ્યું હતું. એ પછીની કથા તો જાણીતી છે.

તાલના કાંઠે કેટલાંક પક્ષીઓ હતાં, તો વળી અન્ય સજીવો પણ પાણી પી રહ્યાં હતાં, પણ જિપ્સીના અવાજથી ફરી જંગલમાં જતાં રહ્યાં. અમને રાહ જોકે રાષ્ટ્રીય પ્રાણી વાઘની હતી, પણ વાઘ સિવાયનું જંગલ જોવાની ભારે મજા આવી રહી હતી. ખાસ તો ગાઢ જંગલ, ઊંચું ઘાસ, જમીન પર છવાયેલી વનરાજી જોઈને અમને સમજાતું હતું કે શા માટે અહીં આવ્યા પછી રુડિયાર્ડ કિપલિંગને આ જંગલ જોઈને 'જંગલ બૂક' લખવાનો વિચાર આવ્યો હશે (૧૮૯૪માં રૂડિયાર્ડ કિપલિંગે લખેલી વાર્તામાળા જંગલબૂકની પ્રેરણા તેમને કેટલેક અંશે કાન્હાના જંગલોમાંથી મળી હોવાનું કહેવાય છે. બીજો પ્રેરણાસ્રોત દોઢસો કિલોમીટર દક્ષિણે આવેલો પેંચ નેશનલ પાર્ક ગણાય છે. એ વખતે બધો વિસ્તાર એક જ મોટું જંગલ હતું.).

અરે, રૂકો... રૂકો... ડ્રાઇવરને અમારી સાથે રહેલા સહાયકે સૂચના આપી. પીછે લો... પીછે... ગાડી થોડી પાછળ આવી. રસ્તા તરફ આંગળી ચીંધી. અમે જોયું એ પછી કશુંય પૂછવાનું રહેતું ન હતું. જમીન પર વાઘનાં તાજાં પગલાં હતાં. અમને જાણકારી મળી કે પગલાંની સાઇઝ પરથી વાઘ યુવાન હોય એવું લાગે છે. શું આપણે નીચે ઊતરીને જોઈ શકીએ? એવો સવાલ અમે પૂછીએ એ પહેલાં જ અમને બીજી સૂચના મળી, પણ વાઘ આટલામાં જ હોવો જોઈએ માટે ગાડીની નીચે ઊતરવાનો સવાલ નથી. શરીર પર ક્યારની છવાયેલી ઠંડી એ એક જ જાણકારીથી એક ઝટકામાં ઊડી ગઈ. ચો-તરફ નજર નાખી, પણ વાઘને અમારામાં રસ હોય એમ લાગ્યું નહીં.

કાન્હા અર્થ લોજ, કાન્હા નેશનલ પાર્કમાં અમારો ઉતારો.

આગળ રસ્તો સાંકડો થયો. બંને તરફ મોટું ઘાસ હતું. એમાં એક કાળું ધાબું દૂરથી દેખાયું. એ ધાંબુ વળી હલ-ચલ પણ કરતું હતું. નજીક પહોંચ્યા ત્યારે ખબર પડી કે એ 'ભારતીય ગૌર (બાયસન-જંગલી ભેંસ)' હતી. તેનું કદ અને કલર ભારે પ્રભાવશાળી હતાં. એક પછી એક... કાન્હાની જીવસૃષ્ટિ અમારી સામે આવીને પસાર થતી જતી હતી. એટલામાં વાયરલેસ પર અમારી જિપ્સીને સૂચના મળી... સ્વાભાવિક રીતે જ સૂચના વાઘની હાજરી અંગેની હતી. જિપ્સીના પૈડાં ઢઢઢસ્સસસ્ કરતાં વળ્યાં અને ગાડી એ દિશામાં દોડવા લાગી. અલબત્ત, વાઘદર્શન એટલાં સહેલા ન હતાં, કેમ કે અમે ત્યાં પહોંચીએ ત્યાં સુધીમાં વાઘ ત્યાં ટકી રહે તેની કોઈ ખાતરી ન હતી, પણ અમે આશાવાદી હતાં...

થોડીવારે દૂર મેદાનમાં જિપ્સીઓની હારમાળા દેખાઈ. અમે સમજી ગયા કે બધા વાઘને સલામી આપવા ગયા છે. અમને કહેવામાં આવ્યું કે દૂર ઘાસમાં વાઘણ છે, પણ બેઠી છે, માટે સ્પષ્ટ નથી દેખાતી. અમે દૂરબીન હાથમાં લીધાં, આંખો સ્થિર કરી અને ઘાસની આરપાર જોવાનો પ્રયાસ કર્યો... હા, ખરેખર ત્યાં વાઘણ હતી. લીલાછમ્મ ઘાસ વચ્ચે પીળા-કાળા પટ્ટા દેખાતા હતા, બસ એ જ હતી વાઘણની પીઠ. થોડીવાર અમે રાહ જોઈ, પણ વાઘણ ત્યાંથી ખસી નહીં. વાઘ એ કાન્હાનું મુખ્ય આકર્ષણ છે. હજારેક ચોરસ કિલોમીટરમાં ફેલાયેલા કાન્હામાં સવાસોથી દોઢસો વાઘ રહે છે, પરંતુ વાઘ શરમાળ પ્રાણી

છે, આસાનીથી સામે આવે નહીં. પાર્કનો સમય પૂરો થવા જઈ રહ્યો હતો એટલે આખી વાઘણ હાલતી-ચાલતી દેખાય એવાં દર્શનની લાલચ મૂકીને અમે ગેટની બહાર નીકળ્યાં...

19 ડિસેમ્બર, 2019

લાકડામાંથી બનેલા છૂટાછવાયા કોટેજ, કોટેજ વચ્ચે ફાનસથી અજવાળાતો રસ્તો, દરેક કોટેજની બાલ્કની... અને ખાસ તો જંગલ વચ્ચે લોકેશનને કારણે અમારો ઉતારો હતો એ અર્થ લોજ પણ અમને બહુ રસપ્રદ લાગી. સવારે નિરાંતે ઊઠી, લોજમાં આમ-તેમ આંટા મારી અમે ગાડીની રાહ જોતાં હતાં. થોડીવારે ટેક્સી આવી પહોંચી, જેમાં સવાર થઈ અમારે જબલપુર પહોંચવાનું હતું. ત્યાં ટ્રેન અમારી રાહ જોઈ રહી હતી...

જતાં પહેલાં જાણી લો

* કાન્હાથી નજીકનું ઍરપૉર્ટ અને રેલવે જબલપુર જ છે. ત્યાંથી ટૅક્સી કરીને કાન્હા જઈ શકાય છે. બસો જાય છે, પણ તેના ભરોસે રહેવા જેવું નથી.
* રહેવા માટે કાન્હામાં એકથી એક ચડિયાતા રિસોર્ટ-લોજ ઉપલબ્ધ છે.
* કાન્હા ઘણું વિશાળ જંગલ છે, માટે બે દિવસ ફરવાની તૈયારી રાખી હોય તો સરળતા રહેશે.
* કાન્હામાં જિપ્સી ઉપરાંત એલિફન્ટ સફારીનો લહાવો પણ લઈ શકાય છે.
* ૧લી જુલાઈથી ૧૫ નવેમ્બર સુધી પાર્ક બંધ રહે છે.

6

ખાપરા-કોડિયાની ગુફા : સોનરખની રેતમાં રમતો બૌદ્ધયુગ

ખાપરા-કોડિયાને નામે ઓળખાતી જૂનાગઢના ઉપરકોટની ગુફાઓ હકીકતે બૌદ્ધ આશ્રયસ્થાન છે. 'ખુશ્બૂ ગુજરાત કી'ના શૂટિંગથી વધુ પ્રચલિત થયેલી ગુફાઓ સાથે ઇતિહાસ, રહસ્ય, રોમાંચ, સાહસ, સૌંદર્ય... એમ વિવિધ તત્ત્વો જોડાયેલા છે.

ઐતિહાસિક શહેર જૂનાગઢના છેડે ટેકરી ઉપર એક કિલ્લો ઊભો છે. ઊંચાઈવાળા સ્થળે આવેલો એ કિલ્લો ઉપરકોટના નામે જગજાહેર છે. લોકમાન્યતા તો એ કિલ્લાને છેક ઉગ્રસેન વખતનો ગણે છે અને પાટણના રાજવી દુર્લભસેનને એ કિલ્લાને ભેદવા બાર-બાર ચોમાસાં સુધી રાહ જોવી પડી હતી એ લોકકથાઓ પણ ક્યાં અજાણી છે?

એ ઉપરકોટના કિલ્લા પર, સોનરખ નદી (એક સમયે નદીમાં સોનાની રજ વહેતી હોવાનું કહેવાય છે, એટલે સોનરખ)ના કાંઠે ઘણી ગુફાઓ છે. એક સમયે તો એ ખેંગાર મહેલ (રા ખેંગાર જૂનાગઢનો રાજા હતો) તરીકે ઓળખાતી પણ વધુ જાણીતું નામ છે, ખાપરા-કોડિયાની ગુફાઓ...

ખાપરો અને કોડિયો કોણ હતો? બહારવટિયા હતા? કોઈ વેપારી હતા? ગુફાના રખેવાળ હતા? એની દંતકથાઓનો પાર નથી. અને એ બે નામો દંતકથાથી વિશેષ કશું નથી. મહત્ત્વ ગુફાઓનું છે, એ ખાપરા-કોડિયાના નામે ઓળખાય કે બીજા કોઈ નામે, કેમ કે ગુફાઓ આપણને છેક ભગવાન બુદ્ધના સમયમાં લઈ જાય છે. ગુજરાતમાં કેટલાક બૌદ્ધકાલીન અવશેષો છે, તેમાં આ ગુફાઓ વિશેષ મહત્ત્વની છે.

ગુફા તો જાણે બે સહસ્રાબ્દી કરતાં વધારે જૂની છે, પણ તેની પહેલી વખત જાણ મળી દોઢસોએક વર્ષ પહેલાં. ૧૮૭૪માં અંગ્રેજ પુરાતત્ત્વશાસ્ત્રી જેમ્સ બર્જેસના ફાળે પશ્ચિમ ભારતના ખંડેરો ખૂંદવાનું કામ આવ્યું હતું. કલકત્તા

રાજધાની ધરાવતા અંગ્રેજો પશ્ચિમ ભારતનાં ઐતિહાસિક સ્મારકોથી અજાણ હતા. માટે તેનો સર્વે કરવા જેમ્સ બર્જેસ નીકળી પડ્યો હતો.

રહસ્યમય બૌદ્ધ ગુફાઓ.

આજના રાજસ્થાન-ગુજરાત-મહારાષ્ટ્ર છે, ત્યાં દડમજલ કરતાં કરતાં એક દિવસ તેનું ધ્યાન પથ્થરમાં કંડારાયેલા એક બાંધકામ પર પડ્યું. અંગ્રેજે નજીક જઈને તપાસ કરી તો ત્યાં આખી લાંબી-પહોળી ગુફા હતી. આવી ગુફાઓ શોધવી એ જ તો તેનું કામ હતું. એટલે ઉત્સાહિત થઈને અંગ્રેજે સ્થાનિક લોકોને પૂછ્યું કે, આ શું છે? જવાબ મળ્યો : ખાપરા-કોડિયાની ગુફાઓ!

ગુફાઓ તો ત્યાં છેક સમ્રાટ અશોકના યુગથી હતી, પણ જેમ્સના ધ્યાને આવ્યા પછી તેનો પુરાતત્ત્વીય રીતે અભ્યાસ થયો, ગુફાની સાફસૂફી થઈ અને વિવિધ વિગતો એકઠી કરી તેનો ઇતિહાસ પણ નોંધવામાં આવ્યો. પછી તો જેમ્સે ઇતિહાસ તપાસ્યો તો ખબર પડી કે ૧૮૨૨માં કર્નલ રોડ આ ગુફાઓના સૌથી પહેલાં સંપર્કમાં આવ્યા હતા. એ પછી ફરી ભુલાઈ ગઈ હતી, તેને બર્જેસે યાદ કરાવી. એ પછી ફરી ભુલાઈ તેને અમિતાભે યાદ કરાવી! આજે તો હવે એ ગુજરાતના પ્રવાસન નકશા પર સ્થાન મેળવી ચૂકી છે.

'ખુશબૂ ગુજરાત કી' જાહેરખબરો હેઠળ અમિતાભે આ સ્થળનો પ્રચાર કર્યા પછી તે સર્વત્ર જાણીતી બની છે, પણ આ ગુફાઓને થવું જોઈએ એટલું નુકસાન તો નવાબીકાળ વખતે જ થઈ ગયું છે કેમ કે ત્યારે આસપાસમાંથી મોટા પાયે પથ્થરોનું ખોદકામ થયું છે. એટલે ગુફાનો ઉપરનો માળ અને દક્ષિણ ભાગ તો ઘણો-ખરો નષ્ટ થઈ ચૂક્યો છે. અત્યારે જે ભાગ વધ્યો છે, તેને જ ગુફા ગણીને ચાલીએ તો તેની લંબાઈ અઢીસો ફીટ જેવી અને પહોળાઈ પોણોસો ફીટ સુધીની છે. એટલે ગુફા મધ્યમ કદની કહી શકાય એવી છે.

ગુફામાં અંદર જવાનો રસ્તો તો સીધો સરળ છે, પણ જ્યારે ગુફાઓ બની હશે ત્યારે ખરેખર અહીંથી જ પ્રવેશ કરવાનો હશે કે કેમ એ જાણી શકાતું નથી. 'ગુજરાતના રાજકીય અને સાંસ્કૃતિક ઇતિહાસ, ભાગ-૨'માં નોંધ્યા પ્રમાણે ગુફાનું મુખ્ય પ્રવેશદ્વાર નક્કી થઈ શકતું નથી, પણ એલ આકારની ગુફાઓ એ વખતના સાધુઓનું આશ્રયસ્થાન હશે, એ વાત નક્કી છે. અરુણા દેશપાંડેના પુસ્તક 'બુદ્ધિસ્ટ ઇન્ડિયા રિડિસ્કવર'માં નોંધ્યા પ્રમાણે જ્યારે ચીની પ્રવાસી હ્યુ-એન-સંગે જૂનાગઢની મુલાકાત લીધી ત્યારે તેને અહીં ઢગલાબંધ બૌદ્ધ મઠો, અભ્યાસકેન્દ્રો જોવા મળ્યાં હતાં. તેમાં આ ગુફાઓનો પણ સમાવેશ થાય છે.

વર્ષો સુધી ખંડેર રહ્યા પછી હવે આ ગુફામાં પાતાળપ્રવેશ કરી શકાય છે.

ઉપરકોટની આ ગુફાની રચના સાદી છે, અજંતા-ઇલોરાની માફક તેની દીવાલો પર ભવ્ય શિલ્પો નથી કે નથી કોતરેલા સ્તંભો. હા, અંદરની દીવાલ પર શંખ-લિપિમાં કેટલાંક લખાણો નજરે પડે છે. અત્યારે આ ગુફાઓને બૌદ્ધ ગુફાઓ ગણાવાય છે. ગુફાઓ એ સમયનો રહેવાસ, કળા-કારીગરી, પથ્થરકામ... વગેરે પર પ્રકાશ ફેંકે છે, તેમાં કોઈ ના પાડી શકશે નહીં. ગુજરાતના ઇતિહાસમાં ઈસવીસન ૧લી સદીથી ઈસવીસન ૪૦૦ સુધીનો સમય ઇતિહાસકારો 'ક્ષત્રપકાલીન કળાના કાળ' તરીકે ઓળખે છે. ખાપરા-કોડિયા સહિતની આવી ઘણી ગુફાઓ એ ગાળામાં જ બની છે.

અમિતાભે ગુફામાં ઊભા રહી શૂટિંગ કર્યું અને સરકારે પ્રચાર કર્યો એટલે

થોડો સમય પ્રવાસીઓ ઉત્સાહપૂર્વક અહીં સુધી આવતા હતા. હવે ફરી ગુફાઓ રેઢી મુકાઈ ગઈ છે. આસપાસ અસામાજિક તત્ત્વોનો ઢેર જામેલો છે અને કોઈ રડ્યો-ખડ્યો પ્રવાસી ઇતિહાસમાં રસ હોય તો અહીં સુધી આવે છે. બાકી સામાન્ય પ્રવાસીઓના લિસ્ટમાં હજુ સુધી આ ગુફાઓએ સ્થાન મેળવ્યું નથી. વળી ગુફાની હાલત પણ અત્યારે એવી છે કે જેમ્સ બર્જેસ આવે તો ફરીથી નિરાશ થાય.

અમારાં દુર્ભાગ્ય એ કે જૂનાગઢના જ વતની હોવા છતાં દાયકાઓ સુધી આ ગુફાઓ જોઈ શકી નહીં, કેમ કે ગુફા જેવો અંધકાર જેની આંખો આગળ છવાયેલો હોય એવી સરકારોએ કોઈ'દી ગુફા વિકસાવી નહીં, પણ સદ્ભાગ્ય એટલાં ખરાં કે ગુફાઓ સાફ થઈ અને જોવા જેવી બની. એ વખતે અમે એમાં પ્રવેશ કરી શક્યા. વધુ રસપ્રદ વાત એ છે કે ઊંચા ઉપરકોટ પર આ ગુફા નીચા ભાગમાં આવેલી છે. એટલે કે ઊંચે ચડવાનું પછી ઑસ્ટ્રેલિયામાં કુબેર પીડી નામનું ભૂગર્ભ શહેર છે એમ અંદર ઊતરવાનું. ત્યાંથી ગુફાનું નવું જગત શરૂ થાય.

બૌદ્ધ ગુફાઓ તો અભ્યાસુઓ માટે, સામાન્ય લોકો માટે તો એ ગુફા ખાપરા-કોડિયાની ગુફા જ છે. અને એ નામે ઓળખાય એમાં જ લોકોને રસ છે. ખાપરા-કોડિયા અંગે મોઢાં એટલી વાતો છે. નામ પણ કોડિયો કે કોઢિયો એ અંગે મતમતાંતરો છે. વ્યાપક માન્યતા પ્રમાણે ખાપરો અને કોડિયો બંને લૂંટારા હતા. લૂંટારા રહી શકે એવું ઉત્તમ સ્થળ તો અવાવરુ ગુફા જ હોય ને! આ ખાલી પડેલી ગુફાઓમાં ખાપરો-કોડિયો રહેતા હતા. ત્યારથી એમના નામે ગુફા ઓળખાય છે.

ઇતિહાસકાર ડૉ. હસમુખ વ્યાસે નોંધ્યા પ્રમાણે ગુજરાત ઉપરાંત રાજસ્થાનમાં પણ ખાપરા-કોડિયાની કથા-દંતકથાઓ પ્રચલિત છે. ગુજરાતના લોકજીવનમાં તો તેની અનેક કથાઓ છે. એમ તો કચ્છમાં પણ ખાપરા અને કોડિયાની ગુફાઓ હોવાનું મનાય છે. હવે તો ખાપરા-કોડિયાનું નામ એટલું બધું ચલણી થઈ ગયું છે કે મૂળ કોની ગુફા છે, એ વાત સાવ ભુલાઈ જ ગઈ છે.

7

કોડાઈકેનાલ : અમેરિકન કનેક્શન ધરાવતું ભારતનું એકમાત્ર હિલસ્ટેશન

તમિલનાડુમાં આવેલું હિલસ્ટેશન કોડાઈકેનાલ નાનકડું છે, શાંત છે, સાત હજાર ફીટની ઊંચાઈએ આવેલું છે અને વેસ્ટર્નઘાટ કહેવાતા જંગલોનું પ્રવેશદ્વાર પણ છે. હનિમૂન ડેસ્ટિનેશન તરીકે લોકપ્રિય થયેલું આ સ્થળ કોઈનેય નિરાશ કરતું નથી.

ગાઈડે અમને ટ્રેકિંગ માટે સૂચના આપી એમાંથી ઘણીખરી તો અગાઉ સાંભળી હતી, પણ એક સૂચનાએ અમારા કાન સરવા કર્યાં : 'જુઓ આ પ્રકારનાં પાંદડાં દેખાય તો તેને અડકશો નહીં, તમારા શરીરને એ પાંદડા અડે નહીં તેનું પણ ધ્યાન રાખજો.' અમે હજુ તો કંઈ સવાલ કરીએ એ પહેલાં જ તેણે ઉમેર્યું, 'આ પાંદડું હકીકતે ડંખ મારવાનું કામ કરે છે, એટલે જ્યાં અડશે ત્યાં કીડીએ ચટકો ભર્યો હોય એવું લાગશે અને ચામડી પર લાલ ચાઠું પડી જશે...' કેટલીક વનસ્પતિઓને સ્પર્શ કરવાથી ખંજવાળ ઊપડે એ વાત અજાણી ન હતી, પરંતુ લીલાંછમ દેખાતાં આકર્ષક પાંદડાં આ પ્રકારે છૂપા રૂસ્તમ નીકળશે તેનો ખ્યાલ અમને ત્યાં પહેલી વખત મળ્યો.

હકીકતે એ પાંદડા વર્ષા જંગલોમાં વધારે જોવા મળતાં અને 'સ્ટિંગિંગ ટ્રી (શાસ્ત્રીય નામ - Dendrocnide Photinophylla)' નામે ઓળખાતા છોડના હતા. ઑસ્ટ્રેલિયાના વર્ષા જંગલોમાં તેની વ્યાપક વસતી છે. કોડાઈ જેના છેડે આવેલું છે એ વેસ્ટર્ન ઘાટના જંગલો પણ વર્ષા જંગલો જ છે. માટે ત્યાં થોડાં પ્રમાણમાં આવા છોડ જોવા મળે છે. અમને ઇચ્છા પણ થઈ આવી કે એકાદ પાંદડાને સ્પર્શીને જાત-અનુભવ લઈ જોઈએ...

મોટે ભાગે હિલ સ્ટેશને સપરિવાર જતાં પ્રવાસીઓ ટ્રેકિંગના વિકલ્પથી દૂર રહેવાનું પસંદ કરે છે. કોડાઈમાં એ ભૂલ કરવા જેવી નથી, કેમ કે કોડાઈનું કેટલુંક સૌંદર્ય તો ટ્રેકિંગ કર્યા પછી જ જોવા મળી શકે એમ છે. અહીં સપરિવાર

ફરી શકાય એવા એકથી ત્રણ કિલોમીટર સુધીના સાવ સરળ ટ્રેક પણ છે. કોઈ સ્થાનિક જાણકાર ટ્રેકર સાથે હોય તો આ પાંદડાં, વૃક્ષના થડ પર સ્પ્રિંગ પહેરાવી હોય એવી ડિઝાઇન ધરાવતું 'પિચ ફ્રૂટ ટ્રી (જે હકીકતે ફળ પેદા નથી કરતું, માત્ર નામ છે)', વગેરે જોઈ શકાય. અમારા 'તામરા (તમિલ ભાષામાં કમળ) રિસોર્ટ'ના ટ્રેકર અમને 'રેઈન્બો' નામે ઓળખાતા અઢી કિલોમીટરના ટ્રેક પર લઈ ગયા હતા. એ ટ્રેકિંગ દરમિયાન જ અમને કુદરતની આ કરામત જોવા મળી. આ ટ્રેકના રસ્તામાં 'બ્રોકલી ફ્લાવર' નામનું જંગલ પણ આવે છે, કેમ કે પહાડી ઢોળાવ પર વૃક્ષો એ રીતે ઊભેલાં છે કે દૂરથી તેને જોતાં કોઈ બ્રોકલીશ (કોબી ફ્લાવર)નું ખેતર હોય એવું લાગે. ટ્રેકિંગ ન કર્યું હોત તો એ અનુભવ ચૂકી ગયા હોત.

ભારતનું સ્વિત્ઝરલૅન્ડ ગણાતું કોડાઈ.

✣

ભારતનાં ઘણાંખરાં હિલસ્ટેશન બ્રિટિશરોએ વિકસાવ્યાં. યુરોપના ઠંડા વાતાવરણમાં રહેવા ટેવાયેલા અંગ્રેજોને ભારતના મેદાની પ્રદેશોની ગરમી માફક આવતી ન હતી. માટે જ્યાં ટેકરી-ડુંગર મળ્યાં અને વાતાવરણ અનુકૂળ જણાયું ત્યાં હિલસ્ટેશન સ્થાપી દીધાં. તમિલનાડુમાં મદુરાઈ અને કોઈમ્બતૂર વચ્ચે આવેલા હિલસ્ટેશન કોડાઈકેનાલનો ઇતિહાસ જરા જુદો પડે છે. એ સ્થળ વિકસાવવાનું કામ તો અંગ્રેજોએ જ કર્યું, પણ તેના મૂળમાં અમેરિકન ખ્રિસ્તી ધર્મપ્રચારકો હતા. ખ્રિસ્તી ધર્મના પ્રચાર-પ્રસાર હેતુથી આ વિસ્તારમાં રહેતા અમેરિકન પાદરીઓને

મદુરાઈની ગરમી માફક આવતી ન હતી. એ વખતના બ્રિટિશ સર્વેયર લેફ્ટનન્ટ બી. એસ. વોર્ડ ઘૂમતા ઘૂમતા ટેકરી પર પહોંચ્યા. તેમને અહીંનું વાતાવરણ, દૂર સુધી દેખાતી ટેકરીની હારમાળા, ઉપરથી દેખાતી ખીણ, મેદાની પ્રદેશ અને તેમાં આવન-જાવન કરતાં વાદળોનાં ઝુંડ, ઠંડો પવન, ઊંચાં ઘટાદાર વૃક્ષો... જોઈને વોર્ડે ગરમીમાં શેકાતા અમેરિકન પાદરીઓને આ સ્થળ ચીંધી બતાવ્યું. ગરમી સામે મળેલી એ કુદરતની ભેટ હતી એટલે એ માટેનો તમિલ શબ્દ 'કોડાઈકેનાલ (ધ ગિફ્ટ ઑફ ધ ફોરેસ્ટ)' આ સ્થળને આપી દેવાયો.

બ્રોકલી ફોરેસ્ટ એટલે કે બ્રોકલી જેવા લાગતા વૃક્ષોના જંગલ.

ટેકરીઓ પર સ્થાનિક આદિવાસીઓ તો પહેલેથી રહેતા હતા. તેમની વચ્ચે એક પછી એક પશ્ચિમી ઢબનાં મકાનો, ચર્ચ, વગેરે બંધાતું ગયું. સમય જતાં સ્થળ હિલ સ્ટેશન તરીકે ખ્યાતનામ થયું અને હવે તો દક્ષિણ ભારતનાં મહત્ત્વનાં પ્રવાસન સ્થળોમાં તેનું નામ લેવાય છે. 7200 ફીટની ઊંચાઈએ આવેલું કોડાઈ 'પહાડોની રાણી' તરીકે પણ પોપ્યુલર છે, 'હનિમૂન ડેસ્ટિનેશન' તરીકે ખ્યાતનામ થયું છે, પણ હકીકત એ છે કે ત્યાં જનારા કોઈને એ નિરાશ કરતું નથી. ત્યાં બે-ત્રણ દિવસ સહેજે ગાળી શકાય એમ છે. ત્યાં શું શું કરવા જેવું છે?

કોકર્સ વોક-શોર્ટ વોક ટુ હિસ્ટરી

એક તરફ કોડાઈની પહાડી અને બીજી તરફ ખીણ વચ્ચેથી પસાર થતો આ

નાનકડો વોક વે 1872માં લેફ્ટનન્ટ કોકર્સે તૈયાર કરાવ્યો હતો. અહીં કંઈ ખાસ જોવાનું ન હોવા છતાં બધું છે, કેમ કે નાનકડા રસ્તેથી જ દૂર સુધી ફેલાયેલો કુદરતનો વૈભવ જોવા મળે છે. એકાદ કિલોમીટરનો આ રસ્તો પ્રવાસીઓના તન-મનમાં કોડાઈ ભરી દેવાનું કામ કરે છે. સવાર-સાંજ ચાલીને ફરી શકાય તો વળી સાઇકલ સવારીનો વિકલ્પ પણ અહીં મળે છે. રસ્તાને કાંઠે ઊંચી મેડી ઉપર ટેલિસ્કોપ હાઉસ બનાવેલું છે, જ્યાં ટિકિટ લઈને દૂર સુધી ખીણના દર્શન કરી શકાય છે.

હાથવગું સ્થળ : કોડાઈ લેક

કોડાઈમાં ઊતરતાંની સાથે જ પહેલાં ફરવા જેવું હાથવગું સ્થળ એટલે કોડાઈ લેક. એ શહેર વચ્ચે જ છે માટે દૂર જવું પડતું નથી. સાડા ચાર કિલોમીટર લંબાઈ ધરાવતું સરોવર અંગ્રેજોએ તૈયાર કરાવડાવ્યું હતું. માનવનિર્મિત હોવાથી એ ગોળ કે લંબગોળ નહીં, પરંતુ સ્ટાર આકારનું છે. આજે સરોવરનું મુખ્ય આકર્ષણ તેની બોટ રાઇડ અને સરોવર ફરતેની લટાર છે. સરોવરના કાંઠે મુલાકાત લેવા જેવી ખાણી-પીણીની દુકાનો છે અને એક છેડે આવેલો બ્રાયન્ટ પાર્ક પણ તેનાં વૈવિધ્યપૂર્ણ છોડ-વેલા, ગ્લાસ હાઉસ વગેરે માટે જાણીતો છે.

પાંદડાં તો ઘણા જોયા, પણ આ પાંદડાથી દૂર રહેવાની અમને સલાહ મળી.

પિલ્લર રોક – પથ્થર કે સનમ

કોડાઈની વિશેષતા તેની ભૌગોલિક રચના છે. પહાડી ઢોળાવ તો છે જ, પરંતુ અહીં ઘણી જગ્યાએ પહાડ પૂરો થઈ સીધી ખીણ-કરાડ શરૂ થાય છે. એવી જ એક રચના પિલ્લર રોક તરીકે ઓળખાય છે, કેમ કે ખીણના છેડે પાસપાસમાં ત્રણ પથ્થરના કદાવર પિલ્લર પાસપાસે ઊભા કરી દીધા હોય એવું 'બાંધકામ' કુદરતે કર્યું છે. જોકે ત્રીજો પથ્થર પહાડનો જ ભાગ લાગે છે, એટલે પહેલી નજરે બે પિલ્લર ઊભા હોય એવું દેખાય છે. પિલ્લરની ઊંચાઈ સવાસો મીટર જેવી છે એટલે તેનો દેખાવ પ્રભાવશાળી લાગે. સરકારે અહીં વ્યૂ પોઇન્ટ બનાવેલો છે. અલબત્ત, વ્યૂ પોઇન્ટે પહોંચી જવાથી વ્યૂ દેખાશે જ એવું માની લેવાની જરૂર નથી, કેમ કે કુદરતની આ રચના જોવા ઘણી વખત કુદરતની જ ધુમ્મસ નામની કરામત આડી આવે છે. કોડાઈમાં પ્રવાસીઓની માફક સર્વત્ર હાજરી ધરાવતું એક પરિબળ હોય તો એ ધુમ્મસ છે. જેના કારણે ઘણી વખત તો રસ્તા પર દસેક મિટરથી વધારે દૂરનું જોઈ શકાતું નથી. એટલે પિલ્લર રોક જોવા ગયેલા પ્રવાસીઓ કુદરતની રજામંદી વગર યોદ્ધાની જેમ ઊભેલા ખડક જોઈ શકતા નથી.

સિલ્વર કાસ્કેડ અને લિરિલ ધોધ

કોડાઈકેનાલમાં ધોધનો પાર નથી. ગમે તે દિશામાં ચાલો, એકાદ ધોધ તો મળે જ.

કેડાઈ આસપાસ નાના-મોટા અડધો ડઝન ધોધ છે. એમાંય એક નાનકડો ધોધ તો નગર વચ્ચેથી પસાર થતી નદીમાં જ જોવા મળે છે. 180 ફીટ ઊંચેથી પડતું પાણી જાણે ચાંદીનો પ્રવાહ ઉપરથી નીચે આવતો હોય એવું દશ્ય સર્જે છે માટે તેનું નામ 'સિલ્વર કાસ્કેડ' પડી ગયું છે. કોડાઈ સરોવરમાં ઊભરાતું પાણી વહી જઈને મદુરાઈ રોડ ઉપર 8 કિલોમીટર દૂર આવેલા આ ધોધ સુધી પહોંચે છે.

પુરાતન અંગ્રેજ બાંધકામાંથી તૈયાર થયેલો ભવ્ય તામરા રિસોર્ટ, જેનું બાંધકામ અત્યંત આકર્ષક છે.

સિલ્વર ઉપરાંત શહેરથી ચારેક કિલોમીટર દૂર પામ્બર નદી અહીં જોશપૂર્વક પથ્થરોને ઓળંગતી વહી જાય છે. પથ્થરમાં જાણે પગથિયાં બનાવ્યાં હોય એ રીતે નદી અહીં ક્રમશઃ ઊતરતી જાય છે. આ ધોધ ઊંચો નથી, પરંતુ પહોળો છે. જોકે વિશેષ આકર્ષણ તેનું નામ છે, 'લિરિલ ધોધ', કેમ કે વર્ષો સુધી લિરિલ સાબુની એડવર્ટાઇઝમેન્ટના શૂટિંગ અહીં જ થયાં હતાં.

'થાલિયાર' નામનો ધોધ 297 મીટર ઊંચાઈએથી પડતું મૂકે છે, પરંતુ ચોમાસા સિવાય એ જોવા મળવો મુશ્કેલ છે. આ ધોધ તેની સીધને કારણે 'રેટ ટેઇલ્સ (ઉંદરની પૂંછ) ફોલ્સ' નામે પણ ઓળખાય છે. ઊંચા ખડકમાં વચ્ચે ચોકથી સફેદ લીટી કરી હોય એવો દેખાતો આ ધોધ ભારતનો છઠ્ઠો સૌથી ઊંચો

ધોધ છે. ચોમાસા સિવાયના સમયે ધોધ સુધી હાઈકિંગ કરીને જઈ શકાય છે.

ગગન સાથે વાતો કરતાં પાઈન વૃક્ષ

મદુરાઈનું મીનાક્ષી મંદિર તેના હજાર થાંભલાના બાંધકામ માટે જાણીતું છે. કોડાઈ પાસે આવેલું પાઇન ફૉરેસ્ટ હજાર તો નહીં, પણ સેંકડો પાઇનનાં વૃક્ષો ઊભાં કરી કોઈ બાંધકામ કર્યું હોય એ રીતે સીધા સોટાની માફક ઊભું છે. પાઇન ફૉરેસ્ટ નામના આ નાનકડા વિસ્તારમાં એક જ સ્થળે એકસાથે પાઇનનાં વૃક્ષો પાસપાસે ખોડી દીધાં હોય એ રીતે ઊભાં છે. હકીકત એ છે કે આ વૃક્ષો કુદરતી રીતે નથી ઊગ્યાં, પરંતુ કોડાઈમાં થઈ રહેલા બાંધકામો માટે ઇમારતી લાકડું મળી રહે એ હેતુથી અંગ્રેજ અધિકારી બ્રાયન્ટે જ વન ઉગાડ્યું હતું.

ચોમાસાને બાદ કરતાં ત્યાં બીજી કોઈ વનરાજી, નાના-નાના વૃક્ષ કે છોડ-વેલા ઊગતા નથી એટલે જમીની ભાગ ગીચ બનતો નથી. તેને કારણે પ્રવાસીઓ જંગલની અંદર સુધી જઈ શકે છે. બસ્સો-ત્રણસો ફીટ ઊંચે સુધી લંબાતાં વૃક્ષોના જમીન પર નીકળેલાં મૂળિયાં પણ વિવિધ આકારની ડિઝાઇન બનાવે છે. અહીં પ્રવાસીઓ ઘોડેસવારી કરી શકે છે, તો વળી સાઉથની ફિલ્મો-સિરિયલના શૂટિંગ માટે આ સ્થળ ભારે લોકપ્રિય છે.

પાતાળનું પ્રવેશદ્વાર - ગુના ગુફા

ગુના ગુફા પાસે પથરાયેલું વૃક્ષના મૂળિયાનું જાળું.

રસ્તાના કાંઠે જંગલમાં થોડું ચાલીને અંદર જઈએ ત્યાં ધુમ્મસનો પડદો છવાયેલો જોવા મળે. એ પાંદડાંની પેલે પાર નાનકડા ઢોળાવ પરથી ગુફાનું અનોખું જગત શરૂ થાય છે. એ ગુફાનું નામ 'પાંડવ ગુફા' અથવા 'ડેવિલ્સ કેવ' છે, પરંતુ વધારે જાણીતું નામ ગુના કેવ્સ થયું છે, કેમ કે 1992માં 'ગુના' નામની ફિલ્મનું ત્યાં શૂટિંગ થયું હતું. 1821માં અંગ્રેજ ઑફિસર વી. એસ. વોર્ડને સૌ પહેલાં આ ગુફા ધ્યાને ચડી હતી.

એ વખતે ગુફામાં કોઈને ખાસ રસ પડ્યો નહીં, પણ 1990ના દાયકામાં ફરી કોઈના ધ્યાને ગુફા ચડી અને પછી પોપ્યુલર થઈ. ગુના કેવમાં પડી જવાનો ખતરો હોવાથી હવે તેને જાળીબંધ કરી દેવાઈ છે. માન્યતા પ્રમાણે વનવાસ દરમિયાન પાંડવો અહીં રસોઈ કરતા હતા. ગુફા શરૂ થાય ત્યાં સપાટી પર આવેલાં વૃક્ષોનાં મૂળિયાંએ કોઈ મંદિરની દીવાલ પર કોતરકામ કર્યું હોય એવી ડિઝાઇન બનાવી છે. ધુમ્મસમાં ગુફા ન દેખાય તો પ્રવાસીઓ નિરાશ થવાને બદલે આ મૂળિયાંમાં અટવાઈ જાય છે.

અન્ય સ્થળો

અપર લેક વ્યૂ : થોડી ઊંચાઈ પર આવેલા આ સ્થળેથી કોડાઈ નગરનો ઘણો વિસ્તાર, સરોવર, દૂર ફેલાયેલી હરિયાળી નજરે પડે છે.

મોઇર પોઇન્ટ : અંગ્રેજ અધિકારી થોમસ મોઇરના નામે બનેલા આ સ્થળેથી પણ ખીણપ્રદેશ જોઈ શકાય છે, પરંતુ જો વાતાવરણ સાફ હોય તો.

કુરિંજીવન : 12 વર્ષે એક વખત ખીલતાં કુરિંજીનાં ફ્લાવર પણ અહીં ઊગે છે.

ટેલિસ્કોપ : અહીં સોલાર ઓબ્ઝર્વેટરી પણ છે, જે ખગોળવિજ્ઞાન રસિયાઓને આકર્ષે છે. સૂર્યમાંથી આવતા રેડિયો તરંગોના અભ્યાસ માટે આ ટેલિસ્કોપ પ્રખ્યાત થયેલું છે.

જતા પહેલાં જાણી લો

* નજીકના ઍરપૉર્ટ મદુરાઈ (120 કિલોમીટર) અને કોઈમ્બતૂર (170 કિલોમીટર) છે. કોડાઈકેનાલ રોડ નામનું રેલવે સ્ટેશન 80 કિલોમીટરના અંતરે આવેલું છે. મદુરાઈ, પાલાની, કોડાઈ રોડ વગેરેથી બસ પણ મળતી રહે છે.
* જ્યાંથી ઢોળાવદાર પહાડી રસ્તો શરૂ થાય એ પાલાનાથી કોડાઈનું અંતર 65 કિલોમીટર છે. એ વખતે બંને તરફ ખીણનો અદ્ભુત નજારો જોવા

માટે વચ્ચે વચ્ચે અમુક વ્યૂ પોઇન્ટ પણ બનાવેલા છે. આ 65 કિલોમીટરની સફર કાપતા બે-અઢી કલાક તો થશે જ.

* આખા વર્ષમાં ગમે ત્યારે જઈ શકાય. ઉનાળામાં ક્યારેક તાપમાન 30 ડિગ્રી સુધી પહોંચે છે, તો પણ તાપમાન ખુશનુમા હોય છે. શિયાળામાં આઠ ડિગ્રી સુધી નીચે જાય છે. ટ્રેકિંગ કરવાનો ઉદ્દેશ હોય તો ચોમાસામાં પ્રવાસ ટાળવો કેમ કે ટ્રેકિંગ રૂટ લપસણા હશે અને વેસ્ટર્ન ઘાટના જંગલોની ગાઢ લીલોતરી પણ અવરોધરૂપ બનશે.
* હિલસ્ટેશન પર આમ તો ઠેર ઠેર ઉતારા-ઓરડાના બોર્ડ જોવા મળે. અહીં એવું નથી. નાનકડા કોડાઈમાં હોટેલ-રિસોર્ટ પણ મર્યાદિત છે. સુવિધાસજ્જ અને પરિવાર સાથે રહી શકાય એવું સ્થળ તામરા રિસોર્ટ છે. હા, જંગલમાં કેમ્પિંગ કરીને રહેવાના વિકલ્પો પણ અહીં ખૂલ્યાં છે.
* ઘરેલુ ધોરણે બનતી અહીંની ચૉકલેટ લોકપ્રિય છે. એ રીતે અનેક રોગોમાં અકસીર ગણાતું નીલગીરીનું તેલ પણ લેવા જેવું ખરાં. તેજાના, ચંદનનું તેલ, સુખડ વગેરે ખરીદવા માટે યોગ્ય દુકાન પસંદ કરવી રહી.
* સામાન્ય રીતે હિલસ્ટેશનમાં હોય એમ જોવા જેવાં સ્થળો એકબીજાથી દૂર છે. માટે ચાલીને જઈ શકાય એમ નથી, ટેક્સીનો વિકલ્પ ઉત્તમ છે.
* શહેરમાં ફરવા ડબલ સિટવાળી સાઇકલો ભાડે મળી રહે છે. નગરનો મુખ્ય વિસ્તાર કહી શકાય એ ભાગ તો 22 ચોરસ કિલોમીટરનો જ છે.

✣

૪

રામનાથ : બિલખા પાસે ગિરનારમાં આવેલું પ્રકૃતિ-ધામ

જૂનાગઢમાંથી ગિરનારનો અગ્ર ભાગ દેખાય છે. પાછળનો ભાગ જોવા માટે એક જાણીતું સ્થળ રામનાથ છે. ગિરનારના નવીન સ્વરૂપના અહીં દર્શન થશે.

સોરઠને શોભાવતા મહા-પર્વત ગિરનારમાં તો તેત્રીસ કરોડ દેવતાનો વાસ મનાય છે. એટલા બધા દેવતાની તો મુલાકાત ન લઈ શકાય, પરંતુ ત્યાં કેટલાક નમૂનેદાર સ્થળો છે. એમાંનું એક સ્થળ જૂનાગઢથી જરા દૂર બિલખા પાસે આવેલું રામનાથ છે.

અડધો દિવસનો સમય હોય તો જોવા જેવી જગ્યા.

નામ પ્રમાણે શિવજીનું મંદિર છે, પરંતુ સામાન્ય મંદિર નથી. મંદિર પાસે નદી વહે છે, નદીમાં મગર રહે છે. મંદિરની બધી બાજુ નાનાં-મોટાં ગિરનારનાં શિખરો આવેલાં છે. એમાં પણ દક્ષિણ ભાગે તો શિખર ઊંચાં અને ખાસ્સા નજીક છે, જે બીજા કોઈ સ્થળેથી જોવા મળવા મુશ્કેલ છે.

મંદિર પોતે ઊંચા ઢોળાવ પર છે, જ્યાં પગથિયાં ચડીને જવું પડે. અહીં સામાનની હેરાફેરી કરવા માટે ખાસ પ્રકારની ટ્રોલી અને તેના ટ્રેકની સગવડ કરવામાં આવી છે. રેલવે જેવા પાટા બિછાવેલા છે, જેના પર સરકીને ટ્રોલી નીચે આવે, સામાન તેમાં ગોઠવાય, ફરી ઊંચે ચડે. એ પગથિયાંની સમાંતર હોવાથી પ્રવાસીઓને જોવાની મજા પડે છે.

આમ તો બારેમાસ અહીં પ્રવાસીઓ આવતા રહે છે, પણ મહત્ત્વ ચોમાસા વખતે ઊંચકાય છે, કેમ કે ત્યારે વન હરિયાળું થઈ ગયું હોય છે, નદી ખળખળ વહેતી હોય અને શાંતિથી સાંભળવામાં આવે તો જંગલનો નાદ પણ સાંભળવા મળે.

મંદિર સુધી લઈ જતી સીડી અને બાજુમાં રેલવેના પાટા.

મંદિર સુધી જતા પહેલાં એક છીછરા કૂંડમાંથી પસાર થવું પડે. મુલાકાતીઓ કદાચ પગ ધોવાનું ભૂલ્યાં હોય તો પણ આ કૂંડમાંથી પસાર થાય એટલે પગ આપોઆપ ધોવાઈ જાય. પાણીનું સ્તર માંડ ચાર-છ ઇંચ જેટલું જ હોય છે.

મંદિર અને જગ્યા તો રસપ્રદ છે, પણ ત્યાં સુધી લઈ જતો રસ્તો પણ રસપ્રદ છે. આ જંગલ મૂળભૂત રીતે ગિરનાર સેન્ચુરી વિસ્તારમાં છે, માટે તેની વાટ વનમાંથી પસાર થાય છે. મંદિર પાસે આવેલા જળાશયમાં મગર છે, તો

રસ્તામાં ક્યાંક હરણ પણ જોવા મળી શકે. મંદિર પરિસરમાં પહોંચ્યા પછી કોઈ મનુષ્ય સ્વાગત કરે કે ન કરે, મનુષ્યના પૂર્વજો એટલે કે વાનરોનાં ટોળાં અચૂક જોવા મળે.

અહીં જંગલખાતાના નિયમો પણ લાગુ પડે છે. એટલે આડા-અવળું ન જવું, પ્લાસ્ટિક અને અન્ય પ્રદૂષણ ન ફેલાવવું... વગેરે સૂચના આપવામાં આવે છે.

જૂનાગઢની સફર વખતે અડધો દિવસનો સમય હોય તો રામનાથ આસાનીથી જઈ-આવી શકાય. પોતાનું વાહન હોય તો સરળ રહે, બાકી જૂનાગઢથી તો રિક્ષા-ટૅક્સી પણ મળી રહે. ગિરનારનું સૌંદર્ય સમજવા-માણવા-જાણવા માટે અહીં સુધી એકાદ વાર તો આવવું જ રહ્યું.

❖

9

ગુજરાતના પહેલા અને છેલ્લા બહારવટિયાની શોધયાત્રા

મેઘાણીએ 'સોરઠી બહારવટિયા'માં જે બહાદુરોને સ્થાન આપ્યું છે, તેમાંથી પહેલા અને છેલ્લા બહારવટિયા સાથે સંકળાયેલી જગ્યાની સફર કરી. એ સફરનું વર્ણન...

હવે બહારવટે ચડવાનો યુગ રહ્યો નથી, પરંતુ આઝાદી પહેલાં અંગ્રેજયુગમાં જ્યારે અંગ્રેજો અથવા તો અંગ્રેજોની સોડમાં ભરાયેલા રાજવીઓ પ્રજા પર દમન ગુજારતા ત્યારે કોઈક મરદ પુરુષો વટ રાખવા રાજસત્તાની બહાર નીકળી જતા હતા અને પછી રાજસત્તાને ધોળા દિવસે તારા દેખાડતા. એ માટે તેઓ બહારવટિયા કહેવાતા હતા. ગુર્જરધરા ઉપર પાંચસો વર્ષ દરમિયાન થઈ ગયેલા 13 બહારવટિયાની શૌર્યકથા મેઘાણીએ 'સોરઠી બહારવટિયા'માં નોંધી છે. બહારવટિયાકથા મેઘાણીએ નોંધી લીધી પછી એના વિશે નવું શું લખી શકાય તેની મને સતત શોધ રહે છે. સદ્‌ભાગ્યે નવું મળતું રહે છે, કેમ કે દરેક બહારવટિયાની કથા સત્યકથા છે, માટે તેમની સાથે સંકળાયેલાં સ્થળો, વ્યક્તિઓ, ગામ-ગરાસ સાવ ધરતી પરથી ભૂંસાઈ નથી ગયાં.

મારે યોગાનુયોગ એ થયો કે 'સોરઠી બહારવટિયા'માં નોંધેલા સૌથી પહેલાં બહારવટિયા જેસાજી-વેજાજી (1473થી 1494) અને છેલ્લા બહારવટિયા રામ વાળા (1914-15) સાથે સંકળાયેલા સ્થળોની મુલાકાત લેવાની તક મળી. એ પછી લખવાની પણ મજા પડી.

વેજલ કોઠો...

એક દિવસ ઝવેરચંદ મેઘાણીના પૌત્ર અને મારા મિત્ર પિનાકી મેઘાણીએ માહિતી આપી કે જંગલમાં ક્યાંક વેજલ કોઠો છે. વેજલ કોઠો શું છે એ ત્યારે

મને ખબર ન હતી. માટે એ માહિતી પણ આપી કે 'સોરઠી બહારવટિયા'માં જે પહેલા બહારવટિયાનો ઉલ્લેખ છે એ જેસાજી-વેજાજી વેજલ કોઠામાં રહેતા હતા. હવે એ ભૂમિ ખાંભા પાસે ક્યાંક જંગલમાં છે.

મેઘાણીએ જેનું વર્ણન કર્યું એ વેજલકોઠાએ પહોંચ્યા પછી લાગ્યું કે બહારવટિયા રહી શકે એ જગ્યા આવી જ હોય.

જંગલમાં મંગલ કરવા માટે એટલી માહિતી પૂરતી હતી. એક દિવસ ખાંભા બાજુ જવાનું થયું ત્યારે સ્થાનિક પત્રકાર મિત્ર દિલીપ જીરૂકાને કહ્યું કે વેજલ કોઠે જવું છે. તેમણે ખાંભાના પત્રકાર મિત્ર દશરથસિંહ પરમારને જાણ કરી મારી સાથે આવવા સૂચના આપી દીધી હતી. જગ્યા જંગલમાં અંદર હતી એટલે વન ખાતાની પરવાનગી પણ લઈ લીધી હતી.

જ્યાં કોઈ જતું ન હતું, એવા આ સ્થળે જઈને આ લોકોને શું કરવું હશે એ બધાને સવાલ થતો હતો, પણ ઘણી વખત જ્યાં કોઈ ન જતું હોય ત્યાંથી કંઈક મળે ખરું. આવાં સ્થળોની મુલાકાત લેવા પાછળનો મારો ઇરાદો લખવા માટે નવી સામગ્રી મળે એવો હોય અને જંગલમાં નવું સ્થળ જોયાનો આનંદ થાય એવો પણ હોય. એટલે પછી ત્યાં શું હશે તેની પરવા કર્યા વગર નીકળી પડ્યા.

ખાંભાથી બે બાઇકમાં ત્રણ જણ હતા (ત્રીજો સાથીદાર મારો સાળો અંકિત). થોડીવારે રસ્તો પૂરો, જંગલ શરૂ. દશરથભાઈની ગાડી આગળ, અમે પાછળ. આગળ જતાં ઢાળ શરૂ થયો, એમાં સાંકડી કેડી, વિખરાયેલા પથ્થર... એના પરથી બાઇક ચલાવવી ભારે અઘરી હતી, પણ હવે આવી ગયા તો ચલાવ્યે જ છૂટકો હતો.

અડધી-પોણી કલાક સુધી જંગલમાં આ રીતે જોખમી સફર કર્યા પછી ટેકરી પર એક જગ્યાએ ઊભા રહ્યા. દૂર નાનકડું ખંડેર થયેલું મંદિર દેખાતું હતું. મંદિર પાસે થોડું મેદાન હતું, એટલા પૂરતી ટેકરી સપાટ હતી. ટેકરી પર જઈને જોયું તો આગળ ત્રણ નદીઓ ભેગી થતી દેખાઈ. એ ત્રણેય નદીની વચ્ચે આ ટેકરી હતી, જેનું નામ જ વેજલ કોઠો. જેસાજી-વેજાજીની વળી બીજી વિશિષ્ટતા એ હતી કે ઘોડાને બદલે નીલગાય-રોઝડા પર બેસીને એ બહારવટું ખેલતા હતા.

આ બહારવટિયાઓ વિશે લખતા પહેલાં મેઘાણી અહીં આવ્યા હતા. જે પણ લખતા એ ફરીને જ લખતા હતા. એ વખતે તેમને ત્યાં પહોંચવામાં કેવી મુશ્કેલી થઈ હતી એ વાત મેઘાણીએ પોતાના પ્રવાસવર્ણનના પુસ્તક ‘સૌરાષ્ટ્રનાં ખંડેરો’માં કર્યું છે. મેઘાણી સાથે સ્થાનિક જાણકાર, એક દુહાગીર (દુહા ગાનાર) વગેરે હતા. બીજા સમર્થ લોકસાહિત્યકાર પણ સાથે હતા, દુલા કાગ! ઊંટ અને ઘોડા પર સવારી કરીને અહીં આવ્યા હતા (મેઘાણી જેના પર સવારી કરતા એ ઊંટનું નામ ‘સલૂન’ પાડ્યું હતું!). એ પશુઓને નીચે રાખી દુહાગીર સાથે મેઘાણીએ ટેકરી ચડવાનું ચાલુ કર્યું. અડધેથી પેલા દુહાગીરે કહી દીધું કે ઉપર તમને જેસાજી-વેજાજી મળે તો મારા રામ-રામ કહેજો, આપણાથી ત્યાં સુધી નહીં અવાય!

મુલાકાત પછી મેઘાણીએ સ્થળનું વર્ણન કરતાં લખ્યું છે, ‘સૂવરનળો, રાવલ અને ઝેરકોશલી ત્રણેય નદીઓએ જાણે કે ચોપાસ આંકડા ભીડીને વેજલકોઠાને વચમાં લઈ લીધો છે. ક્યાંયથી શત્રુઓ ચડી શકે એમ નથી. ભેખડો ઊંચી આભ અડતી અને સીધી દીવાલ સરખી છે. પછવાડે પાણીની મોટી પાટ છે. એમાંથી બહારવટિયા પાવરે પાવરે પાણી ખેંચતા. તે પરથી એનું નામ પાવરાવાટ પડ્યું છે. વાંદરા પણ ન ટપી શકે એવી સીધી એ કરાડ છે. ગીર માતાએ બહારવટિયાને ગોદમાં લેવા સારુ આવી વંકી જગ્યા સરજી હશે.’

એ તો મેઘાણીએ વર્ણન કર્યું હતું, પણ અમે ગયા ત્યારે શું સ્થિતિ હતી?

✣

મેઘાણીએ મુલાકાત લીધી એ પછી અમે ગયા એ વચ્ચે ઓછામાં ઓછા આઠ દાયકા પસાર થયા હશે, પણ આજેય મેઘાણીએ વર્ણન કર્યું એવું જ અડાબીડ એ સ્થળ છે. જોઈને અમને પહેલો વિચાર એ જ આવ્યો કે અહીં કોઈ ન આવી શકે અને આવી જગ્યાએ બહારવટિયા જ રહી શકે. દૂર નદીના કાંઠે મગર આરામ કરતા હતા. પાવરાવાટ કઈ હોય એ તો હવે ખબર નથી પડતી, પણ સાવધાનીપૂર્વક ઢાળ ઊતરીને અમે ત્રિવેણી સંગમના એ પાણીથી હાથ-મોઢાં ધોયાં.

પણ મૂળ સવાલ એ હતો કે બહારવટિયાઓ જ્યાં રહેતા હતા એ કોઠો

(કિલ્લા જેવું મકાન) ક્યાં છે? મેઘાણીને પણ એ વખતે કોઠો મળ્યો ન હતો. હવે આજે તો મંદિર સિવાય ત્યાં કોઈ બાંધકામ નથી, પરંતુ થોડા જુનવાણી પથ્થર પડ્યા છે. અહીં કોઠો હશે કે કેમ એ ખબર નથી, હવે તો ત્યાં ઉત્ખનન થાય તો જ જાણકારી મળી શકે. અત્યારે સમગ્ર વિસ્તાર વનવિભાગ હેઠળ આવે છે અને ઘણો અંદર છે. માટે ત્યાં કોઈ પણ જાતની બાંધકામ પ્રવૃત્તિ વન્યસૃષ્ટિ માટે નુકસાનકારક છે.

કિલ્લો તો ન મળ્યો, પરંતુ વેજલમાતાનું મંદિર જરૂર દેખાયુ.

દશરથભાઈએ માહિતી આપી કે એક સમયે આ મંદિર સુધી સરળતાથી આવી શકાતું હતું. પછી વનવિસ્તાર વધતો ગયો એટલે વનખાતાએ પ્રતિબંધ મૂકી દીધો. હવે અમારા જેવા કોઈ રડ્યાખડ્યા પ્રવાસી, વન અધિકારીઓ અને ક્યારેક કોઈ ભક્તો આવી ચડે છે.

ત્યાં જે ખડક છે, તેમાં એક પ્રકારનો ગુંદર જામે છે. એ ગુંદરનું જાણીતું નામ શીલાજિત (શીલા પર ઊગતો ગુંદર) છે. કોઈ મનુષ્ય એ પાડી શકે એમ નથી, કેમ કે એવી કપરી જગ્યાએ ઊગે છે. વાંદરાઓ જ તેમને ખાઈ જતા હશે.

આ વેજલ કોઠા પર અડધો-પોણો કલાક રહ્યા, આમ તેમ ફર્યા, નદીની ભેખડ પર ઘડીક આરામ કરીને પરત નીકળ્યા. ઘણા સમય પછી યોગાનુયોગ એવો સર્જાયો કે છેલ્લા બહારવટિયા રામ વાળા સાથે સંકળાયેલાં સ્થળોની મુલાકાત લેવાની તક આવી...

ભજન-લોકસાહિત્ય એ મારા રસનો વિષય છે. એક દિવસ ભીખુદાન ગઢવીને સાંભળતો હતો. રામ વાળાની વાત આવી. એમાં એમણે કહ્યું કે, રામ વાળો જ્યાં મરાયો એ સ્થળ આજે પણ જૂનાગઢ પાસે જંગલમાં આવેલી બોરદેવીની જગ્યા નજીક છે. મને એ જગ્યામાં રસ પડ્યો. રસ તો જ સંતોષાઈ શકે જો એ સ્થળની મુલકાત લેવામાં આવે...

જૂનાગઢમાં દર વર્ષે દીવાળી પછી ગિરનારની લીલી પરિક્રમા શરૂ થાય ત્યારે રસ્તો બોરદેવી પાસેથી પસાર થાય. માટે એ સ્થળ બહારના લોકો માટે થોડું જાણીતું છે. જૂનાગઢવાસીઓ માટે તો અડધો દિવસનો સમય હોય તો પણ મીની પિકનિક કરવા ત્યાં જઈ શકાય. ગિરનારની તળેટીથી આઠેક કિલોમીટર અંદર છે અને છેક સુધી વાહન જઈ શકે એવો રસ્તો છે. માટે પ્રવાસીઓને ખાસ અગવડ પડતી નથી.

બોરિયાગાળા સુધી જતો રસ્તો આવો છે, જેમાં રસ્તો ક્યાં છે એ જ ન ખબર પડે.

નાનો હતો ત્યારે એક વખત બોરદેવી ગયો હતો. હવે ફરીથી જ્યારે તક મળે ત્યારે બોરિયાગાળો શોધવાના લક્ષ્યાંક સાથે જવાનું હતું. એ તક આવી પહોંચી. જૂનાગઢમાં રહેતા અને દરેક પ્રવાસમાં સાથે જોડાઈ જતા ભાઈ વિમલ સાથે બોરદેવી જવાનું નક્કી કર્યું. સાથે સાધુપુરુષ મિત્ર પ્રફુલ મેસવાણિયા અને તેમના મિત્ર પ્રોફેસર દિનકર મોરવાડિયા પણ જોડાયા. ચાર વ્યક્તિ, બે બાઇકની સવારી ઊપડી.

ભવનાથ તળેટીમાં આવેલા બોરદેવીના દરવાજેથી અંદર પ્રવેશ્યા. બોરદેવી જતો રસ્તો થોડો ઊંચો, પછી વળી નીચો, એ રીતે આવે છે. જંગલમાં તો સપાટ રસ્તો ક્યાંથી હોય? પોણા કલાકે બોરદેવી પહોંચ્યા. જ્યાં બોરદેવી માતાનું મંદિર છે એ આખો વિસ્તાર સપાટ મેદાન છે. પાછળ નદી વહે છે. નદીમાં એક કદાવર મખમલી ચામડી ધરાવતું સાબર પાણી પી રહ્યું હતું. એટલે મંદિર પહેલાં તો અમે એ કુદરતની રચનાનાં દર્શન કર્યાં.

વાવડી ગામે રામવાળાનું થાનક.

સોરઠનાં ઘણાંખરાં મંદિરોની માફક ભક્તો માટે નાસ્તો-પાણી વગેરે તૈયાર હતું. ચૂલા પર કીટલી પડી હતી, જેમને ચા પીવી હોય એ લઈ શકે. આ મંદિર જોકે તેના છાશનાં પ્રસાદ માટે જાણીતું છે. છાશનાં પાત્રો ભરેલાં હતાં. જંગલમાં એ છાશ ઍનર્જી બુસ્ટરનું કામ કરે. અમે પણ ક્ષમતા મુજબ એક-બે ગ્લાસ ઉદરમાં ઉતારી. અહીંના મહંત અને પ્રફુલ વચ્ચે જૂની ઓળખાણ હતી. એ બંનેએ થોડી વાતો કરી. એ પછી મહંતને જ રસ્તો પૂછીને બોરિયાગાળા તરફ જવા રવાના થયા.

મહંતે કહ્યું કે, ત્રણેક કિલોમીટર અંદર છે, મોટરસાઇકલ નહીં જાય. મેદાન પૂરું થાય ત્યાં વાહન મૂકીને ચાલવા માંડજો. રસ્તો અઘરો છે, માટે પથ્થર પર ચૂનાથી કરેલા સફેદ એંધાણના સહારે આગળ વધજો. અમે નીકળી પડ્યા.

✣

થોડી સુધી સીધી કેડી આવ્યા પછી વળાંક લીધો. નદીના કાંઠે કાંઠે એ કેડી આગળ વધતી હતી. ગિરનારમાં આવા અનેક રસ્તા છે, જેમાં ઉપરથી ગબડતા ગબડતા પથ્થર અટકી પડ્યા હોય. એ પથ્થરના સહારે સહારે ચાલતા જવાનું, પણ આ રસ્તો અમારા માટે અજાણ્યો હતો. થોડીવાર ચાલ્યા પછી સમજાયું કે જો કોઈ પરોપકારીએ પથ્થર પર નિશાન ન કર્યાં હોય તો રસ્તો ન મળે. એમનો મનોમન આભાર માનતા અમે આગળ વધ્યા. ત્રણેક કિલોમીટર ચાલવું એ કંઈ મોટી વાત નથી, પણ જંગલમાં, પથ્થરો ખૂંદતા, સાંકડી કેડી પર ચાલવાનું હોય

તો એ ઘણી મોટી વાત છે. એમ આસાનીથી ત્રણ કિલોમીટરનો રસ્તો પૂરો થતો ન હતો. એકાદ કલાક ચાલ્યા પછી તો એમ થયું કે ભૂલા નથી પડ્યા ને! પવન ફૂંકાય અને પાંદડા હલબલે ત્યારે પર્ણમર્મર સંભળાતો હતો. એ સિવાય કોઈ અવાજ ન હતો. રસ્તા પર દોરેલા ઇશારા જોઈને એ મુજબ ચાલતા હતા.

એક મોટી શિલા વટાવીને આગળ વધ્યા ત્યાં પથ્થર પર બાંગા-ત્રાંગા અક્ષરે લખેલું વંચાયું, 'વીર રામ વાળાની ખાંભી', એ પછી ઍરો માર્યો હતો. એ પછી લખેલા વાક્યએ અમારા બધામાં ઉત્સાહ જગાવ્યો. 'ચાની સેવા ઉપર છે', એવું લખ્યું હતું. વાહ! અહીં ચા પીવા મળશે... ચાની વાત સાંભળીને અમારો થાક ઊતરી જાય એ પહેલાં ઉપર તરફ નજર પડી. જ્યાં ઍરો માર્યો હતો એ જગ્યા જરા ઉપર હતી. જરા એટલે સોએક ફીટ, પણ એ ચઢાણ ભારે અઘરું હતું. અહીં સુધી આવ્યા એટલે એ પથ્થરિયું ચઢાણ ચડવું જ રહ્યું.

❖

રામ વાળાની કથા મેઘાણીએ 'સોરઠી બહારવટિયા'માં પચીસ પાનાં ભરીને લખી છે, પણ કોઈને એ વાંચવામાં રસ ન પડે તો એક કલાકનો સમય કાઢીને આ (https://www.youtube.com/watch?v=1hi8ww2tzrM) લિન્ક પર આપેલી કથા સાંભળી લેવી. સોરઠના સમર્થ વાર્તાકાર કાનજીભૂટા બારોટે રૂંવાડાં ઊભાં કરી દે એ રીતે રામ વાળાની કથા કરી છે. એ ઉપરાંત ઘણા લોકોએ રામ વાળાની કથા કરી છે, પરંતુ કાનજી બાપા જેવી નહીં. એમ તો રામ વાળાના રાસડા અને છપાકરાં (દુહા-છંદનો એક પ્રકાર) પણ ગવાય છે. એ સાંભળીને પણ જોમ ચડે.

❖

ઇતિહાસ પ્રમાણે પગ પાક્યા પછી 25-27 વરસનો રામ વાળો લાંબી મુસાફરી કરી શકે એમ ન હતો. માટે બોરિયાગાળા નામની આ જગ્યાએ આવીને ગુફામાં સાથીદારો સાથે રહેતો હતો. એક સાથીદારે જૂનાગઢ સરકારને રામ વાળાનું ઠેકાણું ચીંધી બતાવ્યું, પણ સરકાર રામ વાળાને જીવતો ન પકડી શકી. છેવટે ત્યાં જ જંગલ મધ્યે, વનરાજીની સાક્ષીએ શહાદત વહોરી. એ જગ્યાએ આજે ખાંભી ઊભી કરવામાં આવી છે એ ખાંભી જોવા જવી એ અમારો એકમાત્ર ઉદ્દેશ હતો.

થોડું ચઢાણ ચડ્યા ત્યાં એક ગુફા આવી. તેનું પ્રવેશદ્વાર બહુ સાંકડું હતું. આ ગુફામાં રામ વાળો રહ્યા હશે... જોઈને લાગતું ન હતું, પરંતુ 100 વરસ પહેલાંની સ્થિતિ કલ્પનાથી વિશેષ તો શું થઈ શકે? હજુ ઍરા ઉપર જવાનો

સંકેત દર્શાવતા હતા. ઉપર ચડ્યા ત્યાં આરસપહાણની એક નાનકડી દેરી દેખાઈ. દેરીના પડખે ચિત્ર દોરેલું હતું અને નીચે લખેલું હતું - 'દરબારશ્રી રામબાપુ કાળુબાપુ વાળા (ગામ વાવડી)'.

ખાસ્સી સફર કર્યા પછી, આકરું ચઢાણ ચડ્યા પછી અમારી સામે નાનકડી દેરી આવી જે રામવાળાની હતી.

ખાંભી જોઈ, ઘડીક બેસીને એ અંગ્રેજ યુગ યાદ કર્યો. અમરેલી ત્યારે ગાયકવાડના તાબામાં હતું. પ્રજાવત્સલ ગણાતા સયાજીરાવનું જ રાજ હતું. એ સયાજીરાવને દેશ દુનિયાની જે ખબર હોય એ પણ અમરેલી પંથકમાં પ્રજાજનો પર કેવો અન્યાય થાય છે એ જાણકારી મળતી ન હતી. એટલે છેવટે રામે હથિયાર ઉપાડીને બહારવટે નીકળવું પડ્યું. એ બહારવટું છેવટે આ ખાંભી સુધી લંબાયું.

નાની સપાટ જગ્યા પર બરાબર વચ્ચે આ રામ વાળાની જગ્યા છે. વાળા શાખાના દરબારો અહીં આવતા રહે છે. જોકે ચાલીને આવવું પડે એમ છે, રસ્તો બહુ અઘરો છે, માટે બધા તો ત્યાં સુધી પહોંચી શકતા નથી. અહીંથી ગિરનારના ન જોયા હોય એવા અનેક ભાગનાં પણ દર્શન થાય છે. જાણે બ્રહ્માંડમાં કોઈ બીજા ગ્રહ પર આવી ગયા હોય એવું લાગે.

ઘડીક બેઠા પછી વિચાર આવ્યો કે ચા ક્યાં છે? રામ વાળાએ ન્યાય માટે બહારવટે ચડવું પડ્યું હતું એમ પથ્થર પર ચાનું લખ્યા પછી ચા ન મળે તો

અમારે અહીં એ માટે બહારવટે ચડવું કે શું? બહારવટે તો નહીં પણ ઍરો ઉપરની તરફ હતો એટલે હજુ ઉપર ચડવું જોઈએ. ત્રણ સાથીદારો ત્યાં બેઠા, મેં થોડે ઉપર જોઈને જોવાનું નક્કી કર્યું. ઉપર ચઢાણ કર્યું, જંગલ વધુ ગાઢ થતું ગયું. કોઈ માણસ ઉપર હોય કે કોઈ જગ્યા હોય એવા સંકેત મળ્યા નહીં. એટલે ઉપર કંઈ નથી એવા તારણ સાથે જગ્યાએ આવ્યો. આ પરગ્રહ જેવી જગ્યાએ અચાનક મનુષ્યરવ સંભળાયો...

અહીં કોણ ક્યાં વાતો કરતું હતું... અમારા કાન ચમક્યા...

રામવાળાના અંતિમ દિવસો વિત્યા એ ગુફા આ જ હશે?

બોરિયાગાળાથી એ રસ્તે આગળ જતાં 'તાતણિયો ધરો' નામની જગ્યા આવે છે. નદીમાં ધરો (ધૂનો) છે અને ત્યાં ખોડિયાર માતાનું મંદિર છે, પરંતુ એ કેટલું આગળ છે તેનો ખ્યાલ ન હતો. અવાજ સંભળાયો એટલે નક્કી થયું કે એ જગ્યા નજીકમાં હોવી જોઈએ. પહેલાં એમ લાગ્યું કે બીજા કોઈ રખડવૈયાઓ આવતા હશે તેમની વાતોનો કોલાહલ સંભળાય છે, પરંતુ કોલાહલ લાંબો સમય સુધી સંભળાયો અને અવાજની માત્રામાં ખાસ વધ-ઘટ થતી ન હતી. એટલે કે અવાજ એક જ સ્થળેથી આવતો હતો. ચાલો તો એ તરફ...

રામ વાળાની ખાંભી સુધી પહોંચવાનું કામ અઘરું હતું, ત્યાંથી ઊતરવાનું કામ વધારે અઘરું લાગ્યું. ભૂગોળની ભાષામાં જેને 'બોલ્ડર' કહેવાય એવા લિસ્સા કદાવર (25-50-75 ફીટ ઊંચા) પથ્થર અહીં ઠેર ઠેર પડ્યા હતા. એ પથ્થર પરથી સાવધાનીપૂર્વક ઊતરવું પડે.

ધીમે ધીમે ઊતરીને કેડી પર આગળ ચાલ્યા. બે-ચાર મિનિટ પછી જ મંદિર દેખાયું, કેટલાક પ્રવાસીઓ ત્યાં બેઠા હતા. અમે ગયા તો બાપુએ સ્વાગત કર્યું.

ખોડિયાર મંદિર તો નદીની સામે કાંઠે પથ્થર વચ્ચે ખુલ્લી જગ્યામાં હતું. આખા જગતનું ધ્યાન રાખતી હોય એ ખોડલને વળી છત્રની શું જરૂર? અમે વાંસના બનેલા નાનકડા પુલ પર થઈને ત્યાં પહોંચ્યા. દર્શન કર્યાં, કદાવર પથ્થર પર થોડીવાર આરામ કર્યો પછી ત્યાંથી રવાના થવા પગ ઉપાડ્યા. ત્યાં બાપુએ રોક્યા. ઊભા રહો. કીટલીમાં ચા છે, ગરમ કરીને પી લો. અમને એ કામ માફક આવ્યું.

બોરિયાગાળો - તાતણિયા ધરાએ જવાના બે રસ્તા છે. જૂનાગઢ તરફથી જવું હોય તો બોરદેવીથી જઈ શકાય. બીજી તરફ બિલખા તરફથી જવું હોય તો રામનાથ મંદિર પાસેથી રસ્તો આવે છે. બંને રસ્તે જંગલમાં ચાલવું પડે. એ દિવસે ત્યાં બિલખા પાસેના કોઈ ગામના વાસીઓ વનભ્રમણ કરવા આવ્યા હતા. જંગલમાં આવીને એ ભજિયાં બનાવતા હતા. અમને પણ ભજિયાં ખાવા આમંત્રણ મળ્યું. અમે થોડી આના-કાની કરી પણ છેવટે જંગલમાં મળ્યાં એ ભજિયાંનું પાન કરીને પછી ત્યાંથી નીકળ્યા.

સાવધાનીપૂર્વક ચાલતાં ચાલતાં, જંગલના વિવિધ રંગો માણતાં માણતાં પોણી કલાકે ફરી બોરદેવી પહોંચ્યા. ત્યાંથી બાઇક્સ લઈને ઘરભેગા.

✣

બોરિયાગાળામાં જઈ આવ્યા પછી રામ વાળા વિશે લખવા માટે પૂરતી માહિતી મળી ગઈ હતી. એવામાં ધારી જવાનું થયું. નજીકમાં ચલાલા અને નજીકમાં જ વાવડી પણ છે. વાવડી રામ વાળાનું ગામ. વાવડીમાં રહેતા રામ અને તેમના પિતા કાળુ વાળા સાથે ગામના રણી-ધણી કુંભાર ડોસા પટેલે ત્રાસ વર્તાવ્યો હતો. એ ત્રાસને કારણે જ રામે બહારવટાનો મારગ લેવો પડ્યો હતો. 25 વરસે જુવાન લગ્ન કરીને ઠરીઠામ થાય ત્યારે રામે ધારી-અમરેલી-ખાંભા પંથકને ધ્રૂજવવા શરૂ કરી દીધા હતા.

એ રામના ગામમાં તેમના કોઈ સંસ્મરણો હશે કે કેમ? તપાસ કરી તો ખબર પડી કે રામ વાળાના પરિવારના જ સભ્યો રહે છે. ચલાલામાં રહેતા બાલાભાઈ દેવમુરારીનો સંપર્ક કર્યો. એમણે કહ્યું કે મારા ઘરે આવી જાઓ, આપણે અહીંથી સાથે વાવડી જઈશું.

ચલાલાથી વાવડી ચાર કિલોમીટર દૂર છે. બાલાભાઈ સાથે એક સ્થાનિક વાળા કાઠી પણ જોડાયા. અમે ત્રણ વાવડી પહોંચ્યા. એક જુવાન ખંભે મફલર

વીંટીને ચાલ્યો આવતો હતો. બાલાભાઈએ તેમને પૂછ્યું કે રામ વાળાની જગ્યા અને તેના સંચાલક કોણ છે? પેલા ભાઈએ કહ્યું કે હું જ એ જગ્યાનો સંચાલક છું... ચાલો મારી સાથે...

એ પછી તો તેમણે ગામમાં રહેલી રામ વાળાની દેરી, રામ વાળાનું એ જમાનામાં બનાવેલું તૈલચિત્ર, રામ વાળાનું મકાન, સામે જ રહેલું ડોસા કુંભારનું મકાન વગેરે દર્શાવ્યાં.

બોરદેવી મંદિર અને તેની આસપાસ જોવા મળતી વન્યસૃષ્ટિ.

રામ વાળાને એક સદી કરતાં વધુ સમય થઈ ગયો, પરંતુ આજે પણ અહીં તેના નામના સિક્કા પડે છે. હતો તો રામ બહારવટિયો પણ એનું કામ પ્રજાનું રખોપું કરવાનું હતું. એટલે રામનું નામ લેતાં આજે પણ રૂવાંડાં ઊભાં થાય એમાં નવાઈ નથી.

10

ધર્મશાળા અને મેકલોડગંજ : હિમાલયના હિંડોળે

હિમાચલમાં આવેલા ધર્મશાળા અને મેકલોડગંજ હિલ સ્ટેશન પ્રવાસીઓમાં પ્રિય છે. એ સ્થળની નજીક લઈ જતી સીધી ટ્રેન ગુજરાતથી શરૂ થઈ છે એવી અમને જાણકારી મળી. એ સાથે જ અમે સૌથી પહેલું કામ ટ્રેન બુકિંગનું કર્યું... પછી શરૂ થઈ સફર.

27 એપ્રિલ, 2022

વૅકેશનમાં ક્યાંય જવું હોય તો ટ્રેન ટિકિટ મેળવવી એ દેશની રાષ્ટ્રીય સમસ્યા છે. એટલે અમે ઘણી વખત ક્યાં જવું છે એ પહેલાં નક્કી કરવાને બદલે ક્યાંની ટિકિટ ઉપલબ્ધ છે એ નક્કી કરીને પ્રવાસ પણ ગોઠવતા હોઈએ છીએ. એ સ્થિતિ વચ્ચે માર્ચ-2022માં સમાચાર આવ્યા કે હવે અમદાવાદથી હિમાચલ પ્રદેશ જતી સીધી ટ્રેન શરૂ થઈ રહી છે. નવી ટ્રેન શરૂ થાય એ વખતે ટિકિટ મળવાની સમસ્યા સર્જાતી નથી. અમે પણ અમદાવાના સાબરમતી રેલવે સ્ટેશનથી ઊપડીને હિમાચલ પ્રદેશના અંબ-અંદૌરા જતી ટ્રેનમાં ટિકિટો બુક કરાવી લીધી.

પ્રવાસનો પહેલો અને મહત્ત્વપૂર્ણ પડાવ પાર થયો.

પણ બીજો પડાવ હતો, તે પણ જરા અઘરો હતો. સાબરમતી રેલવે સ્ટેશન બે ભાગમાં વહેંચાયેલું છે. મોટા રેલવે સ્ટેશનનો પથારો લાંબો-પહોળો હોય એની કોઈ નવાઈ નથી, પરંતુ અમદાવાદનું સાબરમતી રેલવે સ્ટેશન વિચિત્ર છે. સાબરમતી સ્ટેશન બે ભાગમાં વહેંચાયેલું છે. એક ભાગથી બીજો ભાગ એકાદ કિલોમીટર કરતાં વધારે દૂર છે અને બંને વચ્ચે મોટો ઓવરબ્રિજ આવે છે.

એટલે અમને ડર હતો કે અમારી ટ્રેન જ્યાંથી ઊપડવાની છે એ ભાગમાં જ અમે પહોંચવાના છીએ ને... કેમ કે 'સાબરમતી-બીજી', 'સાબરમતી એસબીએલએસ...' સ્ટેશન અલગ પાડતી કોઈ સૂચના રેલવે દ્વારા આપવામાં આવતી નથી. ત્યાં કોઈ એવાં બોર્ડ પણ નથી. એટલે મોટા ભાગના મુસાફરોએ તો રિક્ષાવાળાને

કહી રાખવું પડે કે જો આ સ્ટેશન નહીં હોય તો બીજી તરફ જવા માટે તત્કાળ ભાગવું પડશે... સદ્ભાગ્યે અમારે એવું ન થયું. અમે પહોંચ્યા ત્યાં પ્લૅટફૉર્મ-૧ પર પીળા કલરની ટ્રેન અમારી રાહ જોતી ઊભી હતી.

સ્ટેશન મળી ગયું, ટ્રેન મળી ગઈ એટલે વાત પૂરી થાય...

ના!

અમારા કિસ્સામાં નહોતી થતી, કેમ કે ટિકિટમાં લખ્યું હતું કે તમારો ડબ્બો 'એચ-બી-૧' છે. 'એચ-વન' હોઈ શકે, 'બી-૧' ડબ્બા પણ જોયા હતા, પરંતુ આ મિશ્રણ શું છે એ પહેલી નજરે સમજાયું નહીં...

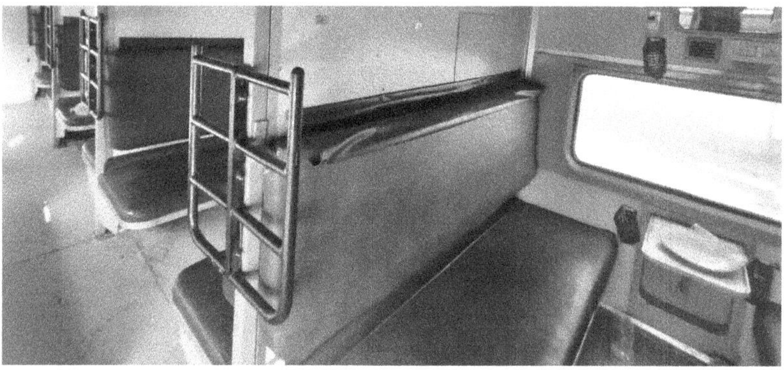

રેલવે મુસાફરીથી વધારે મજેદાર મુસાફરી કઈ?

એટલે બી-૧માં જઈને પૂછવું પડ્યું... એ પછી કન્ફર્મ થયું કે અમારો ડબ્બો અલગ છે. એ ડબ્બો શોધતા પહોંચ્યા ત્યાં નવો અનુભવ સામે આવ્યો. એક ડબ્બાને રેલવેતંત્રએ બે ભાગમાં વહેંચી નાખ્યો હતો. અડધા ભાગમાં થર્ડ-એસી, અડધા ભાગમાં ફર્સ્ટ એસી... આવો ડબ્બો અમે પહેલી વાર જોયો.

ટ્રેન ઊપડી... હવે રેલવેની સુવિધાઓમાં ઘણો સુધારો થયો છે. ચાલુ ટ્રેને જ ફૂડ ઑર્ડર કરી શકાય, ડબ્બાની સફાઈ માટે સૂચના આપી શકાય... બીજી ફરિયાદો કે રજૂઆતો પણ કરી શકાય. એ બધી સૂચનાઓ ડબ્બાના દરવાજા પાસે ચોંટાડેલી હોય છે. ઘણા મુસાફરો આ સુવિધા અંગે વાકેફ નથી હોતા. એટલે એ રેલવેને પોતાની ફરિયાદ પહોંચાડી શકતા નથી, પરંતુ રેલવેમાં મુસાફરી સંબંધિત કોઈ પણ પ્રશ્નનો હલ લાવવો હોય તો સૌથી સરળ રસ્તો ટ્વિટ કરવાનો છે. રેલવે મંત્રાલયનો આખો ટ્વિટર કન્ટ્રોલરૂમ દેશભરમાંથી થતી ટ્વિટ્સ જોઈને અમુક કલાકોમાં જ તેનું નિરાકરણ લાવવા માટે કટિબદ્ધ છે.

અમારા ડબ્બામાં હજુ તો ખાસ ભીડ ન હતી. અમે ગોઠવાયા. બાળકોએ બે

સીટ વચ્ચે ટીંગાઈને હીંચકા કેમ ખાવા એ પદ્ધતિ શોધી લીધી. સામાન આમ-તેમ ફીટ કર્યો. ટ્રેનમાં પેન્ટ્રી કાર અર્થાત્ રસોઈયાન હતો નહીં એટલે સતત મળ્યા કરતી ભોજન-પાણીની સુવિધા ઉપલબ્ધ ન હતી. એ સંજોગોમાં આગામી સ્ટેશનેથી ઑનલાઇન ફૂડ ઑર્ડર કરવાનો વિકલ્પ પસંદ કરી લીધો.

નાસ્તા-પાણી-ભોજન કરી લીધા પછી સીટો આડી-સીધી કરીને લંબાવવા સિવાય કશું કરવાનું ન હતું. કોરોનાકાળમાં ટ્રેનોમાં ઓશીકાં, ચાદર... વગેરે સુવિધા બંધ કરી દેવાઈ હતી. કેટલીક ટ્રેનોમાં એ સુવિધા ફરી શરૂ થઈ હતી, પણ એ કેટલીક ટ્રેનોમાં અમારી રેલગાડીનો સમાવેશ થતો ન હતો. એટલે સાંજ પડ્યે ઠંડી વધારે લાગે ત્યારે તેનો સામનો મુસાફરોએ પોતાની રીતે જ કરવાનો હતો. ઓશીકા-ચાદર-બ્લેન્કેટ વગેરે મળે એનો મોટો ફાયદો એ થાય કે સામાન એટલો ઓછો ફેરવવો પડે. તમામ એસી ટ્રેનોમાં આ સુવિધાઓ વર્ષોથી મળે જ છે. કોરોનાએ તેમાં વિઘ્ન ઊભું કર્યું હતું. અમે એટલે પહેલેથી એની વ્યવસ્થા કરીને નીકળ્યા હતા.

સામાન્ય રીતે ટ્રેનમાં ખાવા-પીવાની ચીજો વેચનારા સતત આવતા રહેતા હોય છે. ચાલુ ટ્રેનમાં ન આવે તો પણ ટ્રેન સ્ટેશને ઊભે પછી વેચનારાઓની સંખ્યામાં તેજી આવતી હોય છે. અમારી ટ્રેન એમાં અપવાદ હતી. ચા-નાસ્તો વેચનારા ખાસ આવતા ન હતા.

ટ્રેનનું બીજું રસપ્રદ પાસું એ હતું કે ઘણાં સ્ટેશનોએ પંદર-વીસ મિનિટ વહેલી પહોંચી જતી હતી. એ પછી ત્યાં લાંબો હોલ્ટ કરે અને વળી આગળ વધે. ભારતમાં તો મોડી પડવી એ કોઈ પણ ટ્રેનનો જન્મસિદ્ધ અધિકાર છે. એ વચ્ચે આ ટ્રેન જરા વિદ્રોહી વલણ દાખવી રહી હતી. ખાસ કોઈ નવા-જૂની વગર અમારી ટ્રેન આગળ વધી રહી હતી. બીજા દિવસે સાડા દસ આસપાસ સ્ટેશન આવ્યું 'નંગલ ડેમ'. આઝાદી પછી ભારતમાં જે કેટલાક મહત્ત્વનાં બંધ બન્યા તેમાં 'ભાખરા-નંગલ ડેમ'નો સમાવેશ થાય છે. સમાજવિદ્યામાં આ નામ પહેલીવાર વાંચ્યું ત્યારે લાગતું હતું કે કોઈ એક ડેમ છે, પણ હકીકતે સતલજ નદી પરના બંને ડેમ અલગ અલગ છે અને એકબીજાથી પંદરેક કિલોમીટરના અંતરે આવેલા છે. નંગલ ગામ પાસે જ સતલજ નદી પરથી ટ્રેન પસાર થાય છે. ડેમ પરથી ટ્રેન પસાર થતી હોય ત્યારે નજારો જોવા જેવો હોય છે. શિવાલિકના પહાડોમાંથી આવતું ધવલ-આલોક પાણી જોઈને જ ખબર પડી જાય કે દેશમાં ગમે તેવી ગરમી હોય આ પાણી અત્યંત ઠંડું જ હશે. ટ્રેન નીચે રહેલા ડેમના દરવાજા, દરવાજામાંથી વહેતું પાણી, પાણીના અવાજ સાથે મિક્સ થતો રેલવેનો અવાજ... વગેરે અનુભવમાંથી પસાર થયા એટલીવારમાં ટ્રેન પણ ડેમ પસાર

કરીને આગળ નીકળી ગઈ. એ સાથે પંજાબ રાજ્ય પૂરું થયું, હિમાચલમાં અમારો પ્રવેશ થયો. આગળ વધતી ટ્રેન બપોરે નિર્ધારિત સ્થાને પહોંચી. ટ્રેન દૌલતપુર-ચોક સુધી જતી હતી, પણ અમે એ પહેલાના અંબ-અન્દૌરા સ્ટેશને ઊતરી ગયા.

નાનકડા સ્ટેશને ટૅક્સી વગેરે સુવિધા મળશે કે કેમ એ મૂંઝવણ હતી, કેમ કે સ્ટેશન ખરેખર નાનું હતું. વળી, આ સ્ટેશન અંબ અને અન્દૌરા ગામ વચ્ચે આવેલું છે એ ત્યાં જઈને ખબર પડી. એટલે સ્ટેશન આસપાસ ગામ-બામ કંઈ હતું નહીં, પણ ઊતર્યા ત્યારે સદ્‌ભાગ્યે ચાર-પાંચ ટૅક્સી ઉપલબ્ધ હતી.

28 એપ્રિલ, 2022
જ્વાલામુખી

ટૅક્સી સવારી શરૂ થઈ. દોઢેક કલાકની સફર પછી અમે પહોંચ્યા જ્વાલામુખી. જ્વાલામુખીનું વાતાવરણ બેશક જ્વાળામુખીના લાવા જેવું ધગધગતું નથી. અમારો ઉતારો બસ-સ્ટેશન સામે જ આવેલી 'હોટલ જ્વાલા'માં જ હતો. 'હિમાચલ ટૂરિઝમ'ની હોટેલ હોવાથી મોકાના સ્થળે હતી. સરળતાથી ચાલીને ફરી શકાય એ સૌથી મોટો લાભ હતો. સામે બસ-સ્ટેશન, એની બાજુમાં ટૅક્સી સ્ટૅન્ડ, એની બાજુમાં માર્કેટ... અને એની સામે એટલે કે હોટેલની બાજુમાં જ્વાલાદેવી મંદિરનો રસ્તો.

હા, જ્વાલાદેવી મંદિર જ અહીંનું મુખ્ય આકર્ષણ હતું, પરંતુ એ મંદિર જતાં પહેલાં અમારે ત્રીસેક કિલોમીટર દૂર આવેલા 'મસરૂર રોક ટેમ્પલ'ની મુલાકાત લેવાની હતી. એટલે હોટેલ જ્વાલાની રેસ્ટોરાંમાં ભોજન પતાવી તુરંત રવાના થયા.

૧૩૦૦ વર્ષ જૂનું પથ્થરમંદિર

મંદિર પથ્થર ભેગા થઈને બને, પરંતુ અહીં પથ્થરોને જ મંદિર આકારમાં કોતરી લેવાયા છે. પહાડો કોતરીને બનેલા ગુફા મંદિરો ભારતમાં ઘણાં છે, પરંતુ આ સ્થળ મંદિર, ગુફા, પથ્થર બધાનો સંગમ કહી શકાય એવું છે. ત્યાં જઈને જોયા પછી સમજાયું કે ફોટામાં દેખાતા મંદિર કરતા આ ઘણું મોટુ બાંધકામ છે.

એકાદ મોટી શિલાને કોતરીને બાજુ બાજુમાં ડઝનેક નાનાં મંદિર તૈયાર કર્યા હોય એવું એ દૃશ્ય હતું. રહસ્ય એ વાતનું કે ૧૩૦૦ વર્ષ પહેલાં આ મંદિરોનું બાંધકામ કોણે શરૂ કરાવ્યું હશે?

રહસ્ય એ વાતનું પણ ખરું કે મંદિરનું બાંધકામ અધૂરું શા માટે છોડી દેવાયું હશે?

ઇજિપ્તના રાજ મહેલમાં હોય એવા મસરુર મંદિરના કદાવર દરવાજા અને તેની કોતરણી.

એવા ઘણા સવાલો હતા, જેના કોઈ જવાબો ન હતા. અમને જવાબોની બહુ ઉતાવળ પણ ન હતી. અહીં સૌથી મજાની વાત એ હતી કે પ્રવાસીઓ કોઈ રોક-ટોક વગર એક મંદિરથી બીજા મંદિર, એક પથ્થરથી બીજા પથ્થર અને એક ગુફામાંથી બીજી ગુફામાં જઈ શકતા હતા. આ મંદિર પુરાતત્ત્વ ખાતાના તાબામાં આવે છે. પુરાતત્ત્વ ખાતાના એક ચોકીદારદાદા ટિકિટ લઈને અંદર જવા દે પછી કોઈ ખોટી લપ્પન-છપ્પન નહીં.

પથ્થર પર થયેલી કોતરણી અત્યંત આકર્ષક છે. મંદિરનું શિખર હોય એવા આકાર ઘણા છે, પરંતુ ગર્ભગૃહ વચ્ચેના એક જ મંદિરમાં છે. તેમાં દેવી-દેવતા બિરાજેલા છે. ગર્ભગૃહના ખાસ્સા ઊંચા દરવાજા લાકડાના છે. એ જોઈને ઇજિપ્તના ફેરોહ રાજવીઓએ બનાવેલા ઊંચા-ઊંચા મહેલો યાદ આવી જાય. લાકડા પર અતિ સુંદર કોતરણી કરેલી હતી. મંદિરની આગળ એક મોટો કુંડ છે અને તેમાં માછલીઓ રહે છે. પ્રવાસીઓ માછલીને ખોરાક આપે એટલે એટલીવાર પાણીમાં સરકસ ચાલતું હોય એવી ધમાલ જોવા મળે.

આ મંદિર આસપાસ બીજું કંઈ નથી. એકાદ ચા-પાણીની દુકાન, દૂર ફેલાયેલાં થોડાં ગામો અને ફરતું જંગલ. જ્વાલામુખી અથવા તો કાંગડા આવતા પ્રવાસીઓ

આ સ્થળની મુલાકાત લેતા હોય છે એટલે દિવસભર થોડી-ઘણી ચહલ-પહલ જોવા મળે છે. શહેરી ભીડભાડથી આ સ્થળ દૂર છે અને ભીડભાડ પોતે પણ આ સ્થળથી દૂર રહે છે.

શિખર કોતરીને બનેલું મંદિર.

પ્રવાસના પહેલા દિવસે જ આ સ્થળ જોઈને અમે રાજી થયા. ટ્રેનમાં આમ તો થાક લાગ્યો ન હતો, પરંતુ રખડવા નીકળ્યા હોય ત્યારે કંઈક જોઈ લેવાની ઇચ્છા થતી હોય. એટલે કોઈ એકાદ સ્થળ જોઈ લઈએ ત્યારે પ્રવાસે નીકળ્યાનો સંતોષ મળે. અમને સંતોષ મળવાની શરૂઆત થઈ ગઈ હતી.

મસરૂર ફરીને ફરી જ્વાલામુખી આવી પહોંચ્યા. આગામી મંજિલ જ્વાલાદેવી મંદિર હતી.

ઝળહળ જ્યોત જલે

ધાર્મિક કથા એવી છે કે દેવી પાર્વતીના વિવિધ અંગો ભારતના વિવિધ ભાગોમાં પડ્યા. એ દરેક ભાગ હવે શક્તિપીઠ તરીકે ઓળખાય છે. એવી બાવન શક્તિપીઠ છે. એમાંની એક શક્તિપીઠ એટલે આપણું જ્વાલાદેવી મંદિર. અહીં દેવી પાર્વતીની જીભ પડી હતી અને એ સ્થળે મંદિર બન્યું. આટલી ધાર્મિક કથા હોય તો કદાચ બધાને મંદિર આકર્ષક ન લાગે, પરંતુ મંદિરનું મુખ્ય આકર્ષણ

ત્યાં ઝળહળતી જ્યોત છે. એ જોવા અમારો ઉત્સાહ સમાતો ન હતો.

મંદિર જરા ઊંચાઈ પર છે અને ત્યાં સુધી પહોંચવા માટે ઢાળવાળો રસ્તો છે. રસ્તાની બંને બાજુ દુકાનો છે. રસ્તાને ઉપરથી છત વડે બંધ કરી દેવાયો છે, જેથી કોઈ પણ ઋતુમાં ભક્તો ઓછી તકલીફ સાથે મંદિર સુધી પહોંચી શકે છે. મંદિરનો ઢોળાવ આમ તો ૩૦૦ મીટર જેટલો જ છે, પરંતુ ઢાળ હોવાથી ચઢાણમાં થાક લાગશે એ વાત નક્કી છે.

શ્વાસ પર કાબૂ કરતાં કરતાં અમે પણ મંદિરના પગથિયાં સુધી પહોંચ્યા. મંદિરનું પ્રાંગણ મોટું છે અને ડાબે, જમણે, આગળ, પાછળ એમ ચો-તરફ મંદિર જ મંદિર છે. એ જોઈને જરા મૂંઝવણ થઈ કે મુખ્ય મંદિર કયું? વળી કોઈ મંદિરનો દેખાવ એ પ્રકારે ભવ્ય ન હતો કે એ ઓળખાઈ જાય. સામાન્ય રીતે દરવાજેથી પ્રવેશ્યા પછી જે મંદિર આવે એ જ મુખ્ય હોય. અહીં તો સામે કંઈ ન હતું. આ મંદિર ઇન્ડો-શીખ શૈલીનું બાંધકામ ધરાવે છે. એટલે દેખાવ પણ જરા જુદો લાગતો હતો. મંદિરના પ્રાંગણમાં જ હોવા છતાં અમારે મંદિર શોધવાનું હતું. કોઈ સાઇન બોર્ડ એવું ન હતું, જેનાથી સ્પષ્ટ થાય તો વળી કોઈ એવું દેખાતું ન હતું જેમને પૂછી શકાય.

એ સંજોગોમા દેવી જ્વાલાને શોધવાં કઈ રીતે?

એ માટે જોકે રૉકેટ સાયન્સ કામે લગાડવું પડે એ પહેલાં અમને ડાબી તરફ એક લાઇન દેખાઈ. એ લાઇન જોઈને સમજાયું કે મુખ્ય મંદિર એ તરફ છે. આરતી ચાલતી હતી એટલે દર્શનાર્થીઓની આગેકૂચ અટકી ગઈ હતી. એટલે લાઇન સ્થિર હતી.

જ્વાલાદેવી મંદિરનું પ્રાંગણ.

થોડા સમય પછી લાઇન આગળ ચાલી ત્યારે અમે પણ તેમાં જોડાયા. ગર્ભગૃહની આગળ એક કદાવર શબ્દ નાનો પડે એવો મોટો ઘંટ ટીંગાતો હતો. બે-ત્રણ વ્યક્તિ ભેગા થઈને હલાવે ત્યારે જ એ વગાડી શકાતો હતો. પહાડોમાં તેનો અવાજ દૂર સુધી ગુંજતો હતો.

એ ઘંટ પછી બીજું સરપ્રાઇઝ મંદિરનું ગર્ભગૃહ પોતે હતું. સામાન્ય રીતે મંદિરમાં પ્રવેશ કરીએ ત્યારે ગર્ભગૃહમાં આપણી સામે દેવી-દેવતાની મૂર્તિ હોય છે, પરંતુ અહીં એવું કંઈ ન હતું. મોટો હવનકુંડ બનાવ્યો હોય એવો ખાડો હતો. એ ખાડામાં બધા જોતા હતા. અમે પણ આગળ વધીને તેમાં જ જોયું. ખાડાની દીવાલ પર એક જ્વાળા અથવા તો જ્યોત નીકળી રહી હતી. બસ એ જ્યોત જ હતી દેવી પાર્વતીનું સ્વરૂપ.

જ્યોત જોઈને અમે તો અભિભૂત થયા, કેમ કે એ કાયદેસર રીતે દીવાલની ફાટમાંથી પ્રગટ થતી હતી. ત્યાં કોઈ બીજી કૃત્રિમ વ્યવસ્થા ન હતી. જ્વાલાદેવીને વંદન કરીને અમે આગળ વધ્યા. ગર્ભગૃહ નાનું હતું અને ભીડ વધારે... એટલે સુરક્ષાકર્મીઓ પ્રવાસીઓને ધીમે ધીમે બહાર નીકળવા પ્રોત્સાહિત કરતા હતા. સામાન્ય રીતે મંદિરના ગર્ભગૃહમાં ભક્તોને પ્રવેશ અપાતો હોતો નથી. અહીં તો ભક્તોને ત્યાં સુધી જતા રોકવામાં આવે તો મંદિરનું મહત્ત્વ જ ન રહે.

અકબરનું છત્ર

ત્યાંથી બહાર નીકળ્યા એટલે મંદિરની સફર પૂરી થઈ. અલબત્ત, એવું અમને લાગતું હતું. મુખ્ય મંદિરમાંથી બહાર નીકળ્યા ત્યાં ભક્તવૃંદ બીજા એક પ્રાર્થનાખંડ જેવા મંદિર તરફ જઈ રહ્યું હતું. અમે એની પાછળ ચાલ્યા. ત્યાં એક બોર્ડ જોવા મળ્યું, 'અકબર દ્વારા ચઢાયા ગયા છત્ર યહાં પર હૈ.'

બોર્ડ જોઈને બેશક અચરજ થયું. અકબરે વળી અહીં શા માટે છત્ર ચડાવ્યું હશે? એવો સવાલ પણ થયો. કોઈ દેવીના મંદિરમાં છત્ર ચડાવવાની આપણી હિન્દુ ધર્મની પરંપરા જાણીતી છે. એટલે એ વાત કંઈ અજાણી ન હતી, પરંતુ અકબરે છત્ર ચડાવ્યું... કેમ ચડાવ્યું હોય... એ વિચાર પડતો મૂકીને અમે એ ખંડમાં પ્રવેશ્યા. સામે દેવીની મૂર્તિ હતી. બાજુમાં એકાદ મીટરના વ્યાસનું ગોળાકાર કદાવર છત્ર પડ્યું હતું. એ છત્ર અકબરે ચડાવ્યું ત્યારે સોનાનું હતું... તો હવે શેનું છે?

જ્વાલાદેવી મંદિરના રસ્તે જ પાદુકા છે,
પરંતુ મોટા ભાગના પ્રવાસીઓનું ધ્યાન તેનાં પર પડતું નથી.

એનો જવાબ ધાર્મિક કથામાં રહેલો છે.

વાત જાણે એમ બની કે એક વખત અકબરને ખબર પડી કે અહીં અખંડ જ્યોત પ્રગટે છે. અકબરને એ વાત ધૂપ્પલ લાગી. એટલે તેણે જ્યોતના સ્થળે ધાતુનું કવર કરી દીધું, પણ જ્યોત ઠારી ન શકાઈ. પાણીનો મારો પણ ચલાવ્યો, પણ જ્યોત ઓલવાઈ નહીં. એટલે અકબરનો અહંકાર ઓલવાઈ ગયો અને તેણે દેવીનું મહત્ત્વ સ્વીકારી સોનાનું છત્ર ચડાવ્યું. જોકે દેવીએ તેને પોતાની શક્તિ વડે બીજી ધાતુમાં ફેરવી નાખ્યું.

પરંતુ બીજી ધાતુ એટલે કઈ?
એ છત્રમાં હવે સોનું કેટલું છે?
કઈ કઈ ધાતુનું બનેલું છે?

વગેરે કંઈ તપાસ થઈ નથી અને વિષય છે શ્રદ્ધાનો એટલે તપાસ કરવાની કોઈ જરૂર નથી. સવા ચારસો વર્ષ કરતાં જૂનું છત્ર આજે જરાક ઝાંખું દેખાય, પરંતુ એ જોઈને અમારી તો આંખો ચમકી ઊઠી હતી.

એ ચમક સાથે અમે ઉતારે પાછા ફર્યા.

29 એપ્રિલ, 2022

બીજા દિવસે સફર ઊપડી કાંગડાનો કિલ્લો જોવા.

આ સમગ્ર વિસ્તાર કાંગડા વેલી તરીકે ઓળખાય છે. કાંગડા વેલી વચ્ચે નદીના કાંઠે ખાસ્સી ઊંચાઈ પર કિલ્લો ઊભો છે. ભારતના સૌથી મોટા ને સૌથી જૂના કિલ્લામાં કાંગડા ફોર્ટનો સમાવેશ થાય છે. ઇતિહાસકારોના અંદાજ મુજબ ૩૫૦૦ વર્ષ જૂનો છે.

એક તો કિલ્લો ઊંચાઈ પર છે. વળી કિલ્લાનું બાંધકામ કંઈ એક જ સપાટી પર હોતું નથી. એટલે દૂરથી દેખાતા ડુંગર રળિયામણા હોય કે ન હોય, પણ કિલ્લાના કિસ્સામાં તો એવું જ બને. આ કિલ્લો દૂરથી પણ રળિયામણો લાગતો ન હતો અને નજીક ગયા પછી તો વધારે આકરો હોવાનું સ્પષ્ટ થયું.

ઐતિહાસિક અને વખંભર જેવો કાંગડાનો કિલ્લો.

ફરવા જતી વખતે પ્રવાસીઓ નિરાંતે ઊઠી, તૈયાર થઈને મોજથી નીકળતા હોય છે. મોટા ભાગના પ્રવાસીની માનસિકતા એવી જ હોય અને અમારી પણ હતી જ, પણ એમાં એક ગરબડ થાય એમ હતી. કિલ્લો જોવા જેટલા મોડા જઈએ એટલો તડકો વધારે લાગે અને કિલ્લાનાં સામાન્ય પગથિયાં ચડવામાંય આળસ આવે.

એટલે કિલ્લો ખૂલે એ સાથે તુરંત પહોંચી જવાનું અમે નક્કી કર્યું હતું. આમ

પણ અમે મોટે ભાગે સવારે ફરી લેવાનું, બપોરે જરા બ્રેક, બપોર પછી ફરી ફરી લેવાનું એ રીતે જ અમારું ટાઇમ-ટેબલ ગોઠવતા હતા. પુરાતત્ત્વ વિભાગ સંચાલિત કિલ્લો સૂર્યોદયથી સૂર્યાસ્ત સુધી ખુલ્લો રહે છે (સાથે મ્યુઝિયમ છે એ ૯થી ૫ સુધી ખુલ્લું હોય છે). એટલે અમે શક્ય એટલા વહેલા પહોંચી ગયા.

ભારતના ઘણાખરા કિલ્લાની રચના સમાન જ જોવા મળે છે. એક પછી એક દ્વાર વટાવો, ચઢાણ ચડો અને છેવટે કિલ્લાના સૌથી ઊંચા ભાગ પર પહોંચો. આ કિલ્લો પણ એવો જ છે. અમીરી દરવાજો, દર્શની દરવાજો... વગેરે દરવાજા પાર કરીને ઉપર પહોંચવાનું હતું. કિલ્લાને આવા કુલ ૧૧ દરવાજા અને ૨૩ બુરજ છે. કિલ્લાની દીવાલો કદાવર પથ્થરની બનેલી છે, પણ વચ્ચે બે દરવાજા વચ્ચે એવો માર્ગ આવ્યો જ્યાં પથ્થર કોતરીને જ કોતર જેવો માર્ગ બનાવેલો હતો. એ જોઈને કિલ્લાની ભવ્યતાનો ખ્યાલ આવ્યો.

કિલ્લામાં આગળ વધતા ગયા એમ પથ્થરો વચ્ચે રખાયેલાં હથિયારો ગોઠવવાના ગોખલા, ઝરૂખા, વિવિધ પ્રકારની મૂર્તિઓ, ખંડિત બાંધકામ, કળાત્મક કોતરણી, ભુલ-ભુલામણી જેવી ચડ-ઊતર કરાવતી સીડીઓ, ક્યાંક અન્ડરગ્રાઉન્ડ તો ક્યાંક ઓવરગ્રાઉન્ડ ઓરડા, ખાલી પડેલી બારીઓ અને ત્યાંથી દૂર સુધી દેખાતો વન-વિસ્તાર... એ બધું ફરી વળતાં કલાકેક જેટલો સમય કેમ પસાર થયો એ ખબર જ ન પડી. સાડા ત્રણ હજાર વર્ષ દરમિયાન ઇતિહાસના અનેક ઉતાર-ચડાવ જોઈ ચૂકેલા કિલ્લા આગળ સિકંદર સહિત ભલભલા રાજાઓનાં પાણી ઊતરી ગયા હતા, પણ એ કિલ્લો ૧૯૦૫માં આવેલા ભૂંકપ વખતે હલબલી ઊઠ્યો. તેનું કેટલુંક બાંધકામ તૂટી પડ્યું. એ ભગ્ન બાંધકામ આજેય ધરતી પર વિખરાયેલું છે.

આ કિલ્લો ઊંચી કરાડ પર છે. કોઈ આસાનીથી તેના પર હુમલો કરી શકે એમ નથી. દૂરથી એ કરાડ દેખાય પણ કિલ્લાની ઉપર પહોંચીએ ત્યારે ખબર પડે કે ઊંચાઈ કેટલી છે, કોઈ પાછળથી પડે કે ધક્કાબારીએથી ધક્કો દેવાય તો ઉપર પહોંચવાનો એ સૌથી ટૂંકો રસ્તો સાબિત થાય. પાછળ આછા-પાતળા ધૌલાધારનાં શિખરો દેખાતાં હતાં. ઠંડો પવન ફૂંકાતો હતો. તેના કારણે કિલ્લામાં ચડ-ઊતર કરતી વખતે લાગતો થાક ઊતરી જતો હતો. કિલ્લામાં એક જૈન અને એક લક્ષ્મીનારાયણ મંદિર છે, જ્યાં ભક્તો માથું ટેકવતા રહે છે. તો જેની કલા જોઈને અભિભૂત થયા વગર રહેવાય નહીં એવું લક્ષ્મીનારાયણ મંદિર માત્ર અવશેષ સ્વરૂપે રહ્યું છે, પણ તેની કોતરણી અદ્ભુત છે.

કિલ્લાની બાજુમાં મ્યુઝિયમ અને રેસ્ટોરાં છે. ત્યાં વધુ માહિતી ઉપલબ્ધ છે અને માહિતીમાં રસ ન હોય તો ચા-પાણી તો છે જ.

મેકલોડગંજ એટલે હિમાચલનું આબુ

મેકલોડગંજની સાંકડી ગલી જોઈને વાહન તો ઠીક સાઇકલ ચલાવાનું પણ આપણું ગજુ નહીં.

હવે અમારે સીધા જ મેકલોડગંજ પહોંચવાનું હતું. ધર્મશાળા-મેકલોડગંજ જતાં પહેલા ટ્રાવેલ ઇન્ડસ્ટ્રીઝમાં મોટું નામ ધરાવતા 'ટ્રાવેલ ડિઝાઇન'ના સંચાલક બિમલ મહેતા સાથે વાત કરી હતી. બિમલભાઈએ એક જ વાક્યમાં સમજણ આપતાં કહ્યું હતું, 'ધર્મશાળા એટલે આબુ રોડ અને મેકલોડગંજ એટલે આબુ.'

ત્યાં જતા પહેલા સ્વાભાવિક રીતે મનમાં ઘણા ખ્યાલો અને સ્થળ વિશેનાં કલ્પનાચિત્રો હોય. એ ચિત્રો આ સરખામણીને કારણે વધારે સ્પષ્ટ થતાં હતાં. કાંગડા વટાવી ધર્મશાળા પહોંચ્યા, ધર્મશાળા વટાવી મેકલોડગંજ તરફ અમારી ગાડી આગળ વધી. ધર્મશાળા અને મેકલોડગંજ વચ્ચે અંતર તો પૂરું ૧૦ કિલોમીટરનુંય નથી, પણ બહુ કથોરું છે. સાવ સાંકડો રસ્તો, ચઢાણ અને વળાંકો... તેના કારણે ડ્રાઇવર તો ઠીક મુસાફરોનેય ડર લાગે કે આવો રસ્તો તો કેમ પાર થશે? એક તબક્કે એવો વિચાર પણ આવ્યો કે ઊતરીને ચાલવા માંડીએ... કેમ કે વાહન વારંવાર ટ્રાફિકમાં ફસાય. સાંકડો રસ્તો હોવાથી ટ્રાફિકની લાઇન પણ લાંબી થતાં વાર ન લાગે, પણ અહીં નિયમિત રીતે વાહનો ચલાવતા ડ્રાઇવરો માટે તેની નવાઈ ન હતી. વળી અમને જે સાંકડો લાગતો હતો એ રસ્તે હિમાચલ ટ્રાન્સપૉર્ટની મોટી બસો નિયમિત રીતે આવતી-જતી હતી. એટલે અમને જે ડ્રાઇવિંગ અઘરું લાગતું હતું એ અહીંના ડ્રાઇવરો માટે રુટિન પ્રૅક્ટિસ હતી.

મેકલોડગંજની બજારો તો એનાથીય સાંકડી હતી. હકીકતે એક ઊંચી ટેકરી

પર મર્યાદિત વિસ્તારમાં મેકલોડગંજ નગર ફેલાયેલું છે. એટલે સ્વાભાવિક રીતે આખા નગરમાં ફૂટબોલના મેદાન જેટલી પણ સપાટ કે ખુલ્લી જગ્યા નથી. મેકલોડગંજનો મુખ્ય ચોક છે જ્યાં બધા પ્રવાસીઓ ઊતરે અને પોતપોતાના ઉતારા-ઓરડે રવાના થાય. એ ચોક જોઈને એમ થાય કે આનાથી વધારે જગ્યા તો આપણા ગુજરાતમાં ઘણી હવેલીઓના ચોકની હોય છે, પરંતુ પહાડીઓ પર તો જગ્યા એવી જ હોય.

અમારી હોટેલ 'લૉર્ડ ક્રિશ્ના બુટીક'માં પહોંચ્યા. મેકલોડગંજ નાનું નગર હોવાથી ઘણાં સ્થળો તો ચાલીને જ ફરી શકાય એમ છે. એટલે સીધા ટૅક્સી કે રિક્ષા માટે દોડાદોડી કરવાનો અર્થ નથી. અમારા ઉતારાથી નજીક જ દલાઈલામા મંદિર હતું. અમે એ તરફ ઊપડ્યા.

થોડું ચાલ્યા ત્યાં જમણી તરફ એક આકર્ષક બાંધકામ આવ્યું અને બહાર બોર્ડ જોવા મળ્યું 'ધર્મશાળા સ્કાયવે'. એ જોઈને અચરજ થયું. ધર્મશાળા અને મેકલોડગંજ વચ્ચે તો રોપ-વે ચાલે છે. આપણને તો એની ખબર જ ન હતી એ જાણીને મનોમન શરમ આવી! પછી નક્કી કર્યું કે મેકલોડગંજથી ધર્મશાળા જવા માટે હવે બસ-ટૅક્સીમાં સફર કરવાની થતી નથી. રોપ-વે ઈઝ ધ બેસ્ટ વે. વળી આ રોપ-વે ટાટા ગ્રૂપ દ્વારા સંચાલિત છે એટલે એના તરફ જરા વધુ આદરની લાગણી થઈ.

દલાઈલામા મંદિરમાં આવા રંગોથી ભરપૂર અને ભવ્ય ચિત્રો ઠેર ઠેર જોવા મળે છે.

આગળ 'થેગછેન છોલિંગ બુદ્ધ વિહાર' લખેલું દ્વાર આવ્યું. અમે તેમાં પ્રવેશ્યા. સામે જ તિબેટિયન શહીદોને સમર્પિત સ્મારક હતું. આમ તો જાણીતો ઇતિહાસ છે, પણ અહીં જરા ઉલ્લેખ જરૂરી છે. ચીને તિબેટ પર આક્રમણ કર્યું. ત્યાંના સર્વોચ્ચ ધર્મગુરુ દલાઈલામાએ સલામતી માટે તિબેટ છોડવું પડ્યું. છોડીને ભારત આવ્યા. રાજા શીબીના વખતથી આશરાધર્મ નિભાવતા દેશ ભારતે તેમને આશરો આપ્યો એટલું જ નહીં રહેવા માટે જગ્યા પણ ફાળવી આપી. એ જગ્યા એટલે ધર્મશાળા. અહીં નાના-મોટા ઘણા બૌદ્ધ મંદિર-મઠ છે. એ બધામાં દલાઈલામા ટેમ્પલ અથવા તો થેગછેન બૌદ્ધ વિહાર મુખ્ય છે. દેશ-વિદેશના બૌદ્ધ અનુયાયીઓ ત્યાં માથું ટેકવવા આવે છે. તો વળી અન્ય પ્રવાસીઓ કુતૂહલ ખાતર એ મંદિર જોવા આવે છે.

અમે મંદિરમાં આગળ વધ્યા. આપણાં મંદિરો કરતાં સાવ અલગ બાંધકામ અને રચના જોઈને અચરજ થતું હતું. આપણાં મંદિરોમાં પ્રવેશ પછી સામે ગર્ભગૃહ હોય અને એ દૂરથી જ ઓળખાઈ આવે. અહીં એવું કંઈ ન હતું. અંદર પ્રવેશ્યા પછી એક-બે વળાંક અને એક માળ ચડ્યા ત્યારે એક મોટો ખંડ આવ્યો. ખંડના સામે છેડે ભગવાન બુદ્ધની સોને મઢેલી ચમકતી કદાવર વિવિધ મુદ્રામાં મૂર્તિઓ હતી. આ સ્થળ અલગ લાગવાનું મુખ્ય કારણ એ હતું કે મંદિર હકીકતે તો દલાઈલામાનું નિવાસસ્થાન છે.

દીવાલ પર તિબેટી ચિત્રકળાના મોટા-મોટા નમૂના લટકતા હતા. કલરકામ પણ તિબેટના ભડકદાર કલરનું જ હતું. મુખ્ય ખંડની બહાર બૌદ્ધ ધર્મની ઓળખ જેવા પ્રાર્થના માટેના નળાકાર (પ્રેયર વ્હીલ)ની હારમાળા હતી. પ્રાર્થના તો કોને આવડે...? માટે પ્રવાસીઓ તેને ગોળગોળ ફેરવી વીડિયો-સેલ્ફી લેતાં હતાં. એકથી વધારે ખંડમાં વિવિધ મૂર્તિઓ, કદાવર પ્રેયર વ્હીલ વગેરે વિભાગો મંદિરમાં હતા. ભક્તો પોતાની સમજણ અને જિજ્ઞાસા મુજબ આમ-તેમ ફરતાં હતાં.

અહીં આવ્યા પછી પ્રવાસીઓને ખબર પડતી હતી કે બીજાં બે આકર્ષણો પણ અહીં છે. એક આકર્ષણ એટલે દૂર દેખાતા ધૌલાધારના પહાડો. હિમાચલ યાત્રામાં અમારા માટે પહેલો પ્રસંગ હતો જ્યારે હિમાચલનાં શિખરો સ્પષ્ટ દેખાતાં હતાં તો બીજી તરફ રોપ-વે અને તેની નીચે ફેલાયેલુ જંગલ જોવા મળતું હતું. એ બધાં દૃશ્યો પ્રવાસીઓને કલાકો સુધી અહીં પકડી રાખતા હતા.

મંદિરના પ્રાંગણમાં બેસવાની વ્યવસ્થા હતી. કોઈ રોક-ટોક વગર પ્રવાસીઓ અહીં આમ-તેમ ફરી શકે છે. અમે પણ એ રીતે પ્રાંગણમાં બેઠા અને ઠંડી હવાની મજા માણી. પ્રાંગણમાં ઘણા બૌદ્ધ સાધુઓ પણ લાલ વસ્ત્રો પહેરીને બેઠા હતા, આમ-તેમ ઘૂમતા હતા. આપણા કેટલાક મંદિરમાં જે રીતે ગંદકી અને સુરક્ષાના

નામે ધુપ્પલ ચાલતા હોય એવું અહીં કંઈ ન હતું. મંદિરની મજા લઈને રવાના થયા.

પોણા સાત હજાર ફીટ ઊંચા એ ગામમાં અમને સતત અનુભવ થતો હતો કે મેદાની પ્રદેશમાં રહેનારા આપણા સૌ પાસે કેટલી જગ્યા છે. જ્યારે અહીં બહુ ઓછી જગ્યા છે માટે તેનો ઉપયોગ પણ કરકસરપૂર્વક થાય છે.

30 એપ્રિલ, 2022

મેકલોડગંજથી જરા દૂર 'ભાગસુનાગ મંદિર' આવેલું છે અને મંદિરથી થોડે દૂર વળી ભાગસુનાગ ધોધ આવેલો છે. અમે એ તરફ જવા પગ ઉપાડ્યા. ચોકમાં બોર્ડ મારેલું હતું કે ધોધ 1.5 કિલોમીટર છે. એ વાંચીને થયું કે આટલું તો ચાલી જ નખાય ને...

પણ એ નિર્ણય ખોટો સાબિત થાય, કેમ કે દોઢ કિલોમીટરના અંતે તમે મંદિર સુધી પહોંચી શકો છો. ત્યાંથી અડધો-પોણો કિલોમીટર જેટલો મારગ ચાલીને કાપવો પડે ત્યારે ધોધ સુધી પહોંચી શકાય.

ભાગસુ નાગ ધોધ જતાં પહેલા નદીના ચાંદી જેવા ચળકતાં પથ્થર પણ જોવા જેવા છે.

માટે અમે રિક્ષાઓ પકડી અને મંદિર સુધી પહોંચ્યા. સાંકડી ગલીઓમાં બંને તરફ વિવિધ સામગ્રી વેચતી દુકાનો વટાવતા મંદિરના પ્રાંગણમાં આવ્યા. અહીં એક વિશાળ કુંડ છે. સામાન્ય રીતે આવા કુંડમાં ન્હાવાની મનાઈ હોય છે. અહીં તો સૂચના હતી કે સવારથી સાંજ સુધી ન્હાઈ શકાશે. ધૌલાધારના શિખરો પરથી આવતું પાણી અત્યંત ઠંડું હતું. એટલું જ નહીં તેનો કલર એટલો બધો સ્વચ્છ અને આકર્ષક હતો કે જોઈને લાગે નહીં કે અહીં લોકોને ન્હાવાની પણ છૂટ હશે, પરંતુ હતી. એટલું જ નહીં, યુવાનો તેમાં ધુબાકા મારતા હતા. નવાઈનું દશ્ય એ હતું કે કોઈ મહિલાઓ સ્નાન

કરતી ન હતી, પરંતુ એક પરદેશી યુવતી ટૂંકા વસ્ત્રોમાં ન્હાવા કૂદી પડી હતી. એની હિંમત જોઈને માન થયું.

કુંડ પાસે મંદિર છે, જેમાં શંકર ભગવાનની પૂજા થાય છે. મંદિર નાનું છે, પણ બાંધકામ આકર્ષક છે. એ મંદિર વિસ્તાર વટાવીને અમે ધોધ તરફ આગળ વધ્યા.

મંદિર પછી પહાડી વિસ્તારમાં પોણો કિલોમીટર જેટલું ચાલીને ધોધના મૂળ સુધી જઈ શકાતું હતું. પ્રવાસીઓનો મોટો વર્ગ ધોધની ગંગામાં હાથ ધોવા માટે આગળ વધી રહ્યો હતો. દૂર ઉંદરની પૂંછ જેવો ધોધ દેખાતો હતો અને હેઠવાસમાં તેનું પાણી આગળ વધી રહ્યું હતું. ધોધ સુધી જવા માટે સાંકડે રસ્તે સાવધાનીપૂર્વક ચાલવું પડે.

અમે જરા જુદો વિચાર કર્યો. મૂળ ધોધ ઉપરાંત હેઠવાસમાં ઘણા નાના ધોધ હતા. મૂળ ધોધને પડતો મૂકી અમે સીધા નદીમાં ઊતરી પડ્યા. પોણો કિલોમીટરની સફરની સામે 75 મીટર ઊતર્યા ત્યાં જ અમારા પગ પાણીમાં પહોંચી ગયા. પાણી ઠંડું હતું, પણ કેટલું ઠંડું એનો અમને ખ્યાલ ન હતો. એટલે અમે પગ પાણીમાં ઝબોળ્યા. એ વખતે ખબર પડી કે પગ એટલા બધા થીજી જાય છે કે કોઈ ચીરો પાડે તો પણ દર્દ ન થાય... પાણી અમારી કલ્પના કરતાં અનેકગણું વધારે ઠંડું હતું.

કુંડમાં નહાવાની મનાઈ હોય, અહીં છૂટ છે, પણ પાણી ભારે ટાઢું લાગશે.

બાળકો એ ઠંડા પાણીમાં ઊતરી પડ્યા. અમે મોટા ધોધથી દૂર રહ્યા એ અમને નુકસાન થયું, પણ સામે કેટલાક ફાયદા થયા.

* એક તો ધોધ સુધી અમારે ચાલવું ન પડ્યું.
* ધોધ પાસે પહોંચ્યા પછી ભીડનો સામનો કરવો પડે એનાથી રાહત મળી, કેમ કે અહીં તો ઘરનો સ્વિમિંગ પુલ હોય એવી મોકળાશ હતી.
* મુખ્ય ધોધ પાસે ભીડ હોવા ઉપરાંત લપસણી ભૂમિ હોવાથી વિશેષ સાવધાન રહેવું પડે.
* અહીં અમે મરજીના માલિક હતા. કોઈ ભીડ ન હતી અને પાણીના ધોધ નાના-નાના હતા. તેનાથી નાનાં ખાબોચિયા ભરાતાં હતાં. એટલે બાળકોને કે કોઈને પણ બીજો કોઈ ખતરો ન હતો.

સામે અમને પહાડની ટોચ પર બરફ દેખાતો હતો અને એ બરફ અહીં પાણી સ્વરૂપે વહેતો હતો. એટલે તાપમાન વિશે તો કંઈ કહેવાપણું જ ન હતું. અહીં અમને વિશિષ્ટ પ્રકારના ચમકદાર પથ્થરો જોવા મળ્યા, જે પાણીના તળિયે ચાંદીનો પથારો કર્યો હોય એવું દૃશ્ય સર્જતા હતા. એટલું ઓછું હોય એમ ઢાળ પર બીજા કાળા કલરના વિશેષ પથ્થર દેખાતા હતા. જઈને જોયું તો ખબર પડી કે લાદીના ટુકડા કાપીને ઢગલો કર્યા હોય એવા એ પાતળા, કાળા, ચમકદાર પથ્થરો હતા. એકાદ પથ્થરને બીજા સાથે અથડાવ્યો તો ખાસ પ્રકારનો રણકાર ઉત્પન્ન થયો. મુખ્ય ધોધ પાસે ગયા હોત તો આ બધી મજા બેશક ચુકાઈ હોત.

નદી પછી નડ્ડીની સફર

નદીના પાણીની મજા લઈ લીધા પછી બપોર પછી અમે ઊપડ્યા નડ્ડી નામના ગામે. મેકલોડગંજ પાસેનું ગામ તેનાં અદ્ભુત દૃશ્યો માટે જાણીતું છે. નડ્ડી નાનકડું ગામ છે અને ત્યાંથી ઘણા ટ્રેક શરૂ થાય છે. ગામમાં બે વ્યૂઇંગ પોઇન્ટ છે. ડાબી તરફના વ્યૂઇંગ પોઇન્ટ અથવા વેલી વ્યૂ નામના સ્થળ પરથી ધૌલાધારનાં વિવિધ શિખર, તેના પર પથરાયેલો બરફ, વચ્ચેથી વહેતા ઝરણાં અને ક્યાંક ક્યાંક આવેલી માનવીય વસાહત જોવા મળી.

અહીં દૂરબીન લઈને ઘણા લોકો ઊભા હતા, જે મામુલી ફી લઈને દૂરના દૃશ્યો દેખાડતા હતા. એ ખરેખર જોવા જેવાં હતાં.

ગામની ડાબી તરફ વળી સનસેટ પોઉન્ટ છે, જ્યાંથી સૂર્યાસ્ત પણ જોવાની મજા પડી. અહીં ભીડ ઓછી હતી એટલે પ્રવાસીઓ શાંતિથી બેસીને સમય

પસાર કરી શકતા હતા. જે પ્રવાસીઓને મેકલોડગંજ-ધર્મશાળાની ભીડથી દૂર રહેવું હોય એવા પ્રવાસીઓ અહીં ઊતરતા હતા.

નડ્ડી પોઇન્ટ પરથી દેખાતા શિખરોની હારમાળા.

કોઈ સ્થળે ફરવા માટે ઘણુંબધું હોય. બધું જોવાની લાલચમાં ઘણી વખત મજા પડતી મૂકવી પડતી હોય છે. અમે મર્યાદિત સ્થળો જોઈને મજા કરી લીધી હતી. એટલે હવે જવાનું હતું ધર્મશાળા.

1 મે, 2022

ટાટા ગ્રૂપ દ્વારા સંચાલિત રોપ-વેમાં અમે મેકલોડગંજથી ધર્મશાળા ઊતર્યા. 15 મિનિટની રોપ-વે સફર ઘણી સરળ છે. બસ-ટેક્સીની જફામાંથી મુક્તિ મળી. રોપ-વેમાં ઊતરીને અમે અમારી હોટેલ સુધી પહોંચ્યા. જરા દૂર આવેલી હોટેલ જંગલ અને ખેતરોથી ઘેરાયેલી હતી.

ચાની સફર

ધર્મશાળા પહાડી વિસ્તાર છે, પરંતુ ત્યાં કેટલાક ચાના બગીચા પણ છે. ધર્મશાળા પાસે આવેલો 'હિમાલયન વ્યૂ' નામનો એક બગીચો પ્રવાસીઓમાં બહુ પોપ્યુલર છે. અમે પણ ત્યાં પહોંચ્યા. એ બગીચાની મુલાકાત ફ્રી છે. ચાના છોડ મજબૂત હોય છે, પ્રવાસીઓ તેની વચ્ચેથી પસાર થાય, ફોટા પાડે, આમ-તેમ ઘૂમરા મારે... છોડને કંઈ થતું નથી.

ધર્મશાળા પાસે આવેલો ચાનો બગીચો.

બગીચાની મુલાકાત ફ્રી છે, પરંતુ કોઈને વિવિધ પ્રકારની ચા અથવા તો અહીં બનતી ચૉકલેટ વગેરે ટેસ્ટ કરવી હોય કે ખરીદી કરવી હોય તો અહીં નાનકડી દુકાન છે. અમે પણ થોડી ચીજો પસંદ કરીને આગળ વધ્યા.

ધર્મશાળા વૉર મેમોરિયલ

હિમાચલ પ્રદેશની ઘણી વસતી સૈન્યની ત્રણેય પાંખોમાં છે. શહીદ થતા જવાનોની યાદમાં અહીં સરસ યુદ્ધસ્મારક બનાવાયું છે. હિમાચલ સરકારે બનાવેલા સ્મારકમાં શહીદોની નામાવલી ઉપરાંત વિવિધ પ્રકારના પુરાતન હથિયારો, ટેન્ક, તોપ, જહાજના મૉડેલ્સ... વગેરે રાખવામાં આવ્યું છે. બાળકો માટે રમત-ગમતની સામગ્રી છે અને સરસ રીતે ગોઠવાયેલો બગીચો પણ છે. પ્રવાસીદીઠ 20 રૂપિયાની ટિકિટ સાથે તેમાં પ્રવેશી શકાય છે.

જગતનું સૌથી ઊંચું ક્રિકેટ સ્ટેડિયમ

હવે અમારો આગામી મુકામ ધર્મશાળા ક્રિકેટ સ્ટેડિયમ હતો. અહીં મેચ ચાલતી હોય ત્યારે પાછળ ધૌલાધારના બરફાચ્છાદિત શિખર જોઈને ક્રિકેટપ્રેમીઓ તો

આ જગ્યાને તુરંત ઓળખી જાય છે, પરંતુ બધાને સ્ટેડિયમ અંદરથી જોવાની તક મળતી નથી. અમે સ્ટેડિયમમાં પહોંચ્યા. સ્ટેડિયમમાં પ્રવેશની 30 રૂપિયા ટિકિટ છે, પરંતુ પ્રવાસીઓ માટે માર્ગદર્શનની કોઈ વ્યવસ્થા નથી. પ્રવાસીઓએ પોતાની રીતે મર્યાદિત વિસ્તારમાં ફરી લેવાનું હોય છે.

ધર્મશાળામાં સાંજ પડ્યે ફરવા જેવાં ખાસ સ્થળો નથી. કેટલીક દુકાનો છે જ્યાં શૉપિંગ વગેરે થઈ શકે, પરંતુ વિકલ્પો મર્યાદિત છે. એ રીતે 'વિનોદ ચાટ ભંડાર' જેવી દુકાન છે જ્યાં ખાણી-પીણી થઈ શકે.

એ બધા અનુભવો લઈને અમે અમારી હોટેલ 'વુડ્ઝ વિલા' પહોંચ્યા. બીજા દિવસે ત્યાંથી રવાના થઈને ફરી અંબ સ્ટેશને પહોંચ્યા જ્યાં અમારી ટ્રેન આવી એટલે ચડીને સાબરમતી તરફ રવાના થયા...

જતા પહેલાં જાણી લો...

* મેકલોડગંજ બહુ નાનો વિસ્તાર છે, માટે નગરમાં તો ચાલીને ફરવું જ ઉત્તમ છે.
* જોવા જેવા મોટા ભાગનાં સ્થળો 1થી 5 કિલોમીટરના અંતરે છે, પણ એ બધાં સ્થળો ચાલીને જઈ શકાય એવાં નથી. મેકલોડગંજના ચોકમાંથી જ રિક્ષા-ટૅક્સી મળશે. તેનું ભાડું પણ ફિક્સ જ હોય છે. એ કામ ઘણું પ્રોફેશનલ રીતે થાય છે માટે બીજી કોઈ ગરબડ થવાની શક્યતા નથી.
* શાકાહારી ભોજન માટે દલાઈ લામા મંદિર રોડ પર 'પંજાબી ઢાબા', પોસ્ટ ઑફિસ પાસે 'આનંદ ઢાબા' વગેરે મર્યાદિત જગ્યાઓ છે. એ સિવાય યાકના દૂધની વાનગીઓ ટેસ્ટ કરવી હોય તો હોર્સ કાફે છે. આવાં ઘણાં કાફે તિબેટિયનો જ ચલાવે છે. મોમો શોખીનો માટે પણ રસ્તાકાંઠે ઠેર ઠેર ખૂમચા જોવા મળશે.
* રહેવા માટે ટેમ્પલ રોડ પર જ 'ક્રિષ્ના બુટિક હોટેલ' બેસ્ટ છે, કેમ કે પરિવાર સાથે હોય અને બધું સરળતાથી જોઈતું હોય તો એ મેઇન બજાર પર છે. જે સાવ શાંતિથી સમય ગાળવા આવ્યા હોય એ નગરથી એક-બે કિલોમીટર દૂર આવેલી હોટેલ્સ પસંદ કરતા હોય છે.
* પોતાના વાહન સાથે કે ટૅક્સી સાથે જતા હોઈએ તો હોટેલમાં પાર્કિંગની સુવિધા છે કે નહીં એ ખાસ તપાસવું. ઘણીખરી હોટેલ્સ પાસે પાર્કિંગ સુવિધા નથી, કેમ કે તેની જગ્યા જ નથી. માટે ટૅક્સીઓ પણ પ્રવાસીઓને હોટેલ સુધી નહીં, ચોક વિસ્તાર સુધી ઉતારીને રવાના થઈ જાય છે.

* અહીં બાઇક પણ ભાડે મળે છે, પરંતુ એ વિકલ્પ બધાને માફક નહીં આવે, કેમ કે રસ્તા આકરા અને વળાંકદાર છે.
* ધર્મશાળા પહોંચ્યા પછી મેકલોડગંજ જવા માટે વાહન કરતાં પણ રોપ-વે બેસ્ટ વિકલ્પ છે.
* મેકલોડગંજ મૂળ તો ટ્રેકિંગ સ્ટેશન છે. માટે પારિવારિક રખડપટ્ટી કરતાં ટ્રેકિંગ ઇચ્છતા પ્રવાસીઓ અહીં વધારે ધામા નાખે છે. અહીંથી ધૌલાધાર રેન્જના પર્વતોમાં વિવિધ ટ્રેક પર જઈ શકાય છે.
* શૉપિંગ કરવા ઇચ્છતા લોકો માટે અહીં તિબેટિયન હેન્ડિક્રાફ્ટની ચીજો મુખ્ય આકર્ષણ છે. મેઇન બજારમાં જે દુકાનો છે એ જરા મોંઘી લાગશે માટે થોડી રખડપટ્ટી કરવામાં આવે તો વાજબી ભાવે સામગ્રી મળી શકશે. શૉપિંગ કરવું હોય તો મેકલોડગંજમાં જ પતાવી લેવું, ધર્મશાળામાં શૉપિંગની ખાસ મજા નહીં આવે.
* રાતે 9 પછી મોટે ભાગે બધું શાંત પડી જાય અને સવારે 9 પછી ફરી ધમધમતું થાય. માટે ભોજન-પાણી 9 પહેલાં પતાવી લેવાં જોઈએ. બાકી રેસ્ટોરાં વગેરે બંધ થઈ જશે.

11

સુંદરવન : ભારતના એમેઝોનની સફર

ભારતનાં જંગલોમાં પશ્ચિમ બંગાળનું સુંદરવન નેશનલ પાર્ક અનેક રીતે અનોખું છે. માનવભક્ષી વાઘનો વસવાટ એક આકર્ષણ છે તો વળી સ્થળ અને જળનું મિશ્રણ અહીંનું બીજું આકર્ષણ છે. 2022ની દિવાળીએ અમારો 14 જણાનો સંઘ ઊતરી પડ્યો સુંદરવનમાં...

પ્રવાસે જવું હોય તો આપણી પાસે મોટરગાડી, બસ, રેલવે, વિમાન, રિક્ષા અને અમુક કિસ્સામાં હોડીની સવારી એવા વિકલ્પો હોય છે, પરંતુ મોટા ભાગે આ બધા વિકલ્પોનો એક સાથે ઉપયોગ કરવાનો થતો નથી. અમે એવા સ્થળે જઈ રહ્યા હતા જ્યાં પરિવહનનાં વિવિધ માધ્યમો અમારી રાહ જોઈ રહ્યાં હતાં.

28મી ઑક્ટોબર, 2022

રાતે અમે કલકતા ઊતર્યા. ઍરપૉર્ટ નજીક જ ‘સિલ્વરલાઇન હોટેલ’માં બુકિંગ કરી રાખ્યું હતું. એક જ રાત રહેવાનો સવાલ હતો એટલે હોટેલ સામાન્ય જ પસંદ કરી હતી. ઊતરીને ‘સિલ્વરલાઇન’ના ઑફિસરોને ફોન કર્યો એટલે વીસેક મિનિટની રાહ પછી એની વાન અમને લેવા આવી. હોટેલે પહોંચ્યા ત્યારે ધરપત થઈ કે એક રાત જ રહી શકાય એવી છે, વધારે રહેવું હોય તો સિલ્વરલાઇનને પડતી મૂકી કોઈ ગોલ્ડલાઇન શોધવી પડે.

હોટેલની વેબસાઇટ પર તો લખ્યું હતું કે અમારી પાસે ઉત્તમ રેસ્ટોરાં છે. અમે પહોંચ્યા ત્યાં રાતના 10 વાગવા આવ્યા હતા. એટલે ભોજન-પાણી માટે હોટેલના રસોડાના જ ભરોસે હતા, પરંતુ અમારા કેટલાક સભ્યો અગાઉની ફ્લાઇટમાં વહેલા પહોંચી ગયા હતા. તેમણે તપાસ કરી રાખી હતી કે હોટેલમાં રેસ્ટોરાં છે, પરંતુ રસોઇયા દિવાળી કરવા ગયા છે. માટે શોભાના ગાંઠિયા કેવા હોય એ જોવું હોય તો એ રેસ્ટોરાં તમને કામ લાગી શકે એમ છે.

બંગાળની પ્રજા આમ તો મુખ્યત્વે માંસાહારી છે. શાકાહારી ભોજન ખાનારો

પણ મોટો વર્ગ છે, પરંતુ રાતે અમને આસાનીથી શાકાહારી ભોજન મળશે કે કેમ એ મોટો પ્રશ્ન હતો. સાથે વૃદ્ધો, બાળકો હતા એટલે બંગાળમાં ઉતરાણ કરતાંની સાથે જ ભોજન એ અમારી પહેલી સમસ્યા બની. સદ્‌ભાગ્યે અગાઉથી ઊતરી ગયેલા ઉત્સાહી સભ્ય તુષાર આચાર્યએ આમ-તેમ રખડીને તપાસ કરી તો જાણવા મળ્યું કે નજીકમાં 'ગુપ્તા વેજ' નામની રેસ્ટોરાં છે. નક્કી કર્યું કે ચાલો ત્યાં...

ગુપ્તા વેજ સુધી પહોંચ્યા એટલે હાશકારો થયો.

બંગાળની પ્રજા આમ શાંત મનની છે. વેપાર-ધંધો કરવો હોય તો કરે... લડી જ લેવું એવું નથી હોતું. એટલે ટેક્સી, પેડલ સાઇકલ, રિક્ષા પડી હોય તો પણ એમને વેપાર કરવાનો મૂડ હોય તો જ આવે. અમારા સદ્‌ભાગ્યે હોટેલ બહાર રિક્ષાઓની લાઇન હતી, પણ દુર્ભાગ્યે કોઈને ગુપ્તા વેજ તરફ આવવું ન હતું. એક પેડલ રિક્ષા મળી, પણ એમાં બધા સમાઈ શકે એમ ન હતા. પેડલ રિક્ષાવાળાએ બીજું કોઈ વાહન મળે એ માટે મદદ પણ કરી. એમાં એક ટેક્સી મળી ગઈ.

અમારા એક સભ્યએ ગૂગલમાં આપેલું સરનામું વાંચી સંભળાવ્યું. સાંકડ-મુકડ બેસીને ટેક્સી રવાના થઈ. હવે બીજો પ્રશ્ન એ હતો કે ગુપ્તા વેજ 11 વાગે

બંધ થાય. માટે તેને ફોન કરીને કહ્યું કે, અમે આવીએ છીએ, તમારા કોઠારને તાળાં ન મારતા...

થોડીવારે ગૂગલના સરનામે જઈને ટેક્સી ઊભી રહી, જ્યાં ન હતા ગુપ્તા કે ન હતું કોઈ વેજ. એટલે વળી સરનામું જોયું. ટેક્સીચાલક જરા નારાજ થયા, કેમ કે જે સરનામું હતું એ તો હજુ ત્રણ કિલોમીટર દૂર હતું. એમને સમજાવ્યું કે અમે તો અજાણ્યા છીએ અને બંગાળની અસ્મિતા હવે તમારા હાથમાં છે. એટલે એ ગુપ્તા સુધી આવવા, ત્યાં વેઇટિંગ કરવા અને ત્યાંથી અમને ફરી હોટેલ ઉતારવા તૈયાર થયા.

ગુપ્તા વેજમાં નીચેના ભાગે મીઠાઈ, રસોડું, વગેરે વિભાગો... ઉપર સિટિંગ ઍરિયા. મેનુમાંથી જોઈને ફલાણું-ઢીંકણું... ઑર્ડર કરવાની શરૂઆત થઈ. એટલે ત્યાંના સહાયકે કહ્યું કે, ફલાણું-ઢીંકણું અત્યારે નથી. અત્યારે મર્યાદિત આઇટમો છે, એમાંથી ઑર્ડર કરો. છેવટે અમે અમારે શું ખાવું છે, તેના બદલે તમારી પાસે શું છે એ તપાસીને ઑર્ડર આપ્યો, પરંતુ સૌથી મોટી રાહતની વાત એ હતી કે ગુપ્તા વેજનું ભોજન અતિ ઉત્તમ. કલકતામાં કોઈને એ વિસ્તારમાં શાકાહારી ભોજન શોધવું હોય તો અમે ગુપ્તા વેજની જ ભલામણ કરીએ. જતાં જતાં એક કૉમેડી પણ થઈ. અમે પહેલાં એવું નક્કી કર્યું હતું કે ગુપ્તામાંથી ઑર્ડર કરીને મંગાવી લઈએ, પરંતુ એમ કરવા જતાં 35 મિનિટનો સમય જાય એમ હતો. ભૂખ લાગી હોવાથી લાંબું વિચારવાની મતિ ટૂંકી થઈ ગઈ હતી. એટલે ટેક્સીમાં સવાર થયા પછી કોઈએ કહ્યું કે, હવે ત્યાંથી પાર્સલ લઈને આવીશું.

એટલે પછી બીજા સભ્યોએ તુરંત કૉમેડી કરી કે પાર્સલ જ મંગાવવું હતું તો 35 મિનિટનું વેઇટિંગ શું ખોટું હતું?

ત્યાં જઈને પાર્સલ લઈશું તો પછી ગુપ્તાવાળા એમ પૂછશે કે તમે પહેલેથી જ મૂરખ છો કે કોઈ ક્રેશ કોર્સ કર્યો છે! એ બધા તરંગો ભૂખ્યા પેટના હતા.

બધાનાં પેટ ભરાયાં એટલે કેટલીક સમસ્યાઓ તો આપોઆપ ઓછી થઈ ગઈ. ટૂંકમાં ભૂખ વડકા થવાનો પ્રશ્ન હલ થયો. હોટેલ પહોંચીને સૂવાની તૈયારીઓ કરી. અમે કુલ 14 વ્યક્તિ હતા અને એમાંથી 4ની ફ્લાઇટ છેક 12 વાગ્યે આવી. હોટેલે પહોંચતા એમને મધરાતનો 1 વાગ્યો. એ પછી સૌ પોતાના રૂમમાં ગોઠવાયા.

29મી ઑક્ટોબર, 2022

પશ્ચિમ બંગાળમાં ભલે પશ્ચિમ દિશા આવતી હોય, પરંતુ ભારતના તો એ

પૂર્વ ભાગમાં છે. હકીકતે તો હવે પશ્ચિમ શબ્દની જરૂર જ નથી. બંગાળ હવે તો એક જ છે. બાંગ્લાદેશને પૂર્વ બંગાળ કહેવાતું હતું. હવે એ રહ્યું નથી, માટે જે બંગાળ છે એ એક જ છે. પશ્ચિમ કહો કે પછી ખાલી બંગાળ કહો, પરંતુ પૂર્વ દિશામાં હોવાથી સવાર વહેલી પડે. પાંચ પહેલા સૂર્યોદય અને 6 સુધીમાં તો મોબાઇલ ફૂલ ચાર્જ હોય એમ સૂર્યનારાયણ 100 ટકા ક્ષમતાથી પ્રકાશ વરસાવતા જોવા મળે.

સુંદરવનમાં પ્રવેશવા માટે આવી હોડીઓ સિવાય કોઈ વાહન નથી.
ભારત-બાંગ્લાદેશ વચ્ચેનો આ મહત્ત્વનો જળમાર્ગ પણ છે.

એવા પ્રભાતે અમે ઊઠ્યા ત્યાં નવી સમસ્યા સામે આવી. હોટેલમાં નાસ્તો-પાણી ફ્રી હતાં, પરંતુ એ બધું 8-30 પછી મળવાનું હતું. જ્યારે અમારે તો 8 વાગ્યે જ સુંદરવન જવા નીકળી જવાનું હતું. એટલે હોટેલની મફત સેવા પડતી મૂકીને અમે રોડ પર નીકળ્યા. ખૂણે એક ચા-નાસ્તાની દુકાન મળી. આખા બંગાળમાં એ વાત જોવા મળે કે તમે એક ચા કહો તો એક બનાવે. બનાવી રાખે અને પછી આપ્યા કરે એવું ચલણ બહુ ઓછું. બીજી તરફ એવીય દુકાનો ખરી કે જ્યાં ચા બને નહીં, પણ થર્મોસમાં ભરેલી હોય. એ થર્મોસ ચાલે એટલીવાર ચા વેચ્યા કરે. અમારા એક પછી એક સભ્યો આવતા ગયા, ચા-નાસ્તો અને કોઈએ વળી નાળિયેર પાણીનું સેવન કર્યું.

અમને લેવા માટે 20 સીટર ટેમ્પો ટ્રાવેલર આવી પહોંચી હતી. સાથે અમારો જ્યાં ઉતારો હતો એ હોટેલ 'સોનાર બાંગ્લા'ના ઉચ્ચ અધિકારી રણજિત સાહા પણ હતા. સાહાની સહાયથી અમે સુંદરવન જવા નીકળી પડ્યા.

સુંદરવન અંદાજે 10,000 ચોરસ કિલોમીટર વિસ્તારમાં ફેલાયેલું જંગલ છે. એમાંથી સાડા ચાર હજાર કિલોમીટર જેટલો વિસ્તાર ભારતમાં છે, બાકીનો બાંગ્લાદેશમાં. આ સમગ્ર વિસ્તાર નદીનો મુખત્રિકોણ પ્રદેશ છે. સૌથી મોટી નદી બેશક હુગલી (ગંગા) છે, એ ઉપરાંત અનેક નદીઓ વિવિધ સ્વરૂપે અને વિવિધ નામે અહીંથી પસાર થઈને બંગાળના અખાતમાં વિલીન થાય છે. ગંગા પણ સમુદ્રને મળે છે, એ ગંગાસાગર નામે ઓળખાતું ધર્મસ્થળ પણ સુંદરવનના કાંઠે આવેલું છે. સુંદરવન તો જાણે 'નેશનલ પાર્ક' છે, પક્ષી અભયારણ્ય છે અને 'વર્લ્ડ હેરિટેજ સાઇટ' પણ છે. એટલે અમારી વાન રસ્તા પર ઊછળે કે ન ઊછળે, પરંતુ સુંદરવન જવા માટે સૌનો ઉત્સાહ ઉછાળા મારતો હતો.

સફર આગળ વધે એમ ઉત્સાહમાં તેજી આવવાની હતી. અંદાજે ત્રણેક કલાક ચાલ્યા પછી અમારી ગાડીએ બ્રેક મારી. સૌ નીચે ઊતર્યા. સ્થાનિક ભાષામાં ટૂક-ટૂક કહેવાતી ઈ-રિક્ષાઓ અમારી રાહે હતી. એમાં સવાર થયા એટલે સૌને અહેસાસ થયો કે આપણે વનવિસ્તારની નજીક આવી રહ્યા છીએ. મોટા ભાગના પ્રવાસીઓ આગળ શું આવશે અને કેમ આવશે એ વાતથી અજાણ હતા. અજાણ રહેવાની પણ એક મજા હોય છે.

ટૂંકી સફર કરીને ટૂક-ટૂકમાંથી ઊતર્યાં ત્યાં વળી પ્રવાસનો નવો પ્રકાર અમારી રાહ જોઈ રહ્યો હતો. એ પ્રકાર હતો હોડીનો. સુંદરવનનાં તમામ ગામો ટાપુ પર છે. એક ટાપુ પરથી બીજા ટાપુ પર જવા રસ્તા બન્યા છે, પરંતુ કુલ 104 ટાપુ છે. એમાંથી 54 ટાપુ પર ગામ વસેલાં છે. બધે રસ્તા શક્ય નથી. એટલે આપણે ત્યાં ઘરે ઘરે મોટરસાઇકલ કે કાર હોય એમ સુંદરવનમાં રહેતા લોકો ઘરે ઘરે હોડી રાખે છે. એ એમના રોજિંદા પરિવહનનો સૌથી મહત્ત્વનો વિકલ્પ છે. અમે ટૂક-ટૂકમાંથી ઊતરીને નાનકડી હોડીમાં સવાર થયા. સામે જ ગોસાબા ટાપુ દેખાતો હતો. અમારો આગામી મુકામ ત્યાં હતો. ગોસાબા ટાપુ એ સુંદરવનનો એન્ટ્રી પોઇન્ટ કહી શકાય. જિલ્લા મથક પણ ખરું. એ ટાપુ પર જ અમારો ઉતારો હતો. ટાપુના કાંઠે જેટ્ટી પર ઊતર્યા, ફરીથી લેવા માટે ટૂક-ટૂક તૈયાર હતી. એમાં સવાર થઈને ગામના સાંકડા પરંતુ એલિવેટેડ કહી શકાય એવા સિમેન્ટ રોડ પર સવારી કરતા સોનાર બાંગ્લાના દ્વારે પહોંચ્યા.

રિસેપ્શનમાં ટીમ અમારી રાહ જોતી હતી. અભિવાદનની આપ-લે થઈ. દોઢ વાગી ગયા હતા એટલે પ્રાયોરિટી ભોજન સિવાય તો શું હોઈ શકે. ભવ્ય

રિસોર્ટના ઓરડામાં અમે ગોઠવાયા અને થોડીવાર પછી પોતાની પસંદગીનું ભોજન લેવા રેસ્ટોરાંમાં ઊમટી પડ્યા.

સુંદરવનમાં સૌથી પહેલાં મજા અમારે ક્રૂઝ સફર અને સૂર્યાસ્ત જોવાની કરવાની હતી. રિસોર્ટ 'ગોસાબા' નદીના કાંઠે જ હતો અને ત્યાંથી જ અમારે હોડીમાં સવારી કરવાની હતી. એટલે પ્રવાસી તરીકે વધુ મજા આવી ગઈ. સુંદરવનમાં નાની-મોટી અનેક પ્રકારની હોડીઓ ચાલે છે. સૌથી પહેલાં તો માછીમારો નાની-નાની હોડી લઈને માછલાં પકડે છે. પ્રવાસીઓ માટે સામાન્ય રીતે બે માળની હોડી હોય છે. નીચેના માળે સૂવા-બેસવા-રસોડાની વ્યવસ્થા. ઉપરનો માળ ડેક જેવો જ્યાં બેસીને જળમાર્ગમાંથી પસાર થતાં જંગલો જોઈ શકાય. અમારા માટે પણ એવી સાધન-સુવિધાસજ્જ હોડી તૈયાર હતી. આવી હોડીમાં ક્ષમતા મુજબ 25-50 મુસાફરો સમાવી શકાય છે. અમારું ગ્રૂપ મોટું હતું એટલે આખી હોડી જ અમને ફાળવી દેવાઈ હતી. બધા માટે આ સફર વળી નવું સરપ્રાઇઝ હતી.

સુંદરવનની એકમાત્ર ફાઇવ-સ્ટાર હોટેલ સોનાર બાંગ્લા,
જેના ભોજનનો સ્વાદ ભૂલાય નહીં એવો છે.

હોડી રવાના થઈ ત્યારે બધાને લાગ્યું કે હવે આપણે કોઈ જુદી ભૂમિમાં આવી પહોંચ્યા છીએ. મહાનગરના ટ્રાફિક, ઘોંઘાટ, પ્રદૂષણ... એવી રુટિન જિંદગી વચ્ચે આ કંઈક નવા પ્રકારની સવારી હતી. સાડા ચાર થયા ત્યાં તો મહારાજા સૂર્યએ આથમવાની તૈયારી કરી. પાણીમાં તેનાં કિરણો પરાવર્તિત થતાં હતાં

એટલે જાણે કે સોનાનો ઢોળ ચડાવ્યો હોય એવું દશ્ય સર્જાતું હતું.

અમારી હોડીનું નામ 'લા મેન્ગ્રોવિયા' હતું. અમારી મેન્ગ્રોવિયા જેવી ઘણી હોડીઓ પ્રવાસીઓને લઈને આમ-તેમ ફરતી હતી. કેટલીક હોડીઓ મોટી હતી અને આકાર પણ હોડીને બદલે નાના જહાજો જેવો હતો. અમારા ચહેરા પરના પ્રશ્નો વાંચીને રણજિત સાહાએ તુરંત માહિતી આપી કે આ બધા બાર્જ અને માલવાહક પ્રકારનાં જહાજો બાંગ્લાદેશના ઢાકાથી આવીને આપણા હલ્દિયા પૉર્ટ જાય છે. કોઈ કોલસો લઈ જશે, કોઈ સિમેન્ટ... ભારત-બાંગ્લાદેશ વચ્ચેના સૌથી મહત્ત્વના જળમાર્ગમાંથી અમે પસાર થઈ રહ્યા હતા, કેમ કે એવાં સંખ્યાબંધ જહાજો પસાર થઈ રહ્યાં હતાં, જેના એક છેડે ભારતનો અને બીજા છેડે બાંગ્લાદેશનો ધ્વજ ફરકતો હતો.

આ મુખત્રિકોણ પ્રદેશમાં દિવસમાં બે વખત ભરતી-ઓટ આવે છે. એટલે જહાજો પણ જળપ્રવાહની દિશા મુજબ સફર પસંદ કરે છે. બાંગ્લાદેશથી પ્રવાહ આ તરફ આવતો હોય ત્યારે જહાજ ત્યાંથી રવાના થાય જેથી બળતણ, સમય, ખર્ચની બચત થાય.

ઉપર આભમાં તારોલિયાનો પ્રકાશ, જ્યારે નીચે પાણીમાં ચાલતાં જહાજોની લાઇટો વચ્ચે ફરતી ફરતી અમારી હોડી ફરીથી જેટ્ટી પર પહોંચી. ઊતરીને રિસોર્ટમાં પહોંચ્યા. થોડીવાર પછી બંગાળી સંગીતનો કાર્યક્રમ રાખવામાં આવ્યો હતો. બંગાળી પ્રજા કળાપ્રેમી છે. ગીત, સંગીત, સાહિત્ય, ચિત્રકામ, શિલ્પકામમાં રસ ન પડતો હોય એવો બંગાળી શોધવો મુશ્કેલ છે.

મોડી રાત જેવું લાગતું હતું ત્યારે હજુ તો માંડ રાતના 8 થયા હતા. એ વખતે બધાને અહેસાસ થયો કે આપણે ખરેખર ભારતના પશ્ચિમ નહીં, પૂર્વ છેડે છીએ. એ પછી એક મહત્ત્વું કામ બાકી હતું એ દિશામાં અમે સૌ ઊમટી પડ્યા. એ કામ એટલે સ્વિમિંગ પુલમાં ધુબાકા મારવાનું.

સોનાર બાંગ્લા રિસોર્ટના રસોઇયા આવીને પૂછી ગયા હતા કે રાતના ભોજનમાં શું લેશો... કોઈએ કઢી-ખીચડી કહી તો બાકીનાએ બંગાળી શૈલીનું શાકાહારી ભોજન કહ્યું. ડાઇનિંગ હૉલમાં પ્રવેશ્યા ત્યારે એ બધી વાનગીઓ તૈયાર હતી. એટલે સૌને એ વાતે પણ ધરપત થઈ કે આ જગ્યાએ રહેવા-ઊતરવામાં કંઈ ગુમાવવાનું નથી.

સામાન્ય રીતે તો પ્રવાસન સ્થળે અનેક રિસોર્ટ-હોટેલ હોય છે. સુંદરવનના કાંઠે પણ છે, પરંતુ ફાઇવ-સ્ટાર રિસોર્ટ તો એકમાત્ર સોનાર બાંગ્લા જ છે. એટલે એમની પાસે દેશી, વિદેશી... એમ તમામ પ્રકારના ભોજનના વિકલ્પો મળી રહે છે.

એ રીતે સુંદરવનમાં સુખરૂપે અમારો પહેલો દિવસ પૂરો થયો. ત્યાં સુધીમાં સૌ કોઈએ પ્લેન, ટૅક્સી, ઈ-રિક્ષા, ઓટો-રિક્ષા, નાની-મોટી હોડી... એમ વિવિધ વાહનોમાં સફર કરી લીધી હતી. એટલે હવે સૌ કોઈએ નિદ્રાદેવીના શરણે જવા સિવાય કંઈ કરવાનું ન હતું.

30 ઑક્ટોબર, 2022

સુંદરવનમાં પહેલો દિવસ પૂરો થયો, પણ ખરી સુંદરતાની શરૂઆત બીજા દિવસે થઈ. સૌથી પહેલાં તો અમને વધુ એકવાર અહેસાસ થયો કે અમે ભારતના પૂર્વ છેડે છીએ. ભાણ વહેલા ઊગી ગયા હતા અને પ્રદૂષણરહિત પ્રકાશ અને હવાએ અમને ઘેરી લીધા હતા. જેટી પર લા મેન્ગ્રોવિયા ટાઇટેનિકની જેમ અમારી રાહ જોઈ રહી હતી. અમે સૌ એમાં સવાર થયા. 6 સિલિન્ડર ધરાવતી હોડી ખાસ કશો અવાજ કર્યા વગર પાણીને ચીરતી રવાના થઈ...

સુંદરવન નામ પરથી પડ્યું એ સુંદરીના વૃક્ષો.

સમુદ્રના પાણીની સ્થિરતા સમુદ્ર પ્રમાણે અલગ અલગ હોય છે. સુંદરવનમાં એક તરફથી નદીઓ આવે છે, બીજી તરફથી સમુદ્ર આવે છે. બંને પાણીનું મિલન થાય છે. માટે આમ તો પાણી તોફાની હોવું જોઈએ, પરંતુ નથી. એટલે

હોડી શાંત પાણીમાં સ્થિર રીતે ચાલવા લાગી. હોડીના પ્રવાસ વખતે શરીરને અસર થવાનો કેટલાકને ડર હતો એ નીકળી ગયો.

હનુમાનજીને સિંદૂર ચડે એમ દરેક હોડીના મોરા આગળ કેસરિયો કલર કરેલો હતો. મમતા બેનર્જીના રાજ્યમાં હોડીઓને કેસરિયો રંગ કેમ લાગ્યો હશે? સવાલનો જવાબ આપતા સોનાર બાંગ્લાના અધિકારી રણજિત સાહાએ સમજાવ્યું કે, એ અમારું પૂજાસ્થળ છે. માટે પ્રવાસીઓ કે કોઈ તેના પર પગ મૂકી શકતા નથી. આપણે ગાડીના હેન્ડલ પર ચૂંદડી લટકાવીએ એવી રીતે અહીં મોરાને કેસરિયો કલર કરી દેવાય છે.

આપણે તો પ્રવાસી તરીકે સુંદરવનમાં બે-પાંચ દિવસ આનંદ-મંગલ કરીને નીકળી જઈએ, પરંતુ સુંદરવનમાં રહેતા લોકો માટે આ જંગલ સર્વત્ર મંગલકારી નથી. અહીંના વાઘ સૌથી મોટો ખતરો છે. બીજી તરફ માછીમારી અને મધ મેળવવા માટે વાઘનો ચોકી-પહેરો વટાવીને જંગલમાં અંદર ગયા વગર છૂટકો નથી. એટલે સુંદરવનની પ્રજા ખાંડાની ધાર પર તો નહીં, પણ વાઘના નહોર પર ચાલે છે. એવા જંગલમાં પ્રવેશતા પહેલાં કોઈ કોઈ કવચ-કુંડળ તો જોઈએને?

એવા એક કવચનું નામ છે, 'બોનોબીબી'.

બોનોબીબી હકીકતે વન-દેવી છે. હિન્દુ-મુસ્લિમ-ખ્રિસ્તી... ગમે તે ધર્મના માછીમારો જંગલમાં પ્રવેશે એ પહેલા બોનોબીબીને માથું અવશ્ય ટેકવે. સુંદરવનના દરેક ગામના છેડે એક નાનકડી ઝૂંપડી જોવા મળે. એમાં બોનોબીબી અને વાઘ સહિતની મૂર્તિઓ હોય છે.

બીજું કવચ છે વાઘને ભ્રમિત કરવાનું. વાઘ પાછળથી હુમલો કરે. એટલે જંગલમાં જતા વનવાસીઓ ચહેરાની પાછળ મોહરું પહેરી રાખે છે. જેથી વાઘને એમ લાગે કે શિકાર આપણી તરફ જુએ છે. વાઘના ચામડા જેવી ડિઝાઇન ધરાવતાં ટી-શર્ટ પહેરી રાખે છે, જેથી વાઘને શિકાર કરતી વખતે લાગે કે અરે... આ તો આપણો જાતભાઈ છે. વનવાસીઓ આ તકેદારી રાખે છે, તો સરકારે પણ સુંદરવનના કેટલાક ટાપુ ફરતે પ્લાસ્ટિકની જાળી બાંધી રાખી છે. પાંચ મણના માણસને પળવારમાં હતો ન હતો કરી નાખતો હોય એ 10-12 ફીટ લાંબો વાઘ નેટને તો ક્યાંથી ગણકારે?

ન જ ગણકારે.

પરંતુ જાળી એ માનસિક અવરોધ ઊભો કરવાનું કામ કરે છે. જાળી જોઈને વાઘ ત્યાં અટકી જાય. ઘણા કિસ્સામાં વાઘ તોડવાનોય પ્રયાસ કરતા નથી. બાકી તો ગમે તેવી જાળી તેમને રોકી શકતી નથી. સુંદરવન, તેના સુંદર દેખાતા,

પરંતુ ખતરનાક ઇતિહાસ ધરાવતા વાઘ વિશે આટલી માહિતી મેળવી ત્યાં હોડીએ બ્રેક મારી. વધુ એક જેટ્ટી અમારી રાહ જોઈ રહી હતી. એ સ્થળનું નામ હતું, 'સજનેખાલી'.

'ગીર નેશનલ પાર્ક'માં જવા માટે જેમ સાસણ ચેક-પોસ્ટ અને વન-ખાતાની ઑફિસ છે, એમ સજનેખાલી સુંદરવનનું પ્રવેશદ્વાર છે. અહીં હોડી, તેના પ્રવાસી વગેરેની નોંધ થાય. સફારીની પરમિટ આપવામાં આવે અને ગાઇડ ફાળવવામાં આવે. સજનેખાલીમાં ગેસ્ટહાઉસ છે, કાચબા ઉછેર કેન્દ્ર છે, મેન્ગ્રોવ્સનાં વૃક્ષો વિશે માહિતી આપતું ઇન્ટરપ્રિટેશન સેન્ટર છે અને સુંદરવનની મધ સહિતની સામગ્રી ખરીદવા માટે વેચાણકેન્દ્ર છે. હું અગાઉના સુંદરવન પ્રવાસે સજનેખાલી ચેકપોસ્ટના ગેસ્ટહાઉસમાં જ ઊતર્યો હતો. માટે મારા માટે આ જગ્યા જાણીતી હતી, પરંતુ તેનો ઘણો વિસ્તાર થઈ ચૂક્યો હતો.

ભારત અને બાંગ્લાદેશ વચ્ચે ફેલાયેલું જળ-જંગલ.

અમારી સાથે જોડાયેલા ગાઇડ સમરભાઈએ માહિતી આપવાની શરૂઆત કરી. વૉચ ટાવર પર ચડાવીને જંગલના દીદાર કરાવ્યા. એ જંગલ વચ્ચે ફેલાયેલા જળમાર્ગમાં અમારે દિવસ કાઢવાનો હતો એ જાણીને સૌ રોમાંચિત થયા. કાચબા જોયા, છોડ-વેલા જોયા અને ખાસ તો સુંદરીનાં વૃક્ષોને નજીકથી નિહાળ્યાં. સુંદરવનમાં ઘણા પ્રકારના મેન્ગ્રોવ્સ (ચેરિયાં) થાય છે. એમાંથી એક

પ્રકાર સુંદરીનો છે. સુંદરીનાં વૃક્ષો આસાનીથી જોવા મળતાં નથી. પ્રવાસીઓ અહીં જોઈ શકે છે.

સજનેખાલી ચેક-પોસ્ટની ટૂંકી મુલાકાત લઈને ફરી હોડીમાં ગોઠવાયા. લા મેન્ગ્રોવિયાના છ સિલિન્ડર ધમધમ્યાં અને અમે સુંદરવનના અનોખા વિશ્વ તરફ આગળ વધ્યા. સુંદરવનમાં અમારે મુખ્યત્વે એક ટાપુ તરફથી બીજા ટાપુ તરફ જળમાર્ગમાં આગળ વધવાનું હતું. થોડીવાર સુધી તો અમને અમારા રિસોર્ટનો ટાપુ, સજનેખાલી પોસ્ટનો ટાપુ વગેરે દેખાતા રહ્યા, પરંતુ એ પછી બધું ઓળખાતું બંધ થવા લાગ્યું. બંને તરફ એકસરખા ટાપુ, ટાપુ પર 'ટાઇગર પામ', વિવિધ મેન્ગ્રોવ્સ અને અન્ય વૃક્ષો હતાં. ટાપુની જમીન અને જળનો સંગમ થાય ત્યાં કાદવનું સામ્રાજ્ય અને એ પછી ડહોળા પાણીમાં આગળ વધતી અમારી હોડી. થોડીવાર પછી નેટવર્ક પણ આવતું બંધ થયું એટલે મોબાઇલનો વધુ ઉપયોગ ફોટોગ્રાફી માટે થવા લાગ્યો.

વાઘ જોવા, પક્ષી જોવા, જંગલમાં અન્ય સજીવો જોઈ લેવા... એવી દૃઢ માન્યતા સાથે જંગલમાં પ્રવેશીએ તો નિરાશા હાથ લાગે એ નક્કી હતું. સદ્‌ભાગ્યે અમારી એવી કોઈ અપેક્ષા ન હતી. જેવું મળે એવું જંગલ જોવાનું હતું.

'મન કા હો તો અચ્છા...
મન કા ન હો તો ઔર ભી અચ્છા...'

એવી ગાંઠ વાળીને અમે સફર કરી રહ્યા હતા. સફર શરૂ કરી ત્યારે ઘણી હોડીઓ આમ-તેમ આંટા મારતી હતી, એની સંખ્યા હવે ઘટી ગઈ હતી. અમારી જેમ પ્રવાસીઓની હોડી સિવાય જંગલમાં કશું ન હતું. દરમિયાન હોડી પર જ અમારા માટે ચા-પાણીની સગવડ રાખવામાં આવી હતી. હાલતાં-ચાલતાં સૌ પોતાની મરજી મુજબ નાસ્તો-પાણી કરતા હતા.

અમારી સાથે ગાઇડ હતા એ જંગલની માહિતી આપતા રહેતા હતા અને કોઈ પક્ષી કે અલગ પ્રકારનું વૃક્ષ જોવા મળે તો એ વિશે અમારી જ્ઞાનવૃદ્ધિ કરતા રહેતા હતા. એવી સફર કરતાં કરતાં અમે વધુ એક મુકામ પર પહોંચ્યા.

એ સ્થળનું નામ હતું, 'ડોબાકી કૅમ્પ'.

ડોબાકી કૅમ્પ ટાપુ પર ઊભો કરવામાં આવેલો અડધો કિલોમીટર લાંબો એલિવેટેડ બ્રિજ છે. જમીનથી અંદાજે વીસેક ફૂટ ઊંચો અને દોઢેક મીટર પહોળો બ્રિજ બંને તરફ જાળીબંધ છે. અમે એ પુલમાં પ્રવેશ્યા. પુલ ફરતે વિવિધ વૃક્ષો અને ખાસ તો અહીં જોવા મળતા નાના-મોટા કરચલા દેખાતા હતા. એકાદ જગ્યાએ અમને કિંગ કોબ્રાનું ભોણ પણ જોવા મળ્યું, પરંતુ કોબ્રા અમને દર્શન દેવાના મૂડમાં ન હતો.

ડોબાકી કૅમ્પ પર સામાન્ય રીતે ભીડ જામતી હોય છે. માટે હોડી પ્રવાસીઓને ઉતારીને દૂર ઊભી રહે છે. પછી જ્યારે તેનો વારો આવે ત્યારે નજીક આવી પ્રવાસીઓને ઉતારે અથવા તો પ્રવાસીઓને બેસાડે. અમે કેનોપી જેવા પુલ પર લૉંગ વૉક કરીને ફરી હોડીમાં સવાર થયા. ત્યાં સુધીમાં બે વાગી ગયા હતા. એટલે હવે બધાનો લક્ષ્યાંક એક જ ચીજ પર હતો, ભોજન.

હોડી પર ભોજનસામગ્રી બનાવવી શક્ય નથી, માટે અમારા માટે પૅક કરેલી સામગ્રી લેવામાં આવી હતી. સોનાર બાંગ્લાના રસોઇયાઓએ બિરયાની, રાયતુ અને પનીર-ટીક્કા બનાવ્યા હતા. કહેવું પડે કે કલાકો વીતી ચૂકી હોવા છતાં તેનો સ્વાદ ઉત્તમોત્તમ હતો. એક તરફ અમારું મોઢું ચાલતું હતું, બીજી તરફ હોડી એના રસ્તે ચાલતી હતી. હા, થોડીવારે ડ્રાઇવર બદલાયા, કેમ કે સવારથી હોડી ચલાવતા હતા એમને પણ ભોજન તો કરવું જ પડે ને.

ઊંચેથી સુંદરવન જોવા માટે બનેલો લાંબો પુલ.

અડધા દિવસની સફરમાં અમે કેટલાક પક્ષી, મૉનિટર લિઝાર્ડ, વન મૂર્ગી વગેરે સજીવો જોયા હતા. સફર આગળ વધી ત્યાં દૂર કાંઠા પર એક આઠેક ફીટ લાંબી મગર અમારી રાહ જોતી હતી. એ ગમે તે ક્ષણે પાણીમાં કૂદવાની તૈયારીમાં હતી. માટે જેમની પાસે કૅમેરા હતા એ નિશાન તાકીને ઊભા હતા. હોડીને પણ શક્ય એટલી નજીક લઈ જવાઈ. મગર પર હોડીના અવાજની કે પાણીના ખળભળાટની કોઈ અસર ન હતી. અમારા જેવા સામાન્ય પ્રવાસીઓ આવે કે પછી રાષ્ટ્રપતિ આવે, જંગલી સજીવો માટે બધા સરખા હતા.

સુંદરવન 400થી વધારે પ્રજાતિનાં પક્ષીઓ માટે જાણીતું અભયારણ્ય છે. અમને પણ એમાંથી વિવિધ પ્રકારના કિંગફિશર, સમડી, ડ્રોંગો, બગલા... વગેરે જોવા મળ્યા. કેટલાક જાણીતા હતા તો કેટલાક અજાણ્યા. ગાઇડભાઈએ એમની ક્ષમતા મુજબ સમજાવવા પ્રયાસ કર્યો, પરંતુ એ પક્ષીઓ અમને કંઈ લાંબો સમય યાદ રહેવાનાં ન હતાં. અહીં વળી બધાને પક્ષીઓ યાદ રાખવાને બદલે મુક્ત ગગનના પંખીની જેમ આનંદ કરવામાં વધારે રસ હતો. પ્રવાસનો મૂળ ઉદ્દેશ પણ એ જ હતો, હોવો પણ જોઈએ.

સવારે સુંદરવનમાં ભરતી આવે એટલે વાઘ જેવા ભૂચર પ્રાણીઓ કાંઠાથી દૂર રહે. સાંજ પડી રહી હતી, ઓટ આવી રહી હતી એટલે વાઘ બહાર નીકળે એવી શક્યતા વધારે હતી. વાઘ જોવા મળે તો... મજા પડી જાય, પરંતુ વાઘને અમારાં મોઢાં પસંદ નહીં હોય. એટલે વાઘે અમને દર્શન દીધાં નહીં, પરંતુ અહીંનાં જંગલો એવાં છે કે વાઘ કાંઠે ઊભીને પ્રવાસીઓને જોતો હોય તો કોઈ તેને ઓળખી ન શકે. અમે વાઘને ન જોયો પણ કદાચ વાઘે અમને જોયા હશે.

સૂર્યનારાયણનો પ્રવાસ અવિરત ચાલુ હતો. નદીના પાણીના છેડે આવેલા ટાપુના પછવાડે એ ધીમે ધીમે અદશ્ય થયા અને અમારી હોડી રિસોર્ટના કાંઠે આવેલી જેટ્ટીના પાર્કિંગ પ્લોટમાં પહોંચી. થોડી કલાક તો થોડી કલાક, અનોખી દુનિયામાં સફર કરીને ફરી અમે વર્તમાન જગતમાં આવ્યા.

થોડીવાર પહેલાં અમારી સામે આમ-તેમ હિલોળા લેતો જળપ્રવાહ, એ પ્રવાહ પૂરો થાય ત્યાંથી શરૂ થતું જમીનનું સામ્રાજ્ય અને એ સામ્રાજ્યમાં રહેતા વન્યજીવોનું જગત હતું. હવે અમારી સામે રિસોર્ટની લાઇટો, દીવાલો, જમીન પર ક્યાંક ક્યાંક આંટા મારતા સાપ અને પ્રવાસીઓનો હળવો ઘોંઘાટ હતો.

સૌ પોતપોતાના ઉતારે પહોંચ્યા. કેટલાક થાક ઉતારવા સ્વિમિંગ પુલમાં કૂદી પડ્યા. રિસોર્ટની રેસ્ટોરાંના રસોઇયાએ અમારા માટે બંગાળી શૈલીનું શાકાહારી ભોજન તૈયાર કર્યું હતું. અમારી અપેક્ષા કરતાં ઘણું સારું હતું. ભોજન સંતુષ્ટિના ઓડકાર સાથે અમારો દિવસ પૂરો થયો.

31 ઑક્ટોબર, 2022

સોનાર બાંગ્લા રિસોર્ટ એક નાનકડા ગામ પાસે હતો. રિસોર્ટમાં મોટી સંખ્યામાં પક્ષીઓની આવન-જાવન હતી. એ માણવા અમે વહેલી સવારે ઊઠી ગયા, કૅમેરા સહિતનો સરંજામ લઈને રિસોર્ટના વિવિધ ખૂણા ફરી વળ્યા. રિસોર્ટના કાંઠે જ નદી હોવાથી ભરતી વખતે પાણી ઘૂસી ન જાય એટલા માટે ફરતી ઊંચી પાળી

બનાવેલી છે. અમે એ પાળી પર ફરવાનું ચાલુ કર્યું. એટલે અગાઉ ન જોવાયાં હોય એવાં ઘણાં પક્ષીઓ અમારી સામે આવ્યાં. એમના અવાજો અને શિકારની રીત-ભાત પણ જોવા મળ્યા. સાથી પ્રવાસી રોનક ગજ્જર પક્ષીશાસ્ત્રી છે એટલે એ વિવિધ પક્ષી ઓળખીને એની સમજણ આપતો હતો.

બંગાળનાં ઘણાંખરાં ઘરો આગળ એકાદ તળાવ અચૂક જોવા મળે. ત્યાં જે માછલીઓ થાય એ જ ખાવામાં કામ લાગે. ઘરના આંગણે આપણે શાકભાજી વાવતા હોઈએ એવો જ સીન હતો. અમે ગામ તરફ આગળ વધ્યા ત્યાં એક મહિલા પાણીમાં ઊતરીને કંઈક કામગીરી કરતી હતી. અમે જોવા ઊભા રહ્યા. મહિલાએ પાણીમાં દેખાતું ઘાસ હટાવ્યું. એની નીચેથી એક લાકડાનું ખોખા જેવું બાંધકામ ખેંચી કાઢ્યું. એ હકીકતે પોર્ટેબલ માછીમારી બૉક્સ હતું. એમાં બે-ચાર માછલીઓ પકડાઈ હતી.

સુંદરવનમાં પક્ષીઓના વૈવિધ્યનો પાર નથી.

મહિલાએ તેને બીજા પાત્રમાં ઠાલવી દીધી અને ફરી એ બૉક્સ પાણીમાં ડુબાડી દીધું. માથે ઘાસનું પડ જમાવી દીધું. જો એ ઘટના અમે જોઈ ન હોત તો ખબર ન પડત કે માછીમારી માટે ત્યાં જાળ બિછાવેલી છે. માછીમારીના મુદ્દે સમગ્ર બંગાળવાસીઓ આત્મનિર્ભર છે. આગળ જતાં બીજી મહિલા પણ એ રીતે માછલી એકઠી કરતી હતી. એમાં એક બિનજરૂરી કરચલો ફસાયો

હતો. મહિલાએ તેનો ફરી પાણીમાં ઘા કરી દીધો. આસપાસ પથરાયેલું બંગાળનું ગ્રામીણ જીવન જોઈને અમે કલકત્તા તરફ જવા રવાના થયા.

ભારતની પહેલી ફાઇવ સ્ટાર હોટલ કેવી હશે?

સફર શરૂ થઈ ત્યારે અમારા મનમાં જે સવાલ પ્રગટતો હતો એ ભારતની પ્રથમ ફાઇવ સ્ટાર હોટેલ અંગેનો હતો. આજે તો ભારતમાં ફાઇવ સ્ટાર હોટેલોની કોઈ કમી નથી, પરંતુ 19મી સદીમાં કમી તો ઠીક, કોઈ ફાઇવ સ્ટાર હોટેલ જ ન હતી. એ વખતે અંગ્રેજ અધિકારી ડેવિડ વિલ્સને કલકત્તામાં એક હોટેલ બનાવી. એ તારીખ હતી 1840ની 19મી નવેમ્બર. એ હોટેલ ત્યારે 'વિલ્સન્સ હોટેલ' નામે ઓળખાતી થઈ.

ધ ગ્રેટ ઇસ્ટર્ન હોટેલ, અંગ્રેજ સમયમાં અને અત્યારે.

ડેવિડે તેનું નામ જોકે 'ઓકલૅન્ડ હોટેલ' રાખ્યું હતું, કેમ કે ત્યારે ભારતના ગવર્નર જનરલ જ્યોર્જ એડન, અર્લ ઑફ ઓકલૅન્ડ હતા, પણ લોકમુખે તો એ વિલ્સન હોટેલ નામે જ ઓળખાતી રહી. સમય જતાં તેનું નામ બદલાયું અને 'ધ ગ્રેટ ઈસ્ટર્ન હોટેલ' થયું. 1883માં આખી હોટેલને વીજળી મળી અને ઝળહળતી પણ થઈ.

ગાંધીજી, બ્રિટિશ રાણી એલિઝાબેથ, અંગ્રેજ લેખકો રૂડ્યાર્ડ કિપલિંગ, માર્ક ટ્વેઇન વગેરે સમયેસમયે આ હોટેલના મહેમાન બન્યા હતા. ભવ્ય ભૂતકાળ ધરાવતી હોટેલ જોવી એ પત્રકાર-લેખક તરીકે મારી જિજ્ઞાસા હતી. હવે એ હોટેલ દેશનું જાણીતું હોટેલ ગ્રૂપ 'ધ લલિત' સંભાળે છે. હોટેલના મૅનેજમેન્ટને પહેલેથી જ મેઈલ કરીને અમે મુલાકાતની પરવાનગી માંગી લીધી હતી. બપોર પછી અમે હોટેલ પહોંચ્યા ત્યારે એક ટીમ અમારા સ્વાગત માટે તૈયાર હતી. કર્મચારીઓએ અમને હોટેલ બતાવી. કઈ રીતે જૂનું બાંધકામ સાચવી રાખીને નવીનીકરણ કરવામાં આવ્યું છે, જૂના બાંધકામ વખતના અવશેષો કઈ રીતે સચવાયા છે, જૂના જમાનાની દીવાલો કેવી હતી, એ વખતની સજાવટો આજના નવા ઓરડામાં કઈ રીતે ગોઠવાઈ છે વગેરે માહિતી મળી.

અંગ્રેજો જ્યાં જાય ત્યાં બેકરી અચૂક સ્થાપે. આપણે રોટલી જોઈએ એમ અંગ્રેજોને બેકરી જોઈએ. એ જમાનામાં શરૂ કરાયેલી બેકરી અને જુનવાણી બૅકિંગ મશીન (ઓવન) અમે જોયા. હોટેલની રસપ્રદ મહેમાનગતિ માણ્યા પછી અમે ફરી ગાડીમાં ગોઠવાયા.

કલકતાનો ટ્રાફિક અમારો ઉત્સાહ ધીમો પાડવા તૈયાર જ હતો, જેની અમને કલ્પના ન હતી. હવે અમારે પહોંચવાનું હતું 'નિહાર' નામના હોમ સ્ટે પર. ગંગાના કાંઠે આવેલી એ હવેલી 'નિહાર ઑન ધ ગેન્જિસ' તરીકે ઓળખાતી હતી. અમે સુંદરવનમાંથી આવતી વખતે કલકતાના દક્ષિણ છેડેથી મહાનગરમાં પ્રવેશ્યા હતા. એ પછી મધ્ય ભાગમાં આવેલી ધ ગ્રેટ ઇસ્ટર્ન હોટેલ જોઈ. એ પછી ઉત્તર છેડે આવેલા ઉતારા તરફ આગળ રવાના થયા.

મહાનગરમાં ટ્રાફિક હોય એની કોઈ નવાઈ નથી. કલકતામાં પણ હતો જ, પરંતુ જરા વધારે પડતો, કેમ કે સાંજનો સમય થઈ ગયો હતો. ટ્રાફિક ચીરતી અમારી ગાડી એક સાંકડી ગલીમાં ઊભી રહી. ત્યાં ખબર પડી કે હોટેલ સુધી તો મોટું વાહન જઈ શકે એમ નથી. રોહિત શેટ્ટીની ફિલ્મમાં એક પછી એક ગાડીઓ આવે એમ એક પછી એક ટૂક-ટૂક રિક્ષાઓ આવી, અમને લઈને ઉતારા તરફ રવાના થઈ.

ગ્રેટ ઈસ્ટર્નથી નીકળતી વખતે બધાના ઉત્સાહમાં ભરતી હતી, ટ્રાફિકમાં લાંબી સફર કર્યા પછી તેમાં ઓટ આવી ગઈ હતી. એમાં વળી નિહાર એ જૂના મકાનમાંથી પરિવર્તિત કરાયેલી હોટેલ હતી. એ કેવીક હશે એ પણ બધાના મનમાં શંકા હતી, પરંતુ નિહારના પ્રાંગણમાં પહોંચ્યા, અંગ્રેજયુગનું બાંધકામ જોયું અને ઓરડાની રજવાડી સજાવટ તપાસી એટલે ઉત્સાહની ઓટ ફરી ભરતીમાં ફેરવાઈ ગઈ.

અમુક સભ્યોએ તો કહ્યું કે, આ તો સોનાર બાંગ્લાને પણ ભુલાવે એવો ઉતારો છે. હકીકતે ગંગા નદીના કાંઠે એકાદ સદી કરતાં પણ વધારે જૂની એ હવેલી હતી. બંગાળમાં ટ્રાવેલ એજન્સી ચલાવતા મિત્ર સ્વરોજિત રૉયે એ હવેલી ખરીદી લઈ હોમ-સ્ટેમાં ફેરવી નાખી હતી. કુલ 3 મોટા રૂમ હતા. દરેક રૂમમાંથી વળી એક પેટા રૂમ એમ વિભાગો થયેલા હતા. જૂના જમાનાના પલંગ, જુનવાણી ફર્નિચર, આજે ભાગ્યે જ જોવા મળે એવી સજાવટ, અમદાવાદ જેવા શહેરમાં ડ્રોઇંગ રૂમ ન હોય એવડા બાથરૂમ... વગેરે સુવિધાઓએ સૌને રાજી કરી દીધા. નાનાં બાળકોને તો વિવિધ દરવાજાઓની ભુલભુલામણી જોવાની મજા પડી ગઈ. અમને ખબર પડી કે અમારી સભ્ય-સંખ્યા કરતા તો 3 રૂમની હવેલીમાં દરવાજાની સંખ્યા વધારે હતી. ભુલભુલૈયાનો ત્રીજો ભાગ બનાવવાનો થાય તો ચાલે એવી જગ્યામાં અમે આવી પહોંચ્યા હતા. અગાસી ઉપર વળી ખુલ્લી જગ્યામાં કાફેની સગવડ ઊભી કરી હતી.

નિહારને બરાબર નિહાળી સાંજનું ભોજન પતાવી એ દિવસ અમે પૂરો જાહેર કર્યો. સવારે વળી નવા પડકારોની શરૂઆત કરવાની હતી.

1લી નવેમ્બર, 2022

કલકતામાં તો જોવા-ફરવા-માણવા જેવાં સ્થળોની કમી નથી. અમારા સંઘમાં બાળકોથી વૃદ્ધ સુધીનાં મુસાફરો હતાં. એટલે બધાને રસ પડે એવાં સ્થળો પસંદ કરવાનાં હતાં. કયાં સ્થળો લેવાં અને કયાં પડતાં મૂકવાં એ મોટી મૂંઝવણ હતી. એટલે સૌથી પહેલાં સવારમાં જ દક્ષિણેશ્વર મંદિરની મુલાકાત લેવાનું નક્કી કર્યું. ઇલેક્ટ્રિક રિક્ષા અને પછી ઓટો રિક્ષા એમ બે વાહન બદલીને અમે દક્ષિણેશ્વરના ભવ્ય મંદિરના દરવાજે પહોંચ્યા. મોબાઇલ સહિતની સામગ્રી જમા કરાવી. મંદિરના વિશાળ પ્રાંગણમાં કુલ બે લાઇનો હતી. સૌથી ટૂંકી લાઇન હોય એમાં જ ઊભું રહી જવાનું હોય ને...

એવું વિચારીને લાઇનમાં ગોઠવાતા હતા ત્યાં અમારા એક મિત્ર માહિતી

સાથે હાજર થયા - લાંબી લાઇન છે, તેમાં કાલી માતાના સામેથી દર્શન થશે. ટૂંકી લાઇન છે એમાં કાલી માતાના સાઇડ ફેસનાં દર્શન થશે.

માહિતી મળી એટલે અમે લાંબી લાઇનમાં ગોઠવાયા. મંદિરનું બાંધકામ દસેક ફીટ ઊંચા ઓટલા પરથી શરૂ થાય છે. ત્યાં રહેલો એક ચોકીદાર લાંબી લાઇન જોતો હતો. એટલે તેણે બંગાળીમાં કંઈક સૂચના ઉચ્ચારી. એ સાંભળીને અમારી લાઇનમાંથી ઘણા મંદિરની પાછળની દિશાએ દોડ્યા.

હવે ત્યાં શું હશે?

આ લાઇન પડતી મૂકીને સીધા ત્યાં જવામાં નુકસાન થવાનો ભય હતો. એટલે અમે એક-બે સભ્યો જઈને તપાસી આવ્યા કે ત્યાં નવી લાઇન શરૂ કરી છે અને એ પણ દેવી કાલીના ચહેરાનાં જ દર્શન કરાવશે. એટલે અમારો આખો સંઘ નવી લાઇનમાં જોડાયો. શાંતિથી લાઇન આગળ વધતી રહી.

દક્ષિણેશ્વર મંદિરમાં કાલીમાતાના દર્શન કર્યાં પછી પાછળના ભાગેથી આ રીતે ભવ્ય બાંધકામ પણ જોઈ શકાય છે.

આ મંદિર રામકૃષ્ણ પરમહંસને થયેલા દેવીના સાક્ષાત્કાર માટે જાણીતું છે. રામકૃષ્ણ પરમહંસને અહીં માતા કાલી રૂબરૂ દર્શન આપતાં હતાં. અમને રૂબરૂ દર્શન આપે એટલી તો અમારી આધ્યાત્મિક ઊંચાઈ ન હતી, પણ મૂર્તિના દર્શન થાય એટલી મંદિરના ગર્ભગૃહ સુધીની ઊંચાઈએ અમે પહોંચ્યા. મૂર્તિ નાની, પરંતુ આકર્ષક છે. ખાસ હો-હા વગર દર્શન કર્યાં. પ્રાંગણમાં બીજાં 12 નાના મંદિર છે, જેમાં બારેય જ્યોતિર્લિંગની સ્થાપના કરવામાં આવી છે. આ મંદિર

હુગલી કહેતાં ગંગાના કાંઠે છે. અમારામાંથી એક મિત્રની સગાઈ થવાની બાકી હતી. એટલે એણે તો બારેય જ્યોતિર્લિંગમાં જઈને માથું ટેકવ્યું.

ભારતના દરેક રાજ્યમાં મંદિરની બાંધકામ શૈલી અલગ અલગ જોવા મળે. બંગાળનાં મંદિરો પણ અનોખાં. જાણે કોઈ મહેલ બનાવ્યો હોય એવાં. દક્ષિણેશ્વરનું મંદિર પણ એવું જ છે. મંદિર નવ-રત્ન શૈલીને કેન્દ્રમાં રાખીને બનાવાયું છે. મંદિરની ઉપર કુલ 9 ગુંબજ અથવા તો મીનારા છે. બંગાળી બાંધકમ શૈલીની એ વિશેષતા છે. 1855માં રાણી રશમોનીએ આ મંદિરનું બાંધકામ કરાવ્યું હતું. રશમોની એ જમાનાની વ્યાખ્યા મુજબ નીચી જ્ઞાતિના હતા. માટે ત્યાંના બ્રાહ્મણોએ મંદિરમાં પૂજા કરવાની ના પાડી દીધી. એ પછી રાણીએ બહારથી એક પૂજારીની વ્યવસ્થા કરી. ગદાધર ચટ્ટોપાધ્યાય નામના એ વિદ્વાન બ્રાહ્મણ વખત જતાં રામકૃષ્ણ પરમહંસ નામે ઓળખાયા. જગતના આધ્યાત્મિક જગતમાં હવે પરમહંસના નામના વાવટા ફરકે છે, જ્યારે જે બ્રાહ્મણોએ મંદિરમાં પૂજા કરવાની ના પાડી હતી એમનાં નામો ધૂળમાં મળી ગયાં છે. ભારતના પૂર્વ છેડે જે થોડાંક મંદિરો જગવિખ્યાત છે, એમાં દક્ષિણેશ્વરનો સમાવેશ થાય છે. અમે સંતોષપૂર્વક એ મંદિરની મુલાકાત લઈને બહાર નીકળ્યા.

કોઈ થાંભલા પર નથી બન્યો, પણ કમાન પર લટકે છે એવો હાવડા બ્રિજ.

અમે કલકતાના ઉત્તર ભાગમાં હતા. ત્યાંથી હવે અમારે દક્ષિણ ભાગે આવેલા 'હાવડા બ્રિજ' સુધી પહોંચવાનું હતું. આમ તો આ પુલનું નામ 'રવીન્દ્ર સેતુ' કરી દેવાયું છે, પરંતુ રવીન્દ્રનાથ પ્રત્યે અનહદ પ્રેમ હોવા છતાં બંગાળીઓ આ પુલને હાવડા તરીકે જ ઓળખે છે. કલકતાની ગલી-ખૂંચીમાં થતાં અમે પહોંચ્યા હાવડા રેલવે સ્ટેશને. અગાઉની કલકતા સફર વખતે અમે 'અમર કુટિર' નામની સંસ્થામાંથી સ્થાનિક હેન્ડિક્રાફ્ટ જેવી ચીજો ખરીદી હતી. એ બધી ચીજો બહુ સસ્તી અને ટકાઉ નીકળી. એટલે આ વખતે પણ અમર કુટિરની દુકાન પર હલ્લો કરવો એવું નક્કી કર્યું. અમર કુટિરની મૂળ દુકાન તો શાંતિનિકેતનમાં છે. કલકતામાં એની દુકાન ક્યાં છે એ તપાસ કરી તો ખબર પડી કે હાવડા રેલવે સ્ટેશને પ્લૅટફૉર્મ નંબર 12 પર તેની દુકાન છે.

કલકતાને પોતાના નામનું કોઈ મોટું રેલવે સ્ટેશન નથી, છે એ હાવડા સ્ટેશન છે. લાંબા અંતરની ટ્રેનો ત્યાં આવે છે, માટે ટ્રેનયાત્રીઓને પણ ઊતરીને હાવડા બ્રિજ ક્રૉસ કર્યા પછી જ કલકતામાં પ્રવેશ મળે. હાવડા ભારતનું સૌથી મોટું રેલવે સ્ટેશન છે. 23 પ્લૅટફૉર્મ છે અને બહુ મોટા વિસ્તારમાં ફેલાયેલું છે.

પ્લૅટફૉર્મ ટિકિટ લઈને અમે 12 નંબરના પ્લૅટફૉર્મ પર પહોંચ્યા. આ સ્ટેશનની ઊંચી દીવાલો પર ઐતિહાસિક તસવીરોની હારમાળા હતી. સ્ટેશન પર પ્લૅટફૉર્મ સુધી કાર આવી શકે એવી વ્યવસ્થા પણ જોઈને અમને નવાઈ લાગી. મુસાફરોને મૂકવા-લેવા હોય કે સામાન ઉપાડવો હોય... કાર પ્લૅટફૉર્મના નિશ્ચિત કરેલા વિસ્તાર સુધી આવી શકતી હતી. અમે એ વિસ્તારમાં આંટા-ફેરા કર્યા ત્યાં સુધીમાં મહિલાઓએ અમર કુટિરમાંથી ખરીદી કરી લીધી.

અંગ્રેજયુગનું બાંધકામ ધરાવતું લાલ બિલ્ડિંગ જોતાં જોતાં અમે બહાર નીકળ્યા. સામે હાવડા બ્રિજ અમારી રાહ જોતો હતો. આ પુલ પરથી તો રોજનાં લાખો વાહનો પસાર થાય છે. અમારી ગાડી પણ તેના પરથી જ પસાર થવાની હતી, પરંતુ એમ કરવામાં પુલ સરખો જોઈ ન શકાય. હાવડા પુલ જોવો હોય તો ચાલીને જ પાર કરવો પડે. પ્રધાનમંત્રી સડક યોજનાનો રોડ હોય એના કરતાં પહોળી તો પુલની બંને તરફ ફૂટપાથ છે. અમારા ફૂટ પાથ શોધતાં શોધતાં પુલ તરફ આગળ વધ્યા.

એન્જિનિયરિંગની દષ્ટિએ જોઈએ તો પુલ ઉપર ગર્ડર નથી, ગર્ડર નીચે પુલ લટકે છે, કેમ કે પુલના સ્પાન નીચે તો 1500 ફીટ લાંબા પટ્ટામાં એક પણ થાંભલો નથી. નીચેથી કે સાઇડમાંથી પુલને માણવો હોય તો હુગલી નદીમાં બોટની સફર કરવી પડે. એ વખતે તો પુલની નીચેથી પણ પસાર થઈ શકાય.

હાવડા બ્રિજ કદાવર છે, પણ ક્યાંય નટ-બોલ્ટનો ઉપયોગ થયો નથી!

નટ-બોલ્ટ વગર લોખંડનું માળખું કેવી રીતે ઊભું રહી શકે? એ સમજવા પણ પુલ જોવો રહ્યો. પુલ એટલો બધો મોટો અને એટલો બધો ભવ્ય છે કે તેનું શબ્દમાં સંપૂર્ણ વર્ણન તો અશક્ય જ છે. જોયા પછી જ તેની ભવ્યતા સમજી શકાય.

પુલ પર ચાલવાનું શરૂ કર્યું ત્યાં એક બોર્ડ જોવા મળ્યું - ફોટા પાડવાની મનાઈ છે. એ મનાઈ ગણકારવાનું કોઈ કારણ ન હતું. ભારતમાં અનેક ઠેકાણે આવા ધડ-માથા વગરની સૂચના જોવા મળે. ફોટા પાડવાથી પુલનું શું ઘસાઈ જાય અને ફોટા ન પાડે તો પુલની શું જાળવણી થઈ જાય એ સત્તાધીશો પણ સમજાવી ન શકે! પરંતુ સરકારી નિર્ણયો લેતી વખતે એમાં તર્ક લગાડવાનો હોતો નથી.

એ બધી ચર્ચાઓ કરતાં અમે પુલ પર ચાલ્યા, ગર્ડર બરાબર જોયા અને એટલું સમજ્યા કે આ પુલ ફોટો કે વીડિયોમાં જોયો તેના કરતાં અનેકગણો ભવ્ય છે. જોયા વગર તેની ભવ્યતા સમજાઈ જ ન શકે.

પુલ જોઈ લીધો ત્યાં સુધીમાં કલકતામાં જોવા જેવાં ઘણાંખરાં સ્થળો બંધ થયાં હતાં. માટે ખોટી દોડાદોડી કરવાને બદલે અમે ઍરપૉર્ટ તરફ રવાના થયા. કેટલાક મિત્રોને બંગાળી મીઠાઈ ખરીદવાની હતી. કલકતામાં 'ઈકો પાર્ક' નામે એક કદાવર ગાર્ડન બનાવાયો છે. ત્યાં દુનિયાની અજાયબીઓની પ્રતિકૃતિ ઊભી કરવામાં આવી છે. પાર્ક બહાર એક 'મિષ્ટી હબ' નામનો નાનકડો મોલ છે. કલકતાની પ્રખ્યાત મીઠાઈની દુકાનો ત્યાં ખડકાઈ છે. અમારી બસ મીઠો સ્વાદ માણવા માટે મિષ્ટી હબે પહોંચી.

અહીં પહોંચીને જોયું તો મીઠાઈની ગુણવત્તા ઠીક હતી. ડઝનેક દુકાનો હોવા છતાં ટૉઇલેટ-બાથરૂમ જેવી પ્રાથમિક સુવિધાઓ ન હતી. એટલે અહીં મુસાફરો આવે અને મોંઘા ભાવની મીઠાઈ ખરીદી રવાના થાય એ જ સંચાલકનો ઇરાદો હતો. મિષ્ટી હબનો કડવો અનુભવ થયો એટલે અમે ત્યાં સમય આપવાને બદલે બહાર જાલમૂડી, પુચકા (પાણીપુરી) વગેરે લારીઓ પર ટોળે વળ્યા. કલકતામાં મીઠાઈ ખરીદવાનું મન થાય તો જુનવાણી દેખાતી દુકાનોમાં જવું પણ મિષ્ટી હબમાં જવાનો કોઈ અર્થ નથી, કેમ કે ત્યાં જે મળે એ બધું જ ગુજરાતમાં મીઠાઈની દુકાનોએ પણ હોય જ છે.

ત્યાંથી ઍરપૉર્ટ પર રવાના થવા ગાડીમાં ગોઠવાયા ત્યાં ખબર પડી કે ગાડી ચાલુ નથી થતી. મોટી ટેમ્પો ટ્રાવેલરને જો ધક્કો મારવામાં આવે તો ચાલુ થાય. થોડીવાર પહેલાં જ કરેલા નાસ્તાની કેલરી બાળવાની તક અમને તુરંત મળી ગઈ. ધક્કો મારીને ગાડી ચાલુ કરી ઍરપૉર્ટ પહોંચ્યા.

કલકત્તાની ફરી સફર કરવાની થાય ત્યારે ટ્રામ, વિક્ટોરિયા મેમોરિયલ, બોટાનિકલ ગાર્ડન, કાલીઘાટ, બેલુર મઠ... વગેરે જોઈશું એવો વિચાર કરતા અમે ઘર ભણી રવાના થયા.

કાલી મંદિર જતાં પહેલાં જાણી લો

* મંદિર સવારના 6થી 12.30 સુધી અને પછી 3.30થી 7.30 સુધી ખુલ્લું રહે છે.
* મંદિરમાં મોબાઇલ સહિતની સામગ્રી લઈ જવાની મનાઈ છે. એ બધી ચીજો બહાર રાખવાની સગવડ છે.
* જો લાંબી લાઇન ન હોય તો અડધી કલાકમાં જ દર્શન થઈ જશે, પરંતુ બે-ત્રણ કલાકનો સમય હશે તો મંદિર પ્રાંગણમાં આવેલાં અન્ય આકર્ષણોની પણ મુલાકાત લઈ શકાશે.
* મંદિર ઉપરાંત પ્રાંગણના ખૂણામાં આવેલો રામકૃષ્ણ પરમહંસનો ઓરડો પણ જોવા જેવો છે. પરમહંસ અહીં 14 વર્ષ રહ્યા હતા.
* કાલી માતા ઉપરાંત બાર જ્યોતિર્લિંગના 12 મંદિર અને વિષ્ણુ મંદિર પણ અહીં છે.
* હાવડા બ્રિજ જોવો હોય તો તેને ચાલીને પસાર કરવો એ સર્વોત્તમ રસ્તો છે. આખો પુલ લોખંડના ગર્ડર પર લટકે છે. પુલના બાંધકામની ભવ્યતા જોવી હોય તો હુગલી (ગંગા) નદીમાં હોડી સવારી કરી પુલ નીચેથી પસાર થવું પડે.

સુંદરવનની બોટસફર અને તેનો ખર્ચ

સુંદરવનની સફરમાં સૌથી મહત્ત્વનો હિસ્સો કોઈ હોય તો અહીં ફરતી ટૂરિસ્ટ બોટ છે. આ સમગ્ર વિસ્તાર નેશનલ પાર્ક છે એટલે અહીં પરમિશન વગર પ્રવેશી શકાતું નથી. અહીં પ્રવાસીઓ માટે 2, 4, 6 સિલિન્ડરની હોડીઓ ચાલે છે. જેમ સિલિન્ડર ઓછા એમ હોડી ધીમી ચાલે અને અવાજ વધુ કરે. સૌથી સારી હોડી 6 સિલિન્ડરની હોય છે. અમે એ હોડીમાં સવાર થયા હતા. પ્રવાસીઓ હોડી સામાન્ય રીતે દિવસના હિસાબે ભાડે લેતા હોય છે. સવારના 8થી સાંજના પાંચ સુધી હોડી જંગલમાં ફરી શકે છે.

સુંદરવનના ખુંખાર વાઘ.

* 2 સિલિન્ડરવાળી હોડી હોય તો દિવસનો ચાર્જ અંદાજે 4થી 6 હજાર થાય
* 4 સિલિન્ડરવાળી હોય તો 5થી 7 હજાર
* 6 સિલિન્ડરવાળી હોય તો 6થી 8 હજાર

આ થયો હોડીનો ચાર્જ. આ આંકડો મોટો લાગે, પરંતુ સામે ફાયદો એ છે કે હોડીમાં 10થી 30 સુધીના પ્રવાસી સમાઈ શકે છે. એટલે છેવટે ખર્ચ ખાસ આવતો નથી.

આ હોડીઓ બે માળની હોય છે. નીચેના માળે બેસવાની અથવા તો સૂવાની સગવડ હોય છે. એ ઉપરાંત એન્જિનરૂમ અને બીજી સામગ્રી પણ ખરી. ઉપરનો ભાગ ડેક જેવો જ્યાં બેસીને જંગલની મજા માણી શકાય.

હોડીની બંને તરફ રેલિંગ હોવાથી સલામતીનો ખાસ પ્રશ્ન થતો નથી. હોડીના છેડે ટૉઇલેટ હોય છે, માટે આખો દિવસની સફરમાં ખાસ વાંધો આવતો નથી. હા, દરેક હોડીમાં રસોઈ શક્ય નથી હોતી માટે રિસોર્ટથી લીધેલા ટિફિનથી કામ ચલાવવું પડે, પરંતુ અમને તો એ ભોજન પણ ઉત્તમ લાગ્યું હતું.

હોડીના ચાર્જ ઉપરાંત બીજા બે ચાર્જ ચૂકવવાના થાય છે. એક ચાર્જ છે, સુંદરવમાં હોડીના પ્રવેશનો જે 2000 રૂપિયા છે. બીજો ચાર્જ છે, ગાઇડનો રૂપિયા 800. આ બંને ચાર્જ બંગાળના વન-વિભાગે નક્કી કર્યા છે. સરવાળે 10થી 12

હજારમાં મોટો કાફલો સુંદરવનની સફર કરી શકે છે. લોન્ચ પ્રકારની હોડી તો 35થી લઈને 70 સુધીના મુસાફર સમાવી શકે છે. એટલે સંઘ લઈને પ્રવાસ કરવાનો થાય તો સુંદરવનમાં કોઈ ખાસ મુશ્કેલી પડતી નથી.

કલકતાની સફર પહેલાં આ પણ જાણી લો

* કલકતામાં સફર કરવાનો સૌથી સરળ વિકલ્પ મેટ્રો છે. મેટ્રોનો વિકલ્પ ન ફાવે તો પછી ટેક્સી છે.
* કલકતા આસપાસ 100-200 કિલોમીટર વિસ્તારમાં પણ ઘણાં જોવા જેવાં સ્થળો છે. જેમ કે સુંદરવન, રવીન્દ્રનાથ ટાગોરની વૈશ્વિક યુનિવર્સિટી શાંતિનિકેતન, સંખ્યાબંધ ટેરાકોટા મંદિર ધરાવતું બિષ્ણુપુર, મહાનદી ગંગા જ્યાં સાગરને મળે છે એ ગંગાસાગર, ઇસ્કોનનું હેડક્વાર્ટર અને ભવ્ય મંદિર માયાપુર વગેરે...
* કલકતાનાં ઘણાંખરાં જોવા જેવાં સ્થળો વિક્ટોરિયા મેમોરિયલ આસપાસ આવેલાં છે. માટે તેની નજીક ઉતારાની વ્યવસ્થા કરી હોય તો કલકતા ફરવું વધારે સહેલું પડે.

સુંદરવનની સફર સુંદર કઈ રીતે બનાવવી?

* સુંદરવન નેશનલ પાર્ક હોવાથી પ્રવેશ માટે પરમિટ વગેરેની વિધિ કરવાની થાય છે. એ જફામાં ન પડવું હોય તો 'સોનાર બાંગ્લા રિસોર્ટ' કે પછી '100 માઈલ્સ' જેવી ટ્રાવેલ કંપનીને કામ સોંપી દેવું જોઈએ, જેથી પ્રવાસ સરળ બની શકે.
* સુંદરવનમાં સફર હોડી દ્વારા જ થઈ શકશે.
* જંગલને સારી રીતે માણવું હોય તો આખો દિવસ બોટ સફારી કરવી જોઈએ. બીજો વિકલ્પ એ પણ છે કે એક દિવસ વહેલી સવારથી બપોર સુધી અને બીજા દિવસે બપોરથી સાંજ સુધી સફારીમાં નીકળી પડવું.
* સજનેખાલી એ સુંદરવનમાં પ્રવેશ માટેનું મુખ્ય થાણું છે. પ્રવાસીઓ ઇચ્છે તો ટાપુ પર અને જંગલ વચ્ચે આવેલા ત્યાંના સરકારી આવાસમાં રહી શકે છે. મધ સહિતની સુંદરવનની અસલ ચીજોની ત્યાંથી ખરીદી કરી શકાય છે.

12

અયોધ્યા : રામમંદિરના ચુકાદા પહેલાંની અવધનગરી

અયોધ્યા હવે નવાં કલેવર ધારણ કરી રહ્યું છે, પરંતુ અમે મુલાકાત લીધી ત્યારે એ વાતનું ઠેકાણું ન હતું કે મંદિર ક્યારે બનશે? એ અયોધ્યા આજની અવધપુરી કરતાં સાવ જુદું હતું.

---

26 જાન્યુઆરી, 2018

ટૅક્સીચાલકે પ્રધાનમંત્રી ગ્રામ-સડક યોજના હેઠળ બનેલા રોડ પર ચાલતી ગાડી કાચા રસ્તા તરફ વાળી. બંને બાજુ દુકાન વચ્ચે કાચો રસ્તો. એના પર અમારે સફર કરવાની ન હતી. ત્યાં જ ઊતરી જવાનું હતું. ભાડું ચૂકવીને અમે નીચે ઊતર્યા. નાના એવા રેલવે સ્ટેશનનું એ પ્રવેશદ્વાર કહો કે આગળ ખુલ્લી જગ્યા જે ગણો એ હતું. વારાણસીથી 15 કિલોમીટર દૂર આવેલા બાબતપુર સ્ટેશનથી અમારે અયોધ્યાની ટ્રેન પકડવાની હતી.

અયોધ્યા જમીન વિવાદ વર્ષોથી કોર્ટમાં ચાલી રહ્યો હતો. સુપ્રીમ કોર્ટમાં તેની સુનાવણી (ફેબ્રુઆરી-માર્ચ 2018માં) અંતિમ તબક્કામાં પહોંચી ત્યારે મેં એવું નક્કી કર્યું કે અયોધ્યા કેવું છે એ જાણવું જોઈએ. અયોધ્યા એટલે રામમંદિર વિવાદ અને વિવાદ એટલે અયોધ્યા એવું સમીકરણ આખા દેશમાં ફીટ થઈ ગયું છે, પરંતુ રામજન્મભૂમિ સિવાય અયોધ્યામાં શું છે? જન્મભૂમિ કહેવાતો વિસ્તાર પોતે કેવો છે? રામાયણમાં વર્ણવેલી ભવ્ય નગરી અવધપુરી ખરેખર કેવી છે? એ બધું જાણવા માટે હું અને સાથી-મિત્ર હર્ષ મેસવાણિયા નીકળી પડ્યા હતા રામની શોધમાં.

નાનકડા રેલવે સ્ટેશનના ખુલ્લા ભાગમાં બાંકડા ગોઠવાયેલા હતા. પાંચ-પંદર સ્થાનિક પ્રવાસી ટ્રેનની રાહ જોઈને બેઠા હતા. સ્ટેશન પાસે કુલ મળીને ત્રણ દુકાન હતી, જેમાં અમને જરૂરી હતી એ ચા મળી આવી. શિયાળાની સવારે ટ્રેનની રાહ જોતા બાંકડા પર બેઠા. અહીં મર્યાદિત સંખ્યામાં ટ્રેન આવતી હતી,

પણ પ્લૅટફૉર્મનો ઉપયોગ રાહદારી રસ્તા માટે થતો હતો. એટલે ખભે ગમછો વીંટાળેલા મુસાફરો સાઇકલ, મોટરસાઇકલ વગેરે વાહનો લઈને પ્લૅટફૉર્મ પરથી વારંવાર પસાર થતા હતા. જ્યાંથી વાહન ચલાવવાની મનાઈ હોય, ત્યાંથી વાહન ચલાવી દેખાડવામાં ભારતની પ્રજા માસ્ટર છે. ઓલિમ્પિકમાં એવી સ્પર્ધા હોય તો પહેલાં પાંચ-દસ વર્ષ સુધી તો મેડલ ભારતના ફાળે જ આવે.

રેલવેના પાટાનો ઉપયોગ ગાડી ચલાવવા માટે થાય, પણ પાટાનો નાનકડો દોઢ-બે ફૂટનો ટુકડો હોય તો તેનો શું ઉપયોગ થાય? મોટી ખોડિયારની અમારી ગ્રામ્ય શાળામાં એવો રેલવેના પાટાનો ટુકડો ઓસરીમાં લટકાવી રખાયો હતો, જેનો ઉપયોગ ડંકો વગાડવા માટે થતો હતો. પાટાનો રણકાર અદ્ભુત હોય છે. બાબતપુરના સ્ટેશને પણ એવો પાટો ટિંગાતો હતો અને તેના પર બે પ્રહાર થયા એટલે કે ડંકો વાગ્યો એ સાથે જ મુસાફરોમાં ચહલ-પહલ શરૂ થઈ. કલાકેક મોડી પડ્યા પછી ટ્રેન આવી, અમે સવાર થયા.

હનુમાનગઢી મંદિર.

ચારેક કલાકે અયોધ્યા આવવાનું હતું. ઉત્તર પ્રદેશના ભૌગોલિક રીતે બે ભાગ કરતી ટ્રેન આગળ વધી. અમે ત્યાં સુધી આરામ કર્યો. ગુજરાતમાં તો એ વખતે થોડી ગરમી શરૂ થઈ હતી, પણ ઉત્તર પ્રદેશનું વાતાવરણ ઠંડું હતું. વધારે ઠંડીનો અનુભવ અયોધ્યા નજીક આવ્યું એમ થતો ગયો.

સવા ચાર વાગ્યે ટ્રેનમાંથી ઊતર્યા. અયોધ્યા કેવું છે, તેનો પ્રથમ સંકેત તો નાનકડા રેલવે સ્ટેશને જ આપી દીધો. ધાર્મિક શહેરનું હોય તેના કરતાં ઘણું નાનું સ્ટેશન, મર્યાદિત ગાડીની અવર-જવર. સ્ટેશનની બહાર જ સામે 'ગુજરાતી ધર્મશાળા'નું કદાવર બોર્ડ નજરે પડ્યું. અમારે ત્યાં જ ઉતારો કરવાની વિચારણા હતી, સિવાય કે જગ્યા ન મળે.

અયોધ્યા જતાં પહેલાં તપાસ કરી ત્યારે ખબર પડી કે રહેવાની જગ્યા ગણીને પાંચ-સાત છે અને લક્ઝરી હોટેલ કહી શકાય એવું તો કશું છે જ

નહીં. એટલે કોઈ ધર્મશાળા પકડી લેવી રહી. વળી ધર્મશાળામાં રહીએ ત્યારે જ અયોધ્યાનો (કે કોઈ પણ શહેરનો) અસલ મિજાજ ખબર પડે.

સ્ટેશન બહાર શરૂ થતાં બજારમાં બંને તરફ નાસ્તા-ખાણી-પીણીની દુકાનો હતી. એક સારા દેખાવની દુકાન જોઈ અમે ચા પીવા પહોંચ્યા. ગરમ સમોસાં બનતાં હતાં. એ અહીંનો સાર્વત્રિક ઉપલબ્ધ નાસ્તો હતો. 6 રૂપિયા અને ખાસ બનાવડાવો તો 8 રૂપિયાની ચા. અમદાવાદ કરતાં સસ્તી હતી એટલે એ ચા વધુ સારી લાગી!

ધર્મશાળાની બંને દીવાલો પર યાત્રીઓ માટે સૂચના લખી હતી. વચ્ચે ચોગાન, સામે રામમંદિર, મંદિરની ઓસરીમાં જ ત્રણ-ચાર ભક્ત રામાયણની ચોપાઈ ને બીજા પ્રકારનાં રામગીતો ગાઈ રહ્યા હતા. વહિવટદારે માહિતી આપી કે ઓરડા ખાલી છે, અત્યારે ઑફ સિઝન છે. અમે એક ઓરડામાં ગોઠવાયા. હજુ સાંજ પડવાને ઘણી વાર હતી. એટલે અમે બજારમાં લટાર મારવા નીકળી પડ્યા.

સરયૂ નદીના કાંઠે પથરાયેલા અવધમાં સાંજે પાંચ વાગ્યે જ અંધારું જામવાની શરૂઆત થઈ ગઈ હતી. અયોધ્યાનું નામ બહુ મોટું છે તો પણ શહેર ઘણું નાનું છે. રામજન્મભૂમિ વિસ્તાર, બીજા છેડે સરયૂના કાંઠે 'નયા ઘાટ' નામનો વિસ્તાર. એ બે છેડા વચ્ચે જ આખું નગર પૂરું થઈ જાય છે.

દેશભરમાંથી મંદિર માટે આવેલી ઈંટો.

ધર્મશાળાથી જન્મભૂમિ અને બીજો મંદિર વિસ્તાર નજીકમાં જ હતો. અમે રસ્તામાં આગળ વધ્યા ત્યાં એક જગ્યાએ લોખંડી દરવાજો આવ્યો. દરવાજાની અંદર માત્ર રસ્તો અને વૃક્ષો દેખાતાં હતાં. એ જગ્યા શું છે એ ખબર પડતી ન હતી. ત્યાં અડધો ડઝન પોલીસકર્મી દરવાજાની અંદર પહેરો દઈ રહ્યા હતા, બહાર સૂચના હતી 'ફોટા-વીડિયોની મનાઈ છે.' અમે દરવાજા પાસે ગયા એટલે સામેથી જ એક પોલીસ અધિકારી નજીક આવ્યા અને અમને કહ્યું કે ક્યાં જવું છે? અમે કહ્યું જન્મભૂમિ. એમણે દિશા બતાવી. અમે પૂછ્યું કે, આ વિસ્તાર શું છે, જેની તમે સુરક્ષા કરી રહ્યા છો?

તેમણે જવાબ આપ્યો કે, આ પણ જન્મભૂમિનો જ ભાગ છે, પરંતુ પ્રતિબંધિત છે. દર્શન કરવાં હોય તેમના માટે આગળ પ્રવેશદ્વાર છે. એ દિશામાં આગળ વધ્યા. સાંકડી બજાર, દોડાદોડી કરતી ઉત્તર ભારતની બ્રાન્ડ ઍમ્બેસેડર જેવી વિક્રમ બ્રાન્ડની રિક્ષા, દુકાનોની હરોળ અને દુકાન-રોડ વચ્ચે સરહદની જેમ ખેંચાયેલી ગટરલાઇન... એ બધું જોઈને સમજાયું કે આવા વિસ્તારમાં જ ધર્મસ્થાન હોવું જોઈએ.

ડાબી તરફ એક ઊંચું શિખર દેખાયું. એ તરફ જતી ગલીમાં વાહન ન પ્રવેશે એટલે આડો પાઇપ બેરિકેડ તરીકે ગોઠવાયો હતો. ત્યાં કોઈને પૂછ્યું કે, આ જન્મભૂમિ ક્યાં છે? વીસેક વર્ષના જુવાને કહ્યું કે, અંદર છે, પણ અત્યારે બંધ થઈ ગયો હોય એ વિસ્તાર. ચાલો, તમને બીજાં મહત્ત્વનાં સ્થાનો બતાવી દઉં, 20 રૂપિયા ચાર્જ થશે. 20 રૂપિયાનો ગાઇડ જોઈને અમને સમજાયું કે બીજી કોઈ બાબતમાં અહીં રામરાજ્ય હોય કે ન હોય, સોંઘવારી પૂરતું તો રામરાજ્ય લાગે છે.

પાંડે સરનેમ ધરાવતા યુવાને પહેલી માહિતી આપી કે રામયુગની અહીં ત્રણ જ ચીજો બાકી રહી છે, 'રામનું નામ, સરયૂ નદી અને ધરતી માતા...' એ કહેવા એમ માંગતો હતો કે બાકી બધું બદલાઈ ગયું છે. એ યુવકે અમને ત્રણ જગ્યા બતાવી. એક જગ્યા રામ-દરબાર નામની હતી, જ્યાં રામનો રાજ્યાભિષેક થયો હતો એમ માહિતી આપી. એ મંદિર કોઈ રીતે રામ-દરબાર લાગતું ન હતું, પણ અમે અયોધ્યાની વાસ્તવસ્થિતિ જાણવા નીકળ્યા હતા એટલે મોઢું બંધ, કાન-આંખ ખુલ્લાં રાખવાનાં હતાં. રામ-દરબારના પૂજારીએ સમજાવ્યું કે કેટલા રૂપિયા ધરશો તો કેટલો લાભ થશે... વાતવાતમાં અમે 'મસ્જિદ' શબ્દ વાપર્યો ત્યાં જ તેણે વાંધો ઉઠાવ્યો, 'વહાં પર મસ્જિદ થી હી નહીં... આપ તો ગુજરાત સે આયે હો, સમજદાર હો... વિવાદાસ્પદ ઢાંચા થા...'

દરબાર પછી 'કનક ભવન' નામનું બીજું ભવ્ય મંદિર કે પછી મહેલ હતો.

અમને જન્મભૂમિ સિવાયના કોઈ બાંધકામમાં વિસ્તારમાં રસ ન હતો, પણ એક ભવ્ય મંદિર બધાને આકર્ષતું હતું, જે મંદિર કરતાં કિલ્લા જેવું લાગતું હતું. એ જગ્યાનું નામ 'હનુમાનગઢી'. રામાયણની કથા પ્રમાણે રામે અયોધ્યાની ગાદી ત્યાગીને સરયૂમાં સમાધિ લીધી ત્યારે હનુમાનજીને અવધપુરીની જવાબદારી સોંપી હતી. પુરીનું ધ્યાન રાખી શકાય એ માટે સૌથી ઊંચી જગ્યા હનુમાનજીને ફાળવી દેવાઈ હતી. માટે અયોધ્યાના ઊંચા ટેકરા પર હનુમાનગઢી નામનું ભવ્ય-કદાવર-કિલ્લા જેવું મંદિર આવેલું છે. એટલો વિસ્તાર ફરી લીધો ત્યાં અંધારું ઘેરાઈ ગયું હતું, પણ ઘડિયાળ સામે જોયું ત્યારે ખબર પડી કે હજુ સાડા છ જ થયા છે, પણ રાતના 9 વાગ્યા હોય એવો માહોલ થયો હતો.

અયોધ્યા અને ફૈઝાબાદ બંને જોડિયા શહેર છે. સાત-આઠ કિલોમીટરનું અંતર છે. રિક્ષા સતત આવ-જા કરતી રહે છે. રિક્ષા સિવાય બીજું કશું પરિવહનના વિકલ્પ તરીકે જોવા મળતું નથી, જેમ કે સિટી બસ, ટેક્સી વગેરે. જે છે એ વિક્રમ રિક્ષા જ છે. સમય હતો એટલે અમે ફૈઝાબાદ પહોંચ્યા. જ્યારે અવધ રાજ્ય હતું, ત્યારે લખનૌ નહીં ફૈઝાબાદ તેનું પાટનગર હતું. નવાબી કાળના થોડા બાંધકામ અને ખાસ તો ઘણાબધા દરવાજા ફૈઝાબાદમાં સચવાયેલા છે. ફૈઝાબાદમાં અમારે પછીના દિવસે વધુ સમય પસાર કરવાનો હતો, એટલે એક ચક્કર મારીને ફરી અવધમાં આવ્યા.

ઉત્તર ભારતનાં શહેરો તેની ખાણી-પીણી માટે પ્રખ્યાત છે. એમાં પણ આ વિસ્તાર તો અવધી વ્યંજનો માટે જાણીતો છે. કંઈક અવધી ખોરાક મળી આવે તેની શોધમાં અમે બજારમાં આમથી તેમ ઘૂમ્યા. એ તો ન મળ્યું, પરંતુ 'ચંદ્રિકા મારવાડી ભોજનાલય' એવું એકસરખું નામ લખેલી પાંચેક દુકાનો એક જ રોડ પર હતી. એકમાં પ્રવેશ્યા. ભોજનાલયનો દેખાવ સાદો પણ સ્વાદ ઊંચો. વળી સોઘવારીનો અનુભવ ત્યાં પણ થયો.

બપોરે સવા ચારે શરૂ થયેલો અવધમાં અમારો પહેલો દિવસ એ રીતે રાતના દસ પહેલા જ પૂરો થઈ ગયો.

27 જાન્યુઆરી

'સામાન-મોબાઇલ યહાં પર જમા કરવા દીજીયે...' રામ જન્મભૂમિ તરફ સાંકડી-ઢાળવાળી ગલીમાં આગળ વધતા સૌ ભક્તોને પહેલી સૂચના આ જ મળે, અમને પણ મળી. સામાન જમા કરાવવાની સરકારી વ્યવસ્થા છે, ત્યાં મોબાઇલ સહિતનો સામાન જમા કરાવ્યા પછી જન્મભૂમિ તરફના કોઠા શરૂ થાય.

જનક મહેલ સહિતના બાંધકામો ભારે આકર્ષક છે.

ત્રેતા યુગમાં અયોધ્યાની ગાદી પર રાજ કરનારા રઘુ વંશના રાજા રામને કોઈ સુરક્ષાની જરૂર ન હતી, પરંતુ અહીં ૨૦૧૮ની સાલમાં જન્મભૂમિની સુરક્ષા કાજે બે હજાર જેટલા ઉત્તર પ્રદેશ પોલીસના જવાન અને ૨૦૦-૩૦૦ જેટલા 'સેન્ટ્રલ રિઝર્વ પોલીસ ફોર્સ (સીઆરપીએફ)'ના હથિયારબંધ કમાન્ડો ચોવીસે કલાક ખડે પગે રહે છે. જન્મભૂમિનો વિવાદાસ્પદ વિસ્તાર ૨.૭૭ એકરનો છે અને ત્યાં એટલા વિસ્તારમાં જ સવા બે હજાર જેટલા સુરક્ષાકર્મી હાજર છે. એટલે કે દર પાંચ ચોરસ મીટરે કોઈ ને કોઈ સુરક્ષા-કર્મી ભૂમિનું રક્ષણ કરી રહ્યો છે. એમાં અડધાથી વધુ હથિયારબંધ છે. જોકે એ ખબર તો આગળ વધ્યા પછી પડે... પહેલા તો હાજર રહેલા પોલીસકર્મી દર્શનાર્થીઓની તપાસ કરી આગળ જવા દે.

બજારની બંને તરફ વિવિધ મંદિર-મહેલાત, કોઈ પર માતા સીતાનું નામ, તો કોઈ પર રાજા દશરથનું... એ રસ્તો જોતા અમે આગળ વધ્યાં ત્યાં અચાનક ફરી પોલીસ ટુકડી મળી. અવધી ભાષા મિશ્ર થયેલી હિન્દીમાં પુલીસકર્મીએ સૌ કોઈને પૂછ્યું, 'ચેક કરવાયા ક્યા?' તમે હા પાડો કે ના પાડો... ફરીથી ચેકિંગ થાય. અંદર પાકીટ લઈ જવાની છૂટ, પણ એમાં એકેએક વસ્તુ તપાસવામાં આવી. થોડું ચાલ્યા પછી બંને બાજુની બજારનું દૃશ્ય બદલાયું અને જેલ ફરતે હોય એવી ફેન્સિંગ વાડ શરૂ થઈ.

ઘણા પોલીસકર્મી તો હતા, પણ એકના હાથમાં રાઇફલ ઉપરાંત બીજું ઘાતક 'હથિયાર' હતું. રબ્બરનું બનેલું એક હાથમાં સમાઈ જાય એવું હથિયાર એટલે ગિલ્લોલ. અહીં વાનર ભગાવવા માટે સતત ગિલ્લોલ વડે ખુદ પોલીસ અધિકારી પણ પથ્થર ફેંકતા રહે છે. બાકી તો વાંદરા એમની ટોપી પણ ઉઠાવી જાય એવા ખમતીધર છે. અયોધ્યા આખામાં જો કોઈનો મોટો ત્રાસ હોય તો વાનરનો છે. ગમે તેનો સામાન, ગમે ત્યારે, ગમે ત્યાંથી, ગમે તે રીતે પૂંછડી વગરના આ વાનર ઉઠાવી જાય અને તેને કોઈ રીતે રોકી શકાતા નથી એવું પોલીસભાઈએ અમને સમજાવ્યું. વધુમાં વ્યથા પણ વ્યક્ત કરી કે અમે તો બધા વાનરને બહાર કાઢી મૂકીએ, પણ અયોધ્યાના પૂજારી-સાધુ-બાવા એમ કહે છે કે, આ હનુમાનજીનું સ્વરૂપ છે, માટે એમને શહેરથી દૂર ન કરવા જોઈએ. વાનરગાથા સાંભળીને અમે આગળ વધ્યા.

થોડું ચાલ્યા પછી બંને બાજુ લોખંડના મજબૂત પાઈપથી ઊભી કરેલી વાડ, ઉપર ગોળાકાર તારના ગૂંચળાં, થોડા થોડા અંતરે વૉચ ટાવર અને ભક્તોનું ધ્યાન ન પડે એવી જગ્યાએ ગોઠવાયેલા સીસીટીવી કૅમેરાનું નેટવર્ક આરંભાયું. ઘડીભર એવો વિચાર પણ આવ્યો કે જન્મભૂમિએ આવ્યા છીએ કે એક સમયે અમેરિકાની સૌથી સુરક્ષિત મનાતી (હવે બંધ કરી દેવાયેલી) એલકતરાજની જેલમાં?

સુરક્ષાબંધી જોવામાં અમારું ધ્યાન પરોવાય એ પહેલા જ કાને શબ્દો સંભળાયા 'ચેક કરવાઈએ...' ત્રીજી વખત ચેકિંગ કરી આગળ વધ્યા ત્યાં પહોળો રસ્તો પૂરો થયો, સાંકડી ગલી આરંભાઈ. નવેળું હોય એવી બે-અઢી ફીટ પહોળી એ ગલી, આઠેક ફીટની ઊંચાઈ, બંને બાજુ ઉપર લોખંડની ગ્રીલ, ગ્રીલ પર વળી જાળી લગાડેલી, પ્રાણી સંગ્રહાલયમાં પક્ષીના પાંજરા ઉપર હોય એમ પાંજરા જેવી ગલીમાં અમે આગળ ચાલ્યા. ગલીની બહાર એટલે કે જાળીની બહાર બંને તરફ આઠ-દસ ફીટના અંતરે 'ઇન્સાસ' રાઇફલ સાથે 'સીઆરપીએફ'ના જવાનો ગોઠવાયેલા હતા અને એ પછી પણ ફરીથી બીજી દીવાલ હતી.

અંદર પહોંચેલા લોકોને ભાગ્યે જ દિશા, સ્થળ, સમયનું ભાન રહે એવી સુરક્ષા વચ્ચેથી પસાર થયા પછી ચોથી વખત ચેકિંગ કરવાનું આવ્યું. ૧૯૯૨ પછી ઘણાં વર્ષો સુધી જન્મભૂમિ વિસ્તાર ખુલ્લો હતો. લોકો દૂરથી જોઈ શકતા, આસાનીથી આવ-જા કરી શકતા હતા, પરંતુ ૨૦૦૫માં આ ભૂમિ પર 'લશ્કર-એ-તોયબા'ના આતંકીઓએ હુમલો કર્યો હતો. પાંચેય આતંકી તો ઠાર મરાયા, પરંતુ ત્યારથી સુરક્ષાના સાત કોઠા ખડકી દેવાયા છે.

વિવિધ દેશોની રામાયણ અને જન્મભૂમિ સ્થળેથી મળેલા અવશેષો દર્શાવતુ સંગ્રહાલય

ચતુરંગિણી સુરક્ષા વટાવીને અમે તો સપાટાબંધ રીતે ચાલ્યા જતા હતા ત્યાં રસ્તામાં એટલે કે જાળીદાર ગલીમાં એક ખાંચો દેખાયો. ત્યાં પૂજારી બેઠા હતા. અમે તેને અવગણીને આગળ વધી રહ્યા હતા એટલે તેમણે કહ્યું 'દર્શન તો કરતે જાઈએ...' પગને બ્રેક મારીને જમણી બાજુ જોયું ત્યાં જાળીની પેલે પાર ત્રીસેક ફીટ દૂર ટેકરા પર તંબૂનું બનેલું મંદિર દેખાયું. એમાં ભગવાન રામ બેઠા હતા. આ શું છે?

એ સવાલ થાય એ પહેલા અમારું ધ્યાન ત્યાં મારેલા બોર્ડ પર પડ્યું. એ જ હતો જન્મભૂમિ કહેવાતો વિસ્તાર જેના માટે અમે અમદાવાદથી 1400 કિલોમીટર દૂર આવ્યા હતા અને અડધી કલાકથી સતત એક પછી એક ચેકિંગ કરાવીને ચાલ્યા આવતા હતા. મનમાં થયું કે લે આલે... આ જન્મભૂમિ છે? આ તંબૂ અને તેમાં બેઠેલા રામ માટે આખા દેશમાં માથાકૂટ ચાલે છે? પહેલી નજરે માન્યામાં ન આવે, પણ હકીકત એ જ છે. એ ટેકરી એ જ સ્થળ છે, જ્યાં 1992 પહેલાં સુધી મસ્જિદનો બરાબર વચ્ચેનો ગુંબજ હતો.

અયોધ્યાનો વૈભવ છોડીને ૧૪ વર્ષ વનમાં રહેલા રામ અહીં ૧૯૯૨થી તંબૂ નીચે જ રહે છે. હવે ચુકાદો આવી ગયો છે એટલે ત્યાં જ મંદિરનું ગર્ભગૃહ આવે એ રીતે બાંધકામ થઈ રહ્યું છે. તુલસીકૃત રામાયણમાં હનુમાનજી લંકાના પ્રવેશદ્વારે પહોંચે ત્યારે તેમને ભારે સુરક્ષાનો સામનો કરવો પડે છે. તોતિંગ ઊંચો કિલ્લો, કદાવર દરવાજા અને દરવાજા બહાર ખુલ્લા ખડક સાથે લંકીની નામની કદાવર રાક્ષસણી પહેરો ભરી રહી છે. એ તો લંકા હતી, પણ આજે કોઈ અયોધ્યા જન્મભૂમિ સુધી પહોંચવાનો પ્રયાસ કરે તો તેમનેય આવી સુરક્ષામાંથી પસાર થવું પડે, પરંતુ ભગવાન સુધી પહોંચવાનો એ અનુભવ અનોખો છે. વળી

ઈશ્વર સુધી સહેલાઈથી નથી પહોંચી શકાતું, તેનો બીજે ક્યાંય અહેસાસ થાય કે ન થાય અહીં જરૂર થાય.

❖

બહાર નીકળ્યા ત્યાં સાડા બાર જેવો સમય થયો હતો. હવે અમારે 'કારસેવકપૂરમ્' જવાનું હતું. એક સાઇકલ ચાલક મળી ગયો જેણે કહ્યું કે, મુલાયમ સિંહ સરકાર વખતે આ ગલીમાં ભક્તો પર ગોળી ચલાવી હતી, માટે હવે 'શહીદ ગલી' કહેવાય છે, એવી માહિતી આપતા આપતા કારસેવકપૂરમના દરવાજે ઉતાર્યા. કારસેવકપૂરમ્ એ વિશ્વ હિન્દુ પરિષદનો વિસ્તાર છે. અહીં મંદિર માટે આખા દેશમાંથી આવેલી ઈંટો રાખવામાં આવી છે. વધુમાં કોરતણીકામ કરેલા પથ્થર તૈયાર હતા.

કારસેવક પછી અમે સરયૂના કાંઠા તરફ જવા નીકળ્યા. વચ્ચે એક રેસ્ટોરાં આવી. 'મખ્ખન મલાઈ' નામની એ અયોધ્યાની એકમાત્ર રેસ્ટોરાં છે, જેને આધુનિક કહી શકાય. અહીં 'અવધી ચણા' નામનું ખાસ પ્રકારનું શાક ખાવાની ભારે મજા પડી. ચણા રાંધવાની તેમની કળા વિશિષ્ટ હતી.

રેસ્ટોરાંની બાજુમાં જ 'રામકથા ઇન્ટરનેશનલ મ્યુઝિયમ' આવેલું છે. રામાયણ અને રામ અગ્નિ એશિયાના ઘણા દેશોમાં લોકપ્રિય છે. તેનાં પોષાકો, રામાયણનાં પૂતળાં, વિવિધ દેશોની રામયણ શૈલી, ઉજવણી, કથાવાર્તા વગેરે અહીં રખાયા છે. એક વિભાગમાં મસ્જિદ તોડી પાડ્યા પછી નીચેથી નીકળેલા પુરાતત્ત્વીય પથ્થરો ગોઠવાયા છે. એ પથ્થર એ વાતની સાબિતી આપે છે કે 1528માં બાબરના અમલદાર મીર બાકીએ મસ્જિદ બનાવડાવી એ પહેલાં ત્યાં કંઈક બીજું બાંધકામ હતું. અગાઉનું બાંધકામ વળી ઇસ્લામિક ન હતું. મુસ્લિમ શાસકોએ ભારતના ઘણા મંદિર તોડી ત્યાં મસ્જિદો બનાવી છે. માટે અયોધ્યામાં પણ એવું થયું હોય એમાં કશી નવાઈ નથી.

સરયૂના કાંઠે પહોંચ્યા. 'નયાઘાટ' નામનો એ વિસ્તાર ધાર્મિક વિધિ કરાવવી હોય એમના માટે ઉપયોગી છે. અમને વિધિને બદલે સરયૂમાં સેર કરવામાં રસ હતો. એક હોડીમાં સવાર થયા, જેણે સરયૂમાં ચક્કર મરાવ્યું. નદીના સામે કાંઠે વિસ્તાર ખાલી, વેરાન છે. સરયૂના આ કાંઠે જ અવધપુરીનો પ્રદેશ ખતમ થઈ જાય છે.

હવે અમારે ફૈઝાબાદ પહોંચવાનું હતું. હજુ ત્રણ વાગ્યા હતા. ફૈઝાબાદ જઈને 'રામભવન' નામના મકાનની મુલાકાત લેવાની હતી. એ મકાન ઐતિહાસિક-વિશિષ્ટ-રહસ્યમય હતું. તેના માલિક ઠાકુર શક્તિસિંહ સાથે ફોન પર વાત થઈ. તેમણે કહ્યું કે ફૈઝાબાદના બસ-સ્ટેશન પાસે આવીને ફોન કરો...

ગુમનામી બાબાની શોધમાં...

'વિક્રમ'માં સવાર થઈને બસ-સ્ટેશને પહોંચ્યા. શક્તિસિંહે ફોન પર સૂચના આપી કે જરાક જ આગળ રામભવન છે, કોઈને પૂછો. અમે જેમને પૂછ્યું એમણે કહ્યું કે, રામભવન અહીં ના હોય, એ અયોધ્યામાં છે. પછી અમે શક્તિસિંહના નામ સાથે પૂછ્યું એટલે રસ્તો મળી ગયો.

શું આ મકાનમાં સુભાષચંદ્ર બોઝ એકાંતવાસમાં રહ્યા હશે?

રસ્તાના કાંઠે જ બે માળના બંગલા જેવા મકાનની ઉપર કેસરી ધજા ફરફરતી હતી, ઉપર ચમકદાર અક્ષરમાં લખેલું હતું, રામભવન. દરવાજે કોઈ હતું નહીં એટલે ખોલીને અમે અંદર પહોંચ્યા. મોટા ફળિયામાં એક બાજુ ફૂલછોડ વચ્ચે એક પૂતળું ગોઠવાયેલું હતું. સફેદ આરસના પૂતળા પર હાર-તોરા ચડાવેલા હતા. જોઈને કોઈ પણ ઓળખી શકે એવું પૂતળું નેતાજી સુભાષચંદ્ર બોઝનું હતું. અને અમે રામભવનમાં પણ સુભાષબાબુ સંબંધિત જાણકારી મેળવવા જ આવ્યા હતા.

રામભવન અને સુભાષબાબુ વચ્ચેનો સંબંધ જાણવા થોડો ઇતિહાસ ફેંદવો પડશે.

1897ની 23મી જાન્યુઆરીએ કટકમાં જન્મેલા સુભાષચંદ્ર બોઝનું જાણીતી થિયરી પ્રમાણે મોત 1945ના ઑગસ્ટ માસમાં તાઈપેઈ ખાતે વિમાન અકસ્માતમાં થયું હતું. આ થિયરી જાણીતી છે, સાચી નથી. તાઈવાન સરકારના રેકોર્ડ પ્રમાણે તાઈપેઈમાં એ દિવસે કોઈ અકસ્માત થયો ન હતો. એ જમાનો આઝાદી વખતનો હતો. માટે ત્યારે આજની જેમ ઝડપથી માહિતી પ્રસરતી ન હતી. વળી માહિતીના સ્રોત પણ મર્યાદિત હતા. સરકારે કહ્યું કે, સુભાષબાબુ મૃત્યુ પામ્યા

છે એટલે લોકોએ માની લીધું. જોકે ઘણા લોકો સુભાષબાબુ અકસ્માતે મૃત્યુ પામ્યા હોવાની વાત માનવા તૈયાર ન હતા, જેમાં ખુદ મોહનદાસ કરમચંદ ગાંધીનો પણ સમાવેશ થતો હતો.

મૃત્યુ પામ્યા ન હતા તો સુભાષબાબુનું શું થયું હતું? એ માટે વિવિધ થિયરી છે. એમાંની એક થિયરી ગુમનામી બાબા અંગેની છે. આ થિયરી અંગે મને સૌથી પહેલી જાણકારી ધૈવત ત્રિવેદીની વિસ્મય કૉલમ ('દિવ્ય ભાસ્કર'ની 'કળશ' પૂર્તિમાં) દ્વારા મળી હતી. એ વખતે કળશની સંપાદકીય ટીમમાં હું હતો. કૉલમ વાંચીને મને ભારે સરપ્રાઇઝનો આંચકો લાગ્યો હતો અને એ કૉલમ બધા વાચકોને એવો આંચકો આપવા માટે જ સર્જાઈ હતી. પછી તો ધૈવતભાઈએ 'ગુજરાત સમાચાર'માં સુભાષબાબુ-ગુમનામી બાબા અંગે આખી સિરીઝ લખી. એ વખતે ગુમનામી બાબામાં મારો રસ વધ્યો. એ વધેલો રસ જ મને ફૈઝાબાદના રામભવન સુધી ખેંચી લાવ્યો હતો.

ફૈઝાબાદના રામભવનમાં 1983-84ના અરસામાં એક સાધુ મહાત્મા રહેવા આવ્યા. એ સાધુનું નામ ગુમનામી બાબા અથવા ભગવાનજી. આગળ બંગલા જેવો ભાગ અને પાછળ ઘણા ભાડે દઈ શકાય એવા ઓરડા હતા. એમાંથી બે ઓરડા ગુમનામી બાબાને ફાળવી દેવાયા હતા. ગુમનામી બાબા ત્યાં એક દિવસ રાતે રહેવા આવ્યા હતા, કોઈને મળતા ન હતા, કોઈ સાથે વાત કરવાની થાય તો પણ પડદા પાછળ રહીને કરતા હતા. સફેદ દાઢી, ઊંચો બાંધો, પ્રભાવશાળી અવાજ... જે કોઈ એમને સાંભળે એ પ્રભાવિત થયા વગર રહેતા ન હતા. બાબાની સેવા માટે સરસ્વતી દેવી નામનાં એક મહિલા હતાં.

એ ગુમનામી બાબા જ સુભાષચંદ્ર બોઝ હતા... એવો સવાલ વારંવાર પુછાઈ રહ્યો છે, પુછાવો પણ જોઈએ. અનેક સંકેતો ગુમનામી બાબા અને સુભાષબાબુ વચ્ચે સંધાન સાધી આપે છે. એટલે એ રહેતા હતા એ જગ્યાની મુલાકાતે અમે પહોંચ્યા. મકાન-માલિક ઠાકુર શક્તિસિંહે અમને માહિતી આપવાની શરૂઆત કરી. એ માહિતી તો ઘણી લાંબી છે, પણ ટૂંકમાં...

અઢી વર્ષ સુધી રામભવનની પાછળ આવેલા ઓરડામાં ગુમનામી બાબા રહ્યા. ભાગ્યે જ એ કોઈને મળતા. ડૉ. બેનર્જી નિયમિત રીતે તેમને મળવા આવતા, તેમની જરૂરિયાતની ચીજો પૂરી કરતા હતા. બંગાળથી પણ કેટલાક લોકો ત્યાં નિયમિત આવતા. મોટા ભાગના મુલાકાતી રાતના સમયે આવતા હતા. બાબાનું કામ-કાજ રહસ્યમય હતું, પણ કોઈને નુકસાનકર્તા ન હતું. માટે ઠાકુર પરિવાર તેમાં દખલ દેતો ન હતો.

1986માં બાબાનું અવસાન થયું, ત્યારે ખરો ખેલ શરૂ થયો. અવસાન વખતે

બાબાનું મોઢું કોઈને જોવા ન દેવાયું. સામાન્ય રીતે સ્મશાને જઈને અગ્નિદાહ અપાય તેના બદલે માત્ર 13 જણાની હાજરીમાં સરયૂના કાંઠે ગુપ્તાર ઘાટે તેમની અંતિમ ચિતા ખડકાઈ. એ સ્થળે કોઈને પણ અગ્નિદાહ અપાય એ વાત લગભગ અશક્ય છે. રામે અહીં જ સરયૂના જળમાં સમાધિ લીધી હતી. રામના સમાધિ-મંદિર પહેલા રસ્તાના કાંઠે નાનકડી સમાધિ ચણેલી છે, જે શક્તિસિંહે બનાવડાવી છે.

મૃત્યુ પછી બાબાના ઓરડામાંથી સુભાષબાબુનાં માતા-પિતા, બંગાળી સાહિત્ય, સુભાષબાબુ પર લખાયેલાં પુસ્તક, લેખ, સુભાષબાબુ પહેરતા હતા એ ચશ્માંની 12 ફ્રેમ, સુભાષબાબુ પીતા હતા એ 555 નંબરની સિગારેટ વગેરે મળીને કુલ 2500થી વધુ ચીજો મળી આવી. કોઈ અજાણ્યા સાધુના ઓરડામાંથી મળેલી ચીજોને સુભાષબાબુ સાથે શું કનેક્શન હશે?

મૃત્યુના થોડા દિવસ પછી એ વાત વ્યાપક બની કે ત્યાં રહેતા બાબા સુભાષબાબુ જ હતા. સુભાષબાબુ હતા કે નહીં તેનો જવાબ આજેય મળ્યો નથી. સરકાર ધારે ત્યારે જ સાચો જવાબ મળી શકે એમ છે. સુભાષબાબુના ચાહકો આ રહસ્યને આઝાદ ભારતના સૌથી મોટા રહસ્યમાં ગણાવે છે. સાચું જે હોય એ પણ એટલું નક્કી કે ગુમનામી બાબા-સુભાષબાબુના કનેક્શનની તપાસ થવી જોઈએ.

ક્યાં છે એ ઓરડો?

ખેર, તપાસ થાય ત્યારે ખરી, પણ અમને એ ઓરડો જોવામાં રસ હતો. હવે તો ઓરડામાં નેતાજી રાષ્ટ્રીય વિચારમંચની ઑફિસ ચાલે છે, પણ એક સમયે આખા હિન્દની આંખોમાં આઝાદીનું સપનું આંજનારા સુભાષબાબુ બાર-ચૌદ ફીટની પહોળાઈ-લંબાઈ ધરાવતા ઓરડામાં અઢી વર્ષ અજ્ઞાતવાસમાં રહ્યા હશે? એ કલ્પના જ રૂંવાડાં ખડા કરી દેવા માટે પૂરતી છે. જગ્યા નાની હતી, પરંતુ ત્યાં પહોંચ્યા પછી મનમાં સવાલો ઊઠતા હતા એ બહુ મોટા હતા.

રામભવન પછી અમે ગુપ્તાર ઘાટે પહોંચ્યા. ત્યાં ગુમનામી બાબાની સમાધિ જોઈ. ત્યાં સુધીમાં અંધારું થઈ ગયું હતું. અયોધ્યામાં પરત આવી સવારની તૈયારીમાં લાગી પડ્યા. બાબા જ સુભાષબાબુ હોઈ શકે કે કેમ એ કોઈ નક્કી કરી શકતું નથી, અમે પણ ન કરી શક્યા. કરવાની જરૂર પણ ન હતી!

વધુ એક ઐતિહાસિક સ્થળ અમારી રાહ જોઈ રહ્યું હતું, જે વળી ફૈઝાબાદની જેલમાં હતું.

અશફાક આજ ભી કેદ મેં હૈ
28 જાન્યુઆરી

'આપ એક કામ કિજીએ... યહાં પર આ જાઈએ... દસ બજે તક...' ફૈઝાબાદના સૂર્યકાંત પાંડેએ અમને સૂચના આપી હતી. એ પ્રમાણે અમે ફૈઝાબાદમાં ચોકમાં જઈ પહોંચ્યા. થોડીવાર રાહ જોઈ ત્યાં પાંડેજી આવી ગયા. મોઢામાં પાન, હોઠ પર પાનનો કલર, કાળાં ચશ્માં, શર્ટ, એની ઉપર કોટી અને તેના ઉપર જાકીટ... એવાં વસ્ત્રોમાં સજ્જ પાંડેજી અમને સૌથી પહેલાં તો ચા પીવા લઈ ગયાં.

અશફાક ઉલ્લાં ખાંને જ્યાં જેલમાં કેદ કરાયા છે, તેની બહાર હું અને હર્ષ.

પાંડેજી ત્યાં ઘણા આદરપાત્ર વ્યક્તિ હતા, કેમ કે ચા પીવા બેઠા એ સાથે જ આસપાસમાં આંટા-ફેરા કરતા દરોગા પણ આવીને તેમને નમન કરી ગયા. મને સૂર્યકાંત પાંડેનો સંપર્ક ઇન્ટરનેટ પરથી મળ્યો હતો. મુદ્દાની વાત પર આવતાં તેમણે કહ્યું, 'ચલીએ, આપ કો ફૈઝાબાદ જેલ મેં લે જાતે હૈ...'

હું અને હર્ષ આમ તો ક્યારેય જેલમાં ગયા ન હતા, પણ અહીં ફૈઝાબાદમાં તો જેલ જ તીર્થધામ હતું, કેમ કે અશફાક ઉલ્લા ખાંને ત્યાં ફાંસી આપવામાં આવી હતી. એ ફાંસીને સ્થળે હવે મેમોરિયલ બનાવાયું છે અને મેમોરિયલનું સંચાલન જેલ સત્તાવાળા સાથે મળીને સૂર્યકાંત પાંડે કરે છે.

ફૈઝાબાદ અવધનું પાટનગર હતું એટલે એ વખતથી જ અહીં જેલ તૈયાર કરી દેવાઈ હતી. ભારતની સૌથી જૂની જેલોમાં તેનો સમાવેશ થાય છે. અમે પણ જેલના દરવાજે પહોંચ્યા. કંઈ સુરક્ષા-કિલ્લેબંધી હતી નહીં, કેમ કે એ વિસ્તાર સૌ કોઈ માટે ખુલ્લો હતો.

અંગ્રેજોના દાંત ખાટા કરી નાખનારા અશફાકને અહીં સજા અપાઈ હતી અને કેટલોક વખત તો વધુ આકરી સજા તરીકે એકાંતવાસમાં રખાયા હતા, જ્યાં એ કોઈ સાથે વાત કરી ન શકે, કંઈ જોઈ ન શકે અને છેવટે માનસિક રીતે ભાંગી પડે. અલબત્ત, અંગ્રેજોએ અશફાકને કેદ કર્યા પણ તેના દિલમાં રહેલા આઝાદીના વિચારોને કઈ રીતે કેદ કરી શકે? અંગ્રેજો સામે નમતું જોખવાને બદલે અશફાકે ફાંસીએ ચડવાનું પસંદ કર્યું અને ત્યારે તેની ઉંમર હતી 27 વરસ. અશફાકના પૌત્રનું નામ પણ અશફાક છે અને એ ઉત્તર પ્રદેશના જ એક રેલવે સ્ટેશન બહાર હોટેલ ચલાવે છે. એવી ઘણી રસપ્રદ માહિતી અમને પાંડેજીએ આપી પછી અમે ત્યાંથી વિદાય લીધી. લખનૌ જતી બસમાં ચડી ગયા. લખનૌમાં ક્યાં ઊતરવાનું એ નક્કી ન હતું, પરંતુ બે-ત્રણ મોટા વિસ્તારનાં નામ અમે જાણી લીધાં હતાં.

રસ્તામાં એક સ્થળે બ્રેક લઈને બસે લગભગ ચાર કલાકમાં તો લખનૌમાં ઉતારી દીધા. હજુ પાંચ વાગ્યા ન હતા. એટલે અમારો વિચાર હતો કે હોટેલમાં પહોંચતા પહેલાં અહીંથી બાર-પંદર કિલોમીટર દૂર આવેલા એક સ્થળને કવર કરી લઈએ. એ સ્થળનું નામ કાકોરી... આઝાદીના ઇતિહાસમાં અમર થયેલું રેલવે સ્ટેશન.

કાકોરી કઈ રીતે જવું એ મોટો પ્રશ્ન હતો. રિક્ષાચાલકોને પૂછ્યું તો કહ્યું કે, બસ-સ્ટેશનથી મળશે, બસ-સ્ટેશને પહોંચ્યા તો કહ્યું કે, બહારથી મળશે, બહાર ગયા તો કોઈએ કહ્યું કે, અંદરથી મળશે... એક રિક્ષાચાલકે ત્યાં લઈ જઈ પરત લઈ આવવાની ઑફર કરી પણ એ અમને મોંઘી લાગી. વળી, બસ મળતી હોય તો શા માટે વધારાનો ખર્ચ કરવો. આખરે એક બસની બહાર ઊભા રહેલા અને મનોજ બાજપાઈ જેવા લાગતા ડ્રાઇવરે કહ્યું કે, 'યે બસ જાયેગી...' અમે ચડી ગયા.

શહેરને ચીરીને બસ બહાર નીકળી જાય એ પહેલાં જ કન્ડક્ટરે કહ્યું, 'કહાં જાઓગે...?'

કાકોરી...

કોકોરી નહીં જાયેગી...

ટંગ ટંગ ટંગ...

તેણે ટકોરી વગાડી, બસ ઊભી રહી, અમે ઊતરી ગયા. કાકોરી જવાનો મેળ ન પડ્યો એટલે ન જ પડ્યો.

હવે?

હજુ દિવસ બાકી હતો અને અમે શહેરમાં જ હતા. સામે બોર્ડ હતું,

'ઈમામબાડા'. ઈમામબાડા એ લખનૌનું અત્યંત પ્રચલિત બાંધકામ છે, ઓળખ છે અને અજાયબી પણ છે. થોડી-ઘણી જાણકારી હતી. ચાલો, હવે વધુ માહિતી માટે એ તરફ જઈએ એમ વિચારતા હતાં ત્યાં રિક્ષા મળી એટલે ત્યાં પહોંચ્યા.

લખનૌની ઓળખ, રૂમી દરવાજો.

અમદાવાદનો ભદ્ર વિસ્તાર વિવિધ પ્રકારના ઐતિહાસિક બાંધકામ ધરાવે છે એમ લખનૌનો આ વિસ્તાર 'હુસૈનાબાદ' કહેવાય છે. અહીં ભારતનો સૌથી ઊંચો ક્લૉક ટાવર, છોટા અને બડા ઈમામબાડા, મસ્જિદ, તળાવ, સાતખંડા નામનું એક બાંધકામ, રૂમી દરવાજો,... હુસૈનાબાદ દરવાજો... એવાં ઘણાં બાંધકામ છે, જેમાં અંદર જવાનું હતું એવાં સ્થળો હવે બંધ થવા લાગ્યાં હતાં. ત્યાં કાલે આવીશું વિચારી અમે ક્લૉક ટાવર અને સાતખંડાનું અવલોકન કર્યું.

દૂરથી એ સામાન્ય ટાવર જેવું દેખાય, પણ પાસે પહોંચ્યા પછી ખબર પડી કે આ તો એમ્પાયર સ્ટેટ બિલ્ડિંગ જેવું તોતિંગ બાંધકામ છે. લાલ પથ્થરનું બાંધકામ, અંદર ઉપર સુધી જવાની સીડી, ચારે દિશાએ ઘડિયાળ, માથે પવનની દિશા જાણવા માટે પક્ષીની આકૃતિ... એ બધું જોવામાં અમારે ડોકને ખાસ્સી આમ-તેમ મરોડવી પડી. હુસૈનાબાદ ટાવર નામે ઓળખાતો એ ઘડિયાળ મીનારો ભારતનો સૌથી ઊંચો ક્લૉક ટાવર છે. 1881માં બનેલા ટાવરની ઊંચાઈ 221 ફીટ છે, જ્યારે પાયાની પહોળાઈ 13 ફીટ છે. લાલ ઈંટોથી બનેલો ટાવર જોવા જેવો છે એમાં કોઈ શંકા નથી. લંડનના બિગ બેન ટાવરને ધ્યાનમાં રાખીને આ ટાવર ઊભો કરાયો હતો.

ટાવર કરતાં પણ મોટું આકર્ષણ અહીંનો રુમી દરવાજો છે. તુર્કીશ ગેટ, લખનૌ દરવાજો વગેરે નામે ઓળખાતું એ પ્રવેશદ્વાર સિરાજ ઉદ્દ દૌલાએ 1784માં કરાવ્યું હતું. 60 ફીટ ઊંચો દરવાજો અવધી અને તુર્કીશ સ્થાપત્યનું મિશ્રણ છે. ભારતના સર્વોત્તમ દ્વારનું લિસ્ટ બને તો એમાં આ દરવાજો અચૂક મૂકવો પડે. અર્ધ કમાનાકાર મુખ્ય દરવાજો, એમાં વળી ત્રણ ભાગ, બે હાથ ફેલાયેલા હોય એમ દરવાજાની બંને બાજુ કલાત્મક બાંધકામ, દરવાજામાંનાં શિલ્પોમાં ખાવા-પીવા-પહેરવાની ચીજોનો સંગમ... વગેરે ઘણું છે, જે ગાઇડ વગર સમજવું મુશ્કેલ છે.

અહીં જ બડા અને છોટા ઈમામબાડા નામનાં બે બાંધકામો આવેલાં છે. દુકાળ વખતે લોકોને કામ મળી રહે એટલા માટે નવાબે બડા ઈમામબાડા અર્થાત્ ઈશ્વરનું ઘર એવા સ્થાપત્યનું બાંધકામ કરાવ્યું. બડા ઈમામબાડામાં ભારતની સૌથી મોટી ભુલભુલામણી છે. એક છેડેથી કંઈક બોલવામાં આવે તો છેક બીજે છેડે દૂર સંભળાય એવી આંતરિક ટનલોની રચના છે. ગુપ્ત દ્વાર, રહસ્યમય દીવાલો, બહારથી કોઈ જોઈ ન શકે, પણ અંદરથી બહારનાં દૃશ્યો જોઈ શકાય અને નિશાન પણ લઈ શકાય એવાં બારી-બાકોરાં, અરીસા વગર પાણીમાં પ્રતિબિંબ જોઈને દુશ્મનના આગમનનું પગેરું મેળવી શકાય એવી જડબેસલાક અને સુપર-ડુપર વ્યવસ્થા જોઈને એ વખતના કારીગરોને અભિનંદન આપ્યા વગર રહી ન શકાય.

બડા ઈમામબાડા, જેની ભૂલભૂલામણીમાં ગયા વગર લખનૌની મુલાકાત અધૂરી જ લાગે.

લખનૌની એ ભવ્યતાથી અભિભૂત થયા પછી વધુ કંઈ જોવાની ઇચ્છા રહી ન હતી. અમે ઉતારે આવ્યા. ભોજન-પાણી પતાવીને આડે પડખે થયા, કેમ કે અધૂરું રહેલું કાકોરી સવારે સર કરવાનું હતું.

29 જાન્યુઆરી

કાકોરી સ્ટેશને મુકાયેલું ઐતિહાસિક લખાણ.

કાકોરી ટ્રેન લૂંટ આઝાદીના ઇતિહાસમાં અત્યંત મહત્ત્વનો ઘટનાક્રમ છે. અંગ્રેજો સામે લડવા માટે પણ નાણાં જોઈએ એ સમજતા જુવાનોએ 9 ઑગસ્ટ, 1925ના દિવસે અંગ્રેજોની ટ્રેન રોકી અને 8000ની રકમ મેળવી લીધી. અંગ્રેજો માટે એ લૂંટ હતી જ્યારે ક્રાંતિકારીઓ માટે એ આઝાદીની લડતનો ફાળો હતો. કાકોરી કાંડમાં રામપ્રસાદ બિસ્મિલ, અશફાકઉલ્લા ખાં, રાજેન્દ્ર લાહીડી, ચંદ્રશેખર આઝાદ સહિત ઘણા ક્રાંતિકારીઓ સંકળાયેલા હતા એ ઇતિહાસ અજાણ્યો નથી. અમારે એ ઇતિહાસ સ્થળને જોવું હતું.

આગલી સાંજે કાકોરી જવાનો પ્રયાસ નિષ્ફળ રહ્યા પછી ફરી અમે નીકળી પડ્યા. બસ-સ્ટેશને પૂછીને તપાસ કરી તો કહ્યું કે, બહારથી બસ મળશે, બહાર ગયા તો કહે રિક્ષા મળશે... આગલી સાંજ જેવો જ અનુભવ જોઈને એમ થયું કે કાકોરી લૂંટ કરતા કાકોરી જવાનું વાહન શોધવું અઘરું છે. આખરે અમને એક બસ મળી, જે કાકોરી જતી હતી.

લખનૌથી આમ તો 15-20 કિલોમીટરના જ અંતરે છે. લખનૌની બહાર નીકળ્યા એમ ગ્રામીણ સંસ્કૃતિનાં દર્શન થવા લાગ્યાં. ક્યાંક કુસ્તીના તો ક્યાંક

નૌટંકી જેવા પરંપરાગત મનોરંજનના બોર્ડ-બેનર લાગેલાં હતાં. એવું બધું જોતા જોતા અમે કાકોરીના દરવાજે ઊતર્યા. અહીંથી કોઈને પૂછ્યું કે, કાકોરી સ્ટેશન ક્યાં છે?

રસ્તો બતાવ્યો એ તરફ ચાલ્યા ગયા તો એક સ્ટેશન આવ્યું, ત્રણેક ટ્રેક હતા અને સ્ટાફમાં પણ ત્રણેક જણા હતા. કાકોરી લૂંટ વખતે શું થયું હતું તેનું એક લખાણ અહીં દીવાલ પર લખેલું હતું. ત્યાં અમે લૂંટના સ્થળ વિશે તપાસ કરી તો કહ્યું કે, જ્યાં ટ્રેન રોકાઈ હતી એ જગ્યા તો અહીંથી થોડે દૂર છે. ટ્રેન હકીકતે બાજનગર નામના ગામે રોકાઈ હતી. કાકોરી પાસે આવેલા એ ગામે અમે પહોંચ્યા. અહીં પણ ગામના દ્વારે શહીદોની નામાવલી વગેરે લખેલું હતું. કાકોરીના યોદ્ધાઓનું એક સ્મારક હતું જેનું સમારકામ ચાલુ હતું. અહીં કોઈને પૂછ્યું કે, ટ્રેન ક્યાં રોકાઈ હતી એટલે તેમણે કહ્યું કે, આ મકાનની પાછળ. જોકે મકાન પાછળ જવાનો કોઈ સીધો રસ્તો ન હતો. અમે એક ખેતર ફરીને લાંબો ચકરાવો મારી રેલવે ટ્રેક પર પહોંચ્યા.

કાકોરી વખતે ખરેખર ટ્રેન ક્યાં રોકાઈ હતી તેનાં કોઈ ચિહ્નો આજે મોજુદ નથી. અંદાજિત જગ્યા છે ત્યાં જ આ સ્મારક છે. અમે એ સ્થળે રેલવેના પાટા જોઈને એ યુગ યાદ કર્યો. એકાદ બે ટ્રેનો નીકળી એ જોઈ. કાકોરી સ્મારકમાં અમારા જેવા બેએક પ્રવાસી હતા. એમની સાથે સંવાદ કરીને રવાના થયા.

અમારો અયોધ્યા-લખનૌ પ્રવાસ પણ એ પછી પૂરો થયો. જોવા જેવું હતું એ બધુ માણીને અમે ઘરભેગા થયા.

13

મધમાખીના માર્યા ન મરીએ વાલમિયા...

પાટણની રાણકી વાવ પાસે જ એક બીજું ઐતિહાસિક બાંધકામ છે. રાણકી વાવના રિપોર્ટિંગ માટે ગયા ત્યારે અમે એ રહસ્યમય સ્થળ વિશે જાણ્યું અને ત્યાં જતાં પહેલાં અમને ડરાવવામાં પણ આવ્યા...

વર્લ્ડ હેરિટેજ જાહેર થઈ એ પાટણની રાણકી વાવ ખરેખર કેવી છે? પ્રોફેસર અને સ્થાનિક જાણકારો સાથે અમે ઑગસ્ટ, 2014માં જાતતપાસે પહોંચ્યા. પાટણની પ્રભુતા રસ્તા પર પથરાયેલી હશે અને ક્યાંક ઉદો મહેતો પણ રસ્તામાં મળી જશે એવી કલ્પનાઓ કરતાં ગામમાં દાખલ થયા. ત્યાં જ ખબર પડી કે માળવાની સેનાને રોકી પાડી હોય એમ નવો ઉચ્ચપુલ બંધાઈ રહ્યો હોવાથી ટ્રાફિકમાં વાહનો જામ થયેલાં છે. ધીમે ધીમે કરતાં અંદર ગલીઓમાં પ્રવેશ્યાં. પાટણનો એ પહેલો પ્રવાસ હતો... અગાઉ માત્ર ભવ્યાતિભવ્ય વાતો જ સાંભળી હતી, વર્ણનો વાંચ્યાં હતાં.

મુનશીએ વર્ણવેલા પાટણની આરપાર નીકળીને સહસ્રલિંગ તળાવે પહોંચ્યા. પાઠ્યપુસ્તકમાં એવું ભણવામાં આવતું કે સહસ્ર એટલે કે હજાર શિવલિંગ ધરાવતું તળાવ એ પાટણની શોભા છે. એ જોવા સ્વાભાવિક રીતે જ મનમાં ઉત્સાહનું પાણી ડહોળાતું હતું. પાટણના સ્થાનિક ઇતિહાસ જાણકાર મુકુંદરાય બ્રહ્મક્ષત્રિય અમારી સાથે હતા. એક સ્થળે વૃક્ષોની હારમાળા આવી. વૃક્ષો વચ્ચેથીય રતાશ પડતા કલરનાં બાંધકામો દેખાતાં હતાં, જે પુરાતત્ત્વ ખાતાની હાજરીનાં સૂચક હતાં.

એક લીમડા નીચે ઊંડો ખાડો બતાવીને મુકુંદરાયે કહ્યું કે, લ્યો આ રહ્યું તળાવ... પહેલા તો એવું લાગ્યું કે કોઈ ફાલતું બીજું તળાવ હશે. સહસ્રલિંગ તળાવ આવું ક્યાંથી હોય? પણ એ જ હતું. એવું તળાવ જેમાં સહસ્ર તો ઠીક એકેય લિંગ ન હતું કે ન હતું પાણી! એ મૂંઝવણ દૂર કરતાં અમને સમજાવાયું કે આ તો રાણી ઉદયામતીના યુગમાં આવું તળાવ હતું. આજે તો ખાલી ખંડેર, ખાલી ખાડો છે. મુસ્લિમ આક્રમણખોરો આવતા ગયા એમ એમ તળાવના કાંઠે

ગોઠવાયેલાં લિંગો પણ તોડતા ગયા. હવે તો માત્ર અવશેષો રહ્યા છે.

ઓહ! વાત આઘાતજનક હતી, પણ સાચી હતી. એ જમાનામાં પાણી આવવાની, આવેલું પાણી વાપરવાની અને વપરાયેલું પાણી નિકાલ કરવાની અદ્‌ભુત વ્યવસ્થા હતી એ તો તળાવમાં આજેય જોઈ શકાય છે. એ પહેલાં રાણીની વાવનાં દર્શન કરી લીધાં હતાં. શિલ્પકલાના જાણકાર ન હોઈએ તો પણ તેની દીવાલો જોઈને એટલી તો ખબર પડે કે છે માળું જબરું કામકાજ.

યુરોપમાં અંધકારયુગ ચાલતો હતો ત્યારે રાણકી વાવના બાંધકામમાં આવી કળા-કારીગરી થતી હતી.

હકીકત એવી છે કે 11મી સદીમાં રાજા ભીમદેવ સોલંકીના નિધન પછી તેમનાં રાણી ઉદયામતીએ પતિની યાદમાં વાવ બંધાવી. 'પ્રબંધચિંતામણી'માં નોંધાયા મુજબ 1022થી 1063 વચ્ચે તેનું બાંધકામ થયું. 800થી વધારે બેનમૂન શિલ્પો ધરાવતી આ વાવ પૂર્વ-પશ્ચિમ બંધાયેલી છે. પહોળાઈ 65 ફીટ, લંબાઈ 213 ફીટ અને ઊંડાઈ 92 ફીટ જેટલી છે. આ વાવ જોકે સદીઓ સુધી ગુપ્તવાસમાં રહી હતી. 1968માં પુરાતત્ત્વવિદોના ધ્યાને ચડી ત્યારે કાંઠા પાસેના કેટલાક પથ્થરો જ દેખાતા હતા. તેનું ઉત્ખનન થયું અને એમાંથી હજાર વર્ષ પહેલાંનો આખો યુગ નીકળ્યો. એ વાવને જગતની સર્વોત્તમ વાવ પૈકીની એક ગણવી જ પડે એવું ભવ્ય તેનું બાંધકામ છે. અમે એ ભવ્યતા જોવા આવ્યા હતા.

વાવની ઊલટતપાસ કરી લીધી એટલે અમારું કામ પૂરું થઈ રહ્યું હતું. ત્યાં એક સરપ્રાઇઝ સામે આવ્યું. એ સરપ્રાઇઝ અમને છેક મોગલયુગમાં લઈ ગયું. વાત જાણે એમ બની કે તળાવના કાંઠે ઊભા ઊભા જ બ્રહ્મક્ષત્રિયદાદા

અને સ્થાનિક પ્રતિનિધિ હરનિશ શાહે માહિતી આપી કે, એમ તો પેલી બાજુ બૈરામખાંનો મકબરો પણ છે.

ભમરા VS ભોમિયા

એ રહ્યો બૈરામખાંનો મકબરો, પણ ત્યાં જવાય નહીં! સાથે આવેલા પ્રાધ્યાપક સાથે વાત કરતાં કરતાં જાણે-અજાણે મુકુંદરાય બ્રહ્મક્ષત્રિયે કહી દીધું કે, ત્યાં દૂર બૈરામખાંનો મકબરો છે. અકબરના ગુરુ વત્તા વાલી એટલે બૈરામખાં, પણ ત્યાં જવાય નહીં, કેમ ન જવાય?

અકબરના ગુરુ બૈરામખાંનો મકબરો, જ્યાં સુધી પહોંચવું મુશ્કેલ છે.

અમારા મનમાં જાતભાતનાં ચક્રો ઘૂમવા લાગ્યાં... બૈરામખાંનું ભૂત ત્યાં રહેતું હશે... ધોળા દિવસે ત્યાં કોઈ મોગલ સૈનિકો પહેરો ભરતા હશે...

એકબીજાની સામે જોઈજોઈને કલ્પનાઓમાં રાચવા લાગ્યા કે ત્યાં થતું શું હશે...

બ્રહ્મક્ષત્રિય દાદા વળી જુનવાણી ટેલિવિઝનની માફક ગમે ત્યારે અટકી જતા હતા. તો વળી ક્યારેક રોંગ નંબરમાં કોઈ ભળતીસળતી લાઇન પર ચડી જવાય એમ બ્રહ્મક્ષત્રિયદાદાને મૂળ લાઇને આવતાં વાર લાગતી હતી.

અમે વારંવાર પૂછ્યું ત્યારે તેમણે કહ્યું કે, ત્યાં ભમરાઓ રહે છે...

એટલે!

ભમરાઓથી વળી ખતરો?

કેવો ખતરો?

એવા અનેક સવાલો મારા મનમાં આવી ગયા જે આસાનીથી શમે એમ ન હતા.

ભમરાઓથી ખતરો હોય એવું પણ પહેલી વખત સાંભળી રહ્યો હોવાથી અમારું તો અચરજ મિનિટે મિનિટે વધી રહ્યું હતું.

લાખ રૂપિયાનો સવાલ એ હતો કે ભમરા હોય તો શું થયું? ત્યાં ભમરા હતા તો અમે ભોમિયા હતા.

શું એ ભમરાઓ કોઈ મોગલકાળના પ્રેતાત્માઓ છે?

એ પછી અમને સમજાવવામાં આવ્યું કે ત્યાં સેંકડો ભમરાઓનાં ઝુંડ હોવાથી જઈ શકાય એમ નથી. ભમરાઓ હુમલો કરે તો બૈરામખાંના મકબરા સાથે અમારી કબરો પણ બાંધી શકાશે એવો ડર લાગ્યા પછી એક તબક્કે તો અમે એ સ્થળને ભૂલી ગયા. અમારી સામે રજૂઆત જ એ રીતે કરવામાં આવી કે બૈરામખાંનો મકબરો હોય કે ખુદ અકબરનો... એ દિશામાં જવાની વાત ભૂલી જાઓ.

મકબરાને તડકે મૂકીને અમે સહસ્રલિંગ તળાવની વધારે વાતો કરી. વાત વાતમાં એ પણ જાણવા મળ્યું કે અહીં વધારે ઉત્ખનન થવું જોઈએ, કેમ કે કેટલીય ટેકરીઓ નીચે ઇતિહાસ દબાયેલો પડ્યો છે.

એ બધી વાતો વચ્ચે મન ફરીફરીને માળવાને બદલે મકબરા તરફ ખેંચાતું હતું. મનમાં તો એવી ગડમથલ ચાલતી હતી જ કે અહીં સુધી આવ્યા પછી બૈરામખાંનો મકબરો જોવાની ઇચ્છા અધૂરી રહી જશે?

પાટણ આવ્યા ત્યારે ત્યાંના આવા ઇતિહાસ અંગે કોઈ જાણકારી ન હતી, પરંતુ ત્યાં પહોંચીને જાણકારી મળ્યા પછી જવાતું ન હતું. એટલે અમે જરા આ વિસ્તારમાં આંટો મારીએ એમ કહીને નીકળી પડ્યા. દિશા સ્વાભાવિક રીતે જ મકબરા તરફની હતી.

દરમિયાન તળાવની અવાવરુ દિશામાં એક બહેન નજરે પડ્યા. ગાંડા બાવળ કાપતાં એ બહેન બળતણ ભેગું કરી રહ્યાં હતાં. તેમને પૂછ્યું કે, મકબરા તરફ જવાય.

તો એમણે કહ્યું કે, હા, જવાય.

પણ ભમરાઓ...

એ તો કાંઈ ન કરે...

ઘણા ડર આપણને આપણા સોફિસ્ટિકેશનને કારણે લાગતા હોય છે. આવા સ્થળે તો જવાતું હશે એવી ગ્રંથિ મનમાં ઠસી જાય એટલે સફર પણ ત્યાં જ

અટકી જાય, પણ ઘણી વખત કપડાં બગડશે... આવું કરતાં હું સારો લાગીશ... લોકો હાંસી કરશે... જેવા પ્રશ્નોને સાઇડલાઇન કરીને પગલાં ભરવાં જ પડે.

એ બહેને તો એમ જવાબ આપી દીધો, પરંતુ ત્યાં સુધીમાં તોપમાં બારુદ ભરાય એ રીતે ઠાંસીઠાંસીને અમારા મનમાં ભમરાઓનો ડર ભરી દેવાયો હતો.

એટલામાં દૂરથી ધૂળની ડમરી ઊડતી દેખાઈ...

થોડીવારે તેમાંથી એક બાઇક પ્રગટ થયું, જેમાં બે કૉલેજિયનો સવાર હતા.

અમે એમને રોકીને પૂછ્યું, મકબરે જવાય?

હા, જવાય જ ને, અમે ત્યાં જ જઈએ છીએ.

પણ ભમરા...

એ તો કરડે... આમ તો કશું કરતાં નથી.

એમનો જવાબ સરકારી બયાન જેવો બેધારો હતો.

પણ અમે ઇચ્છા વ્યક્ત કરી કે ગમેતેમ કરીને જવું જ છે, એટલે એમણે કહ્યું કે, અમે પહેલાં જઈએ છીએ. પછી ઇશારો કરીએ તો આવજો...

ઓકે...

બંને બાજુ ગાંડા બાવળના ઝુંડ, વચ્ચે ગાડારસ્તા જેવો રસ્તો. રસ્તા પર પથરાયેલી ધૂળ...

એમાં કઈ દિશામાંથી ભમરા ઊડતા આવશે અને અમારા પર પ્રહાર કરશે એ ડર સતત સતાવી રહ્યો હતો.

એ દરમિયાન સામે જ દેખાતા મકબરા સુધી યુવાનો પહોંચ્યા અને તેમણે હકારાત્મક વાવટો ફરકાવ્યો એટલે અમે પણ સાવધાનીપૂર્વક આગળ વધ્યા. જો ભમરાઓ ચહેરા પર આક્રમણ કરશે તો... ઉપાય તરીકે મોઢે બુકાની બાંધી લીધી.

સાવધાનીપૂર્વક ચાલતા ત્યાં પહોંચ્યા, પણ મકબરાના ઓટા પર ચડતાં પહેલાં એક યુવાન નીચે આવ્યો અને અમારી બંનેની કોણી સૂંઘી. મને એમ થયું કે આ લોકોએ અમને શું પીધેલા માની લીધા છે? અને પીધેલા હોય તો કોણી સૂંઘવાથી કઈ રીતે ખબર પડે... આ વિસ્તારમાં પરખ કરવાની આ નવી રીત હશે?

એ યુવાને કોણી તપાસીને મને કહ્યું, તમે આવો... ઈશાનને કહ્યું, તમે ન આવતા...

કેમ?

બૈરામખાં અકબરના ગુરુ હતા એટલે 21મી સદીના આધુનિક ગુરુ પ્રોફેસરથી તેમને નફરત હશે?

યુવાને સમાધાન કર્યું કે એમણે પરફ્યુમ છાંટ્યું હતું. ભમરાઓનું મગજ જાય અને અમારા પર હુમલો કરી બેસે એવાં તમામ તત્ત્વો પરફ્યુમની સુગંધમાં હોય

જ છે. માટે નાત બહાર મુકાયેલા નરસૈંયાની માફક પ્રોફેસર નીચે ઊભા રહ્યા અને અમે ડરતાં ડરતાં આગળ વધીને મકબરો જોયો, ફોટા પાડ્યા. ભમરાઓનાં ઝુંડ પણ જોયાં...

હકીકતે એ મધમાખી હતી.

એપિસ ડારસોટા નામની દક્ષિણ એશિયાનાં જંગલોમાં જોવા મળતી ઝેરી મધમાખી. બે ઇંચ કરતાં વધુ મોટા કદને કારણે અહીંના લોકો તેમને ભમરા તરીકે ઓળખતા હતા. અમે થોડીવાર આંટા માર્યા પછી એવો વિશ્વાસ બેઠો કે હવે વાંધો નહીં આવે એટલે ઈશાનને પણ પ્રવેશ મળ્યો. એમણે પણ બેરામખાંનો મકબરો અને તેનું રક્ષણ કરવા બંધાયેલા મધમાખીનાં ઝુંડ જોયાં...

✣

14

કેરળ : જળ ત્યાં સ્થળ-સ્થળ ત્યાં જળ

કેરળના પાંચ દિવસીય પ્રવાસમાં અમારે સૌથી મોટા શહેર કોચીથી લઈને પાટનગર અને દક્ષિણે આવેલા શહેર તિરૂવનંતથપુરમની સફર કરવાની થઈ. એ દરમિયાન કેરળનાં વિવિધ સ્વરૂપ જોવા મળ્યાં. (નવેમ્બર 10-14, 2022)

10 નવેમ્બર, 2022

કોચીનું જગવિખ્યાત ઍરપૉર્ટ

કોચીના ઍરપૉર્ટ વિશે અગાઉ સમાચાર લખ્યા હતા, કેમ કે તેના નામે વિશ્વવિક્રમ છે. કોચીનું ઍરપૉર્ટ જગતનું સૌથી પ્રથમ એવું ઍરપૉર્ટ છે, જે સંપૂર્ણપણે સૌરઊર્જા સંચાલિત છે. વિમાન ઊતરતું હતું ત્યારે જ બારીમાં ડોકા તાણીને જોવાનો પ્રયાસ કર્યો કે સોલાર પેનલનું ખેતર ક્યાંય જોવા મળે છે?

પણ ન દેખાયું...

ઍરપૉર્ટ પરથી બહાર નીકળીને જોયું તો સામે પાર્કિંગમાં પિલ્લર પર નંબરો લખેલા હતા. ટૅક્સી કયા નંબરના પિલ્લર પર છે એ માહિતી મળી જાય એટલે શોધવાનું કામ સરળ બની જાય. ભારતનાં કેટલાંક ઍરપૉર્ટ પર જ ટૅક્સી શોધવાનું કામ આવું સરળ છે. મને પણ સરળતાથી 33 નંબરના પિલ્લર પાસે રહેલી ટૅક્સી મળી ગઈ.

આપણે ત્યાં નળિયાવાળા બે ત્રાંસ ધરાવતાં મકાનો ગામડાંમાં જોવા મળે છે. હવે જોકે સ્લેબ ભરવાનો જમાનો છે એટલે એવાં મકાનો ઓછાં થતાં જાય છે, પણ કેરળનું પરંપરાગત બાંધકામ કંઈક એવું જ છે. ઉપરથી બંને તરફ ઢાળ અને ઢાળ પર નળિયાં અથવા તો ગેરુ કલરની ટાઇલ્સ. એ સમગ્ર તાયફો મજબૂત લાકડાના માળખા પર ઊભો હોય. કોચી ઍરપૉર્ટનો દેખાવ પણ એવો રતૂમડો અને રજવાડી છે.

એ જોતાં બહાર નીકળ્યા, એક જરા ઊંચો પુલ આવ્યો. ડાબી તરફ નજર પડી ત્યાં પેલું અગાઉ ન મળેલું સોલાર ખેતર જોવા મળ્યું. ખેતરમાં પાક વાવ્યો હોય એમ મોટી જગ્યામાં સોલાર પેનલો પથરાયેલી હતી. તેમાંથી પેદા થતી વીજળી ઍરપૉર્ટનું સંચાલન કરે છે. 45 એકર વિસ્તારમાં 46 હજારથી વધારે સોલાર પેનલો છે અને રોજ ક્ષમતા મુજબ 50થી 60 હજાર યુનિટ વીજળી પેદા કરે છે.

ભારતનો પ્રથમ માનવસર્જિત ટાપુ

કોચી શહેરને ચીરતી અમારી ગાડી પહોંચી બોલગાટી ટાપુ પર. બોલગાટી ટાપુ અને બાજુમાં વિલિંગ્ટન ટાપુ. વિલિંગ્ટન ટાપુ ભારતનો પ્રથમ માનવનિર્મિત ટાપુ છે. અંગ્રેજોએ કોચીનો ઉપયોગ બંદર તરીકે કરવા માટે ટાપુનું નિર્માણ કર્યું હતું. વિલિંગ્ટન ત્યારે ભારતનો ગવર્નર હતો. તેણે રોબર્ટ બ્રિસ્ટો નામના ઇજનેરને ખાસ બોલાવી ટાપુ સર્જનનું કામ સોંપ્યું હતું. બ્રિસ્ટોની કેટલીક યાદગીરી આજે કોચીમાં વિખરાયેલી છે. તેણે જે જહાજ વડે ટાપુનું સર્જન શરૂ કર્યું હતું તેનું કદાવર લંગર કોચીના નૌકાદળ મ્યુઝિયમમાં રાખવામાં આવ્યું છે. આજે ટાપુ કોચીનું હાર્દ બની ચૂક્યો છે. અહીંથી આખો દિવસ નાની-મોટી અનેક પ્રકારની ફેરીઓ ચાલતી રહે છે. કેરળનો ઘણો ભાગ પાણીથી છવાયેલો હોવાથી હોડી-ફેરી પરિવહન એ અહીંના જીવનનો મુખ્ય ભાગ છે. કોચીમાં પણ એક કાંઠેથી બીજા કાંઠે જવા પુલ ઉપરાંત ફેરી સર્વિસની સુવિધા છે, જે દિવસભર ચાલતી રહે છે.

ઉપરાંત ક્રૂઝ જેવો દેખાવ ધરાવતી પણ કદમાં નાની હોડી કોચીના મરિન ડ્રાઇવ તરીકે ઓળખાતા વિસ્તાર સામેથી પસાર થયા કરે. પ્રવાસીઓ તેમાં સવાર થાય અને જળ-સ્થળની મજા માણે. સાંજ પડ્યે આવી હોડીઓમાં ડાન્સ-ડિનર પાર્ટીનું પણ આયોજન થાય.

બોલગાડી પૅલેસ, નેધરલૅન્ડ બહારનું સૌથી જૂનું ડચ મકાન

આ ટાપુ પર જ કોચીની સર્વોત્તમ હોટેલ્સ અને અન્ય ભવ્ય બાંધકામો આવેલાં છે. ત્યાં જ અમારો ઉતારો બોલગાટી પૅલેસ નામની હોટેલ હતી. ફરીથી અહીં મકાન પર ઢાળ પર ગોઠવાયેલા નળિયાને કારણે દેખાવ ભવ્ય બનતો હતો. કોચી પર સમયે સમયે આરબ, નેધરલૅન્ડના ડચ, ફ્રેન્ચ, યહૂદી, અંગ્રેજો વગેરેનો દબદબો રહ્યો છે. આ મહેલ હકીકતે તો 1744માં ડચોએ બનાવેલો

હતો, પણ હવે કેરળ ટૂરિઝમે ત્યાં 3 સ્ટાર હોટેલ બનાવી નાખી છે. સમય સાથે બાંધકામમાં સુધારો થયો છે, પરંતુ ભવ્યતા ઓછી નથી થઈ. નેધરલૅન્ડની બહાર હોય એવું આ ડચ શૈલીનું સૌથી જૂનું મકાન છે.

બોલગાટી પૅલેસ, અમારો ઐતિહાસિક ઉતારો.

અમદાવાદનો આખો ફ્લૅટ સમાઈ જાય એવા મોટા ઓરડા, લાકડાના કદાવર સ્તંભો, આગળ ભવ્ય બગીચો, ખાસ્સા મોટા થડ ધરાવતા રેઇન ટ્રી, તેના પર કલબલાટ કરતાં વિવિધ પક્ષીઓ, ફરતે પાણી, તેમાંથી સામે દેખાતું કોચીનું બંદરગાહ... વગેરે માણતાં અમારો કેરળમાં પહેલો દિવસ પૂરો થયો.

11 નવેમ્બર, 2022
ગોકુળિયા ગામ કુંભલગીની મુલાકાતે

સવારે પહેલી સફર કુંભલગી ગામની કરવાની હતી. નાળિયેરી એ કલ્પવૃક્ષ છે અને કેરળની પ્રજા તો તેનો ભરપૂર ઉપયોગ કરી જાણે છે. નાળિયેર પાણી, નાળિયેરનો હલવો, પાંદડાની ચટાઈ વગેરે બે-પાંચ ઉપયોગો આપણે જાણીએ છીએ, કેમ કે આપણું રાજ્ય પણ સમુદ્રકાંઠે જ છે.

પરંતુ ઘણા પ્રવાસીઓને નાળિયેરના અજાયબ જગતનો આઇડિયા જ નથી હોતો. એમના માટે આ આદર્શ ગામ ઊભું કરાયું છે જ્યાં ખરેખર તો ગામ જેવું કંઈ નથી. વિલેજ કેનોપી (village canopy) નામની સંસ્થા વિવિધ ગ્રામીણ પ્રવૃત્તિ પ્રવાસીઓને બતાવે છે.

સૌથી પહેલાં અમને નાનકડી હોડી પર સવાર કરી દેવાયા. તડકો ન લાગે એટલે પહેરવા માટે નાળિયેરીના લાકડામાંથી જ બનેલી ટોપી આપી દેવાઈ.

બીજાં વિશ્વયુદ્ધ વખતે બારામાં રહેલાં યુદ્ધજહાજોએ ખુલ્લા સમુદ્રમાં નીકળતા પહેલા દુશ્મન નાકાબંધીને પાર કરવી પડે એમ અમારી નાનકડી (એટલે અંદાજે 60 ફીટ લાંબી) હોડીએ જળકુંભીની નાકાબંધી પાર કરવાની હતી, કેમ કે સામે પાણી ઓછું ને વેલ ઝાઝી હતી. એમાંથી હોડી કેમ નીકળશે એ સવાલ અમારા મોઢા પર ટપકતો હતો, પણ નાવિકે લાંબો વાંસડો ભરાવ્યો અને ધીમે રહી વેલનું સામ્રાજ્ય ચીરતી હોડી બહાર નીકળી એ સાથે સવાલ પણ ઓગળી ગયો. આપણે રસ્તા પરના ગમે એવા ટ્રાફિક પરથી વાહન સોંસરવું કાઢીએ એવી જ એ ઘટના હતી.

હોડીની સફર ખાસ લાંબી ન હતી. એ દરમિયાન માછીમારી કરતાં પક્ષીઓ વગેરે અમને જોવા મળ્યાં. જમીન પર આવ્યા એટલે વિલેજ કેનોપીને સંચાલક માર્ટિનભાઈએ અમને તાડીનું ઉત્પાદન, નાળિયેરનું તેલ, નાળિયેરના રેષામાંથી દોરીની બનાવટ, નાળિયેરનાં પાંદડાંમાંથી છત અને સાવરણી વગેરેની બનાવટ અને ખાસ તો નાળિયેરી પર સડસડાટ ચડવું અને ઊતરવું... વગેરે આવડતો બતાવી. વિલેજ કેનોપી એ હોમ સ્ટે સુવિધા ધરાવે છે માટે પ્રવાસીઓ ધારે તો ત્યાં રહી શકે. પ્રાંગણમાં લીલા મરીના છોડ સહિતની એટલી બધી વેરાઇટી છે કે અશોક વાટિકામાં આવી ગયા હોઈએ એવું લાગે.

આવા હોય છે, રસોડામાં રાજ કરતાં કાળા મરીનાં છોડ.

ગ્રામીણ જીવન અને રિસ્પોન્સિબલ ટૂરિઝમનો અનુભવ કરીને અમારી સફર આગળ ચાલી.

ફોર્ટ કોચી : પરદેશીઓનું યુદ્ધમેદાન

રાજસ્થાન વગેરે જગ્યાએ કિલ્લા જોયા હોય એટલે ફોર્ટ કોચીમાં આવતા પ્રવાસીઓ પણ એવા કિલ્લાની અપેક્ષા રાખે એ સ્વાભાવિક છે, પરંતુ અમારા ગાઇડે અમને પહેલા જ સમજાવી દીધું કે કિલ્લાના નામે થોડીક દીવાલ રહી છે. બાકી તો સમગ્ર વિસ્તાર જ ફોર્ટ કોચી તરીકે ઓળખાય છે. એટલે ફોર્ટને શોધવાને બદલે ફરવાં પર જ ધ્યાન આપો.

વાસ્કો-દ-ગામાએ 1498માં ભારત સુધીનો માર્ગ શોધ્યા પછી મલબાર કાંઠે આરબ, પોર્ટુગીઝ, નેધરલૅન્ડ, બ્રિટિશરો વગેરે આવતાં થયા. એક પરદેશી પ્રજા કોચીના કાંઠે આવે ત્યારે બીજા કોઈ પરદેશીનું ત્યાં શાસન હોય. એટલે એ બંને વચ્ચે લડાઈ થાય. એ રીતે કોચીની ઓળખ પરદેશીઓના રણમેદાન તરીકેની બની હતી. આરબો અને પોર્ટુગીઝો, ડચ અને અંગ્રેજો... વગેરે પોતાનો દેશ પડતો મૂકીને અહીં આવી બાખડ્યા હતા. ડચ, પોર્ટુગીઝ, આરબ, બ્રિટિશ વગેરે શૈલીનાં બાંધકામો પણ અહીં સચવાયા છે. કેટલાંક મકાનો હોટેલ-રેસ્ટોરાંમાં ફેરવાઈ ગયા છે.

નામ ચાઈનીઝ છતાં કામ સારું

કોચીના બંદરમાં ઠેર ઠેર મોટી પછેડી-બુંગણ લટકતા હોય એવી માછીમારી જાળી લટકતી જોવા મળે છે. કોચીના ઘણાખરા ફોટામાં પણ એ નેટની અચૂક હાજરી હોય છે. એ નેટ ચાઈનીઝ ફિશિંગ નેટ તરીકે ઓળખાય છે. નામ ચાઈનીઝ હોવા છતાં કામ સારું છે એ જાણીને અમને આનંદ થયો. કહેવાય ચાઈનીઝ ફિશિંગ નેટ પરંતુ અંદાજે 700 વર્ષ પહેલા પોર્ટુગીઝોએ આ નેટ પ્રથા અહીં દાખલ કરી હતી. એ જોવા માટેની સર્વોત્તમ જગ્યા વાસ્કો-દ-ગામા ચોક છે. અમે પણ ત્યાં પહોંચ્યા.

માછીમારી મારા રસનો વિષય નથી, પરંતુ તેની જાણકારીમાં તો રસ પડે જ. એમાંય અહીં મળી એ જાણકારી તો ભારે રસપ્રદ હતી. સામાન્ય રીતે માછલી પકડવા માટે સમુદ્રમાં જાય અને માછલીઓનો જથ્થો લઈ પરત આવે. આ સામાન્ય પરંપરા છે. ચાઈનીઝ ફિશિંગ નેટની વિશિષ્ટતા એ છે કે માછલીઓ માટે માછીમારો પાણીમાં નથી જતા, માછલીઓ સામેથી તેમની પાસે આવે છે.

લાકડાના મોટા સ્ટેન્ડ પર કદાવર જાળી લટકતી રાખવામાં આવે છે. રાતે એ જાળી પાણીમાં ડૂબેલી રહે છે. તેની વચ્ચે એક લાઇટ હોય જેનાથી આકર્ષાઈને

માછલીઓ આવી ચડે છે. એ જાળી સવારે ઊંચકાય અને માછલીઓનો જથ્થો અલગ કરી લેવાય. જ્યાં ભરતી અને ઓટ સતત અને મર્યાદિત માત્રામાં આવતી હોય એવા સ્થળે જ આ ફિશિંગ નેટ ફીટ કરી શકાય, બધી જગ્યાએ ન ચાલે. કેરળમાં ઘણાં સ્થળોએ એવી અનુકૂળતા છે એટલે અહીં ઠેર ઠેર ફિશિંગ નેટ ધમધમે છે.

આ ચાઈનીઝ નેટ છે અને તેનું બાંધકામ પણ ત્યાં ચાલતું હોય છે.

આ નેટ બહાર કાઢવી અને ગોઠવવી એ મોટું અને મહેનતનું કામ છે. નેટના કદ મુજબ 2થી લઈને 5-7 માછીમારો તેનું સંચાલન કરતા હોય છે. કેટલીક નેટ વધારે કદાવર હોય તો મશીન વડે તેનું સંચાલન કરવામાં આવે છે. અહીં કેટલીક ફિશિંગ નેટ સદીઓ પુરાણી છે. એ મૂળ બાંધકામ જળવાઈ રહે એ માટે ચીન સરકાર પણ ફંડ આપે છે.

એમેઝોનથી આવેલા રેઇન ટ્રી

હોલિવૂડ ફિલ્મ 'અવતાર' જોઈ હશે એમને તેમાં દર્શાવેલાં કદાવર વૃક્ષો યાદ હશે. એવડા મોટાં તો નહીં, પણ એવી ભવ્યતા ધરાવતા, ખૂબ મોટું થડ ધરાવતા અને ડાળો પર પણ ઘાસ ઊગી નીકળ્યું હોય એવાં વૃક્ષો અહીં જોવા મળે છે. આ વૃક્ષોને સ્થાનિક ભાષામાં રેઇન-ટ્રી કહે છે. ગાઇડે અમને માહિતી આપી કે આ વૃક્ષો એમેઝોનનાં જંગલોનાં છે, અહીંનાં નથી. મોટી છત્રી ઊભી કરી હોય એવો દેખાવ ધરાવતાં આ વૃક્ષોના થડનો ફેલાવો 100 ફૂટ સુધીનો

હોય છે. અમને સામે જ એક એવડું વૃક્ષ જોવા મળ્યું જેમાં થડ પર સીડી લાગેલી હતી અને અંગ્રેજોએ થડ ઉપર વચ્ચેના ભાગે વૉચ ટાવર બનાવ્યો હતો. લોખંડનું એ બાંધકામ આજે પણ એમ જ રહેવા દેવાયું છે. આ વૃક્ષો ખરેખર એવડાં મોટાં હોય છે કે ડાળીઓના ફાંટા પડે ત્યાં નાનકડો તંબૂ તાણી શકાય. સાંજ પડ્યે આ વૃક્ષનાં પાંદડાં સૂઈ ગયાં હોય એમ ઢળી જાય છે. એટલે તેને 'ફાઇવ ઓ ક્લૉક ટ્રી' પણ કહે છે. ફોર્ટ વિસ્તારમાં અમુક રસ્તા તો પહોળા છે, પરંતુ રસ્તાના એક કાંઠે રહેલા વૃક્ષની ડાળી આસાનીથી રોડ ક્રૉસ કરીને સામેના કાંઠે આવેલા પાંચ-સાતમા માળના બિલ્ડિંગે પહોંચેલી જોવા મળે.

વાસ્કો-દ-ગામાનું શબ ક્યાં છે?

આગળ ચાલતી અમારી સફર એક ચર્ચમાં પહોંચી. નામ હતું સેન્ટ ફ્રાન્સિસ ચર્ચ. ભારતના શરૂઆતી ચર્ચ પૈકીનું એક એ ચર્ચ છે. હોડીનું તળિયું હોય એવી આ ચર્ચની છત છે. ઊંચી કદાવર દીવાલો પર એક તરફ જ બારીઓ છે, કેમ કે સૂર્યપ્રકાશ દિવસના અમુક કલાક જ મળે એવું આયોજન છે. રાણી એલિઝાબેથ અહીં આવ્યાં ત્યારે તેમના આગમન પહેલાં ખાસ લાદી આવી હતી. એ લાદી અહીં ફીટ કરાયેલી છે.

ઇતિહાસના પ્રસિદ્ધ પાત્ર વાસ્કોની કબર, પણ જોકે તેનું શબ હવે ત્યાં નથી.

જોકે જે જોવાનો મને સૌથી વધારે ઉત્સાહ હતો એ બોર્ડ આગળ ખૂણામાં જોવા મળ્યું. બોર્ડ પર લખ્યું હતું - 'વાસ્કો દ ગામાને અહીં દફનાવાયો હતો.' વાસ્કો આમ તો ભારત માટે વિલન છે, પરંતુ ઇતિહાસ છે એ તો રહેવાનો જ. અગાઉ કેરળના પ્રવાસ વખતે કાલિકટથી આગળ જ્યાં વાસ્કો 1498માં ઊતર્યો હતો એ કપ્પડ બીચ જોવા પણ અમે શોધતા શોધતા ગયા હતા. ઇતિહાસમાં રસ હોવા છતાં મને એ જાણકારી ન હતી કે વાસ્કોને અહીં દફન કર્યો હતો. એટલે સરપ્રાઇઝનું તત્ત્વ વધી ગયું. નીચે જમીન પર લાકડાની એક ફ્રેમ કરેલી હતી અને તેની વચ્ચે કબરનો પથ્થર જમીન સાથે જડાયેલો હતો. દીવાલ પર લૅટિન વગેરે ભાષાનું લખાણ હતું.

ભારતના ઇતિહાસમાં ઠેર ઠેર ગોઠવાયેલા પાત્ર વાસ્કોનું શબ અહીં બે ગજ જમીન નીચે છે... એ જાણીને ભારે રોમાંચ થયો. જોકે ગાઇડે માહિતી આપી કે, હવે મૃતદેહ અહીં નથી. તેને અહીંથી કાઢીને લિસ્બન (પોર્ટુગલ) લઈ જવાયો છે અને ત્યાં દફનાવાયો છે. એ જે હોય તે પણ વાસ્કોને પહેલી વખત અહીં ચિરનિદ્રામાં પોઢાડ્યો હતો એ વાત મારે મન મહત્ત્વની હતી.

યહૂદી નગર

ઇઝરાયલવાસીઓ એટલે કે જ્યુ અથવા યહૂદી. એટલી જાણકારી તો આપણી પાસે હોય જ. એ યહૂદીઓમાં વિવિધ ફાંટા છે. ઇઝરાયલમાં છે એમ ઇઝરાયેલ બહાર પણ છે. કોચીમાં પણ યહૂદીઓ હતા જેમને આરબ જ્યુ, યુરોપિયન જ્યુ વગેરે ભાગમાં વહેંચી નખાયા હતા. એ બધા જ્યાં રહેતા એ વિસ્તાર જ્યુ ટાઉન તરીકે ઓળખાય છે. જ્યુ ટાઉન એક મોટી શેરી અને તેની આસપાસ જુનવાણી બાંધકામોનો સંગમ છે.

શેરી યુરોપિયન જ્યુ અને પછી આરબ જ્યુ એમ બે ભાગમાં છે. શેરી એટલી બધી સાફ-સૂથરી છે કે ગમે ત્યાં જમીન પર બેસી શકાય. હવે યહૂદીઓનાં મર્યાદિત ઘરો, સિનેગોગ વગેરે અહીં સચવાયેલા છે. યહૂદીઓ અહીં રહીને સ્થાનિક મહિલાઓ સાથે પરણી ગયા... એમના વંશ-વારસો અહીં રહે છે. અહીં એલચી, લવિંગ, વગેરે તેજાના, સાંભર-રસમ વગેરે મસાલાની અસલ કહી શકાય એવી દુકાનો છે. અમે પણ એક દુકાનમાંથી એ બધી સામગ્રી ખરીદી.

જગતનું સૌથી મોટું રસોઈ પાત્ર!

બીજી એક 'ક્રાફ્ટર્સ' નામની દુકાને વળી જગતનું સૌથી મોટું રસોઈ વાસણ (સ્થાનિક ભાષામાં 'વારપુ') બનાવ્યું છે. મોટું એટલે 12 ફીટનો વ્યાસ છે અને ગિનિસ બૂકે રેકોર્ડ નોંધ્યો છે. 3184 કિલોગ્રામ વજન છે અને 190 કારીગરોએ 13 મહિના મહેનત કરી ત્યારે એ તૈયાર થયું હતું. એ વાસણ કોઈ ખરીદે તો દુકાનમાંથી કેમ બહાર કાઢવું... એટલે દુકાનદારે સમજાવ્યું કે આ તો વેચવાનું નથી. પ્રવાસીઓ આવે, આંખો ફાડીને જુએ અને અમારી દુકાનમાંથી બીજી કંઈ સામગ્રી ખરીદે એ જ અમારી લાગણી છે. દુકાન બહાર રેકોર્ડનું બોર્ડ છે અને દુકાનમાં ગિનેસ સર્ટિફિકેટ પણ મઢાવીને રાખેલું છે.

નૌકામથકમાં નૌકાઇતિહાસ

ભારતીય નૌકાદળના દક્ષિણ વિભાગનું મુખ્યાલય કોચીમાં છે. ફોર્ટ કોચી વિસ્તારમાં ઊભા રહીએ તો નૌકાદળનાં વિવિધ પ્રકારનાં જહાજો આવન-જાવન કરતાં જોવા મળે. અમારે જોકે જોવું હતું કોચીનું નૌકાદળ (મેરિટાઇમ) મ્યુઝિયમ.

બીજા વિશ્વયુદ્ધ વખતે અહીં હુમલો થાય એવો અંગ્રેજોને ભય હતો. એ માટે બે કદાવર બન્કર તૈયાર કરવામાં આવ્યાં હતાં. એ બન્કરને હવે મ્યુઝિમમાં ફેરવી નખાયાં છે. બંકર ઉપરાંત પ્રાંગણમાં નૌકાદળના સી કિંગ હેલિકૉપ્ટર, ટોર્પિડો, 1971માં કરાંચી ધમરોળતી વખતે વપરાઈ હતી એ મિસાઇલ્સ, ટોર્પિડો વગેરે સહિતની અનેક સામગ્રી અહીં ડિસ્પ્લે કરાઈ છે. ભારતના કાંઠે નૌકાકાફલાનો ઇતિહાસ હજારો વર્ષ જૂનો છે. એ ઇતિહાસની ઝલક પણ અહીં જોવા મળે છે. બે કલાક જેવો સમય કાઢીને આ મ્યુઝિયમ અચૂક જોવા જેવું છે.

ચાલો, કચોરીની દુકાને

કોચીમાં ઘણા ગુજરાતીઓ વસે છે. ગુજરાતી શેરી, શાળા, દુકાનો વગેરે છે. અમે તેમાં પ્રવેશ્યા. શાંતિલાલ બનિયા નામની એક દુકાને ઊભા રહ્યા, કેમ કે અહીં ઉત્તમ કચોરી મળતી હતી. અમે જરૂરી કચોરીનો સ્ટોક ઉપાડીને ગાડીમાં ગોઠવાયા.

કેરળમાં ચા મેળવવી જરા મુશ્કેલ છે. ગમે ત્યાં ચા મળતી નથી. મોટી રેસ્ટોરાં કે રોડ કાંઠાની દુકાન હોય એટલે ચા મળે જ એવું જરૂરી નથી. ચા-કૉફી લખેલું હોય એ તો મલયાલમમાં હોય એટલે આપણને ન સમજાય, પણ ચાનો કપ દોરેલો હોય ત્યાં જ ચા મળે. એવી એક જગ્યાએ ચા પીવા બ્રેક મારીને અમે આગળ વધ્યા.

કોચીમાં તો જોવા જેવું ઘણું છે, પરંતુ અમારે જે કંઈ ફરવાનું હતું એ બધું ઘમરોળી લીધું હતું. આગળ વધતાં અમે 'રેનાઇ ગ્રીન ફિલ્ડ રિસોર્ટ' પહોંચ્યા. રાતવાસો કરીને સવારે અમારે બીજી સફરે નીકળવાનું હતું.

12 નેવમ્બર
તરતા ઘર જેવી હોડી

કેરળના બેકવૉટર્સમાં ચાલતી હાઉસબોટ બહુ પ્રખ્યાત છે. દૂરથી આકર્ષક દેખાતી હોડી જોવા અમે પહોંચી ગયા. એલેપી અથવા તો અલપુઝાહ હાઉસબોટનું હબ છે. બસ સ્ટેશનમાંથી બસો ઊપડતી હોય એમ અહીંથી હાઉસબોટ રવાના થાય છે. એ ઉપરાંત એલેપી નહેરોમાં અમુક કલાક ફરી શકાય એવી નાની હોડીઓ પણ ઉપલબ્ધ છે, જેમ ઇટાલીનું વેનિસ તેના જળમાર્ગો માટે પ્રસિદ્ધ છે એમ એલેપી પણ જળમાર્ગ માટે પ્રસિદ્ધ છે અને વેનિસ ઑફ ઈસ્ટ તરીકે પણ ઓળખાય છે.

અમે એલેપીના હોડી સ્ટેશને ઊતર્યા. સામે સંખ્યાબંધ મીની ટાઇટેનિક જેવી હોડીઓ લાઇનમાં ઊભી હતી. મુસાફરો ભરાય એ સાથે રવાના થાય એવી ગોઠવણ હતી. મોટા ભાગની હોડીમાં બે બેડરૂમ, રસોડું, આગળ ઓસરી જેવી જગ્યા અને અગાસી પર છત ઢાંકેલી મોટી જગ્યા... એવી સગવડ હતી. કેરળની હાઉસબોટ સફર પ્રવાસીઓમા પ્રિય છે, પરંતુ આખા કેરળમાં હાઉસબોટ ઉપલબ્ધ નથી. એ માટે પ્રવાસીઓ એલેપી જ આવે અને પછી અહીંથી ક્યાંકની સફર નક્કી કરી જળમાર્ગે નીકળી પડે.

આવી હોય છે હાઉસબોટ, બહારથી અને અંદરથી.

પ્રવાસીઓની જરૂરિયાત મુજબ સવારના 6થી રાતના 9 સુધીની સફર, અડધા દિવસની ટૂર, એક રાતની ટૂર, બે રાતની ટૂર... એમ હાઉસબોટ ભાડે મળે છે. આ બધી મોટી હોડીમાં રાતવાસો થઈ શકે એ માટેની તમામ સગવડ હોય છે. એકથી લઈને પાંચ બેડરૂમ સુધીની હોડીઓના વિકલ્પ ત્યાં ઉપલબ્ધ છે. જ્યારે કેટલીક માત્ર છત ધરાવતી અને બેસીને ફરી શકાય એવી હોડી પણ ખરી. પ્રવાસીઓ પાસે મર્યાદિત સમય હોય ત્યારે એવી હોડીમાં સફર કરી શકે. એવી હોડીને અહીં શિકારા નામ અપાયું છે. કાશ્મીરમાં ભલે શિકારા એ સર્વોત્તમ હાઉસબોટ ગણાતી હોય, પરંતુ અહીં તેનો દરજ્જો જરા નીચો છે.

હાઉસબોટની સફર દરમિયાન પ્રવાસીઓને સામાન્ય રીતે બંને તરફ ફેલાયેલા ગામો, માછીમારી, ચોખાની ખેતી, પક્ષી નિરીક્ષણ... વગેરે અનુભવો મળે છે. એલેપીમાં આવી મોટી કહી શકાય એવી 400 હોડીઓ છે. પ્રવાસીઓની સિઝન શરૂ થાય ત્યારે લગભગ બધી હોડીઓ પ્રવાસીઓને ભરીને પોતપોતાની મંઝિલે ઊપડી પડે. હોડીની સફર આગળ વધે એમ ઘણી વખત મોબાઇલ નેટવર્ક મળતું નથી. પ્રવાસીઓને એ પણ શાંતિ મળે. હોડીની સુવિધા અને સમય મુજબ ત્રણ હજાર રૂપિયાથી વ્યક્તિદીઠ ચાર્જ શરૂ થતો હોય છે.

સ્નેક બોટ રેસ

કેરળમાં 40થી વધારે નદીઓ છે, બીજા જળાશયો અને બેક વૉટરને કારણે આખું રાજ્ય પાણીમય છે એમ કહેવામાં ખોટું નથી. આપણે પરિવહન માટે સાઇકલ કે મોટરસાઇકલ રાખીએ એમ કેરળમાં ઘરે ઘરે નાની-મોટી હોડી રાખવી પડે. એ રાજ્યની હોડીસ્પર્ધા જગવિખ્યાત હોય એમાં નવાઈ નથી. કેરળની સ્નેક બોટ રેસ વિશે તો વર્ષો પહેલાં ભણવામાં એક પાઠ પણ આવતો હતો. એ રેસ હવે રૂબરૂ જોવાની તક આવી પહોંચી હતી. એલેપીમાં પ્રવાસીઓ માટેની હોડી જોયા પછી હવે અમે પહોંચી ગયા સ્પર્ધા માટેની ખાસ લાંબી, પાતળી અને સડસડાટ ભાગતી હોડીઓ જોવા.

કેરળની જગવિખ્યાત બોટ રેસ. ત્યાં જઈને જોઈએ તો જ જમાવટ આવે.

કાયમકુલમ ગામના સરોવરમાં આ સ્પર્ધાનો નવમો રાઉન્ડ યોજાવાનો હતો. 'ચેમ્પિયન્સ બોટ લીગ' સ્પર્ધા કેરળના વિવિધ ભાગમાં એક પછી એક રાઉન્ડમાં યોજાય છે, જેથી વિવિધ ભાગના લોકો તેને માણી શકે અને ત્યાં આવેલા પ્રવાસીઓ પણ થ્રીલ રાઇડનો અનુભવ લઈ શકે.

કાયમકુલમ સરોવરના કાંઠે એક વિશાળ મત્સ્યકન્યાનું શિલ્પ બનાવેલું છે. દર્શકો આસપાસ ગોઠવાઈ ગયા હતા. અમે પણ નક્કી કરેલી જગ્યાએ પહોંચી ગયા. મલયાલમ ભાષામાં કોમેન્ટ્રી ચાલતી હતી એટલે અમને કંઈ સમજાવાનો સવાલ ન હતો, પણ કોમેન્ટ્રેટરના ઊંચા અવાજથી ખબર પડતી હતી કે કંઈક નવા-જૂની થઈ રહી છે.

શું નવા-જૂની થઈ, હોડીસ્પર્ધા શરૂ થઈ, થઈ તો હોડીઓ કઈ બાજુથી આવીને કઈ બાજુ જાય છે... વગેરે સવાલો અમારા મનમાં હતા, કેમ કે તળાવમાં એવી કોઈ હોડી દેખાતી ન હતી. જે દેખાતી હતી એ હલતી ન હતી. ત્યાં અમારું ધ્યાન જમણી બાજુ રહેલા ટીવી સ્ક્રીન પર પડ્યુ. તેમાં ત્રણ નામ ચમક્યા અને નીચે સમયની ગણતરી દેખાવા લાગી. એટલે એટલું સમજાયું કે હોડીસ્પર્ધા તો શરૂ થઈ પણ ક્યાંથી હોડી આવે છે એ હજુય ખબર પડતી ન હતી. સદ્ભાગ્યે મારી બાજુમાં એક ભાઈ હાથમાં ડ્રોન લઈને ઊભા હતા. તેમનું ડ્રોન ઊડતું હતું અને સ્ક્રીન પર ડ્રોનના વીડિયો દેખાતા હતા. એમાં જોવા મળ્યું કે એકાદ કિલોમીટર દૂરથી હોડીઓ રવાના થઈ ગઈ છે. પાણીમાં સાપ ચાલ્યો જતો હોય એમ જ ત્રણ હોડી આગળ વધતી હતી. એમાં પણ ડ્રોનમાંથી દેખાતું દૃશ્ય તો એકદમ ભવ્ય હતું. થોડીવાર એમાં જોયું ત્યાં જમણી તરફ દૂર પાણીમાં છાલકો ઊડતી દેખાઈ. હવે ડ્રોનની સ્ક્રીનમાંથી ડોકું બહાર કાઢીને પાણી પર જોયું.

ત્રણેય હોડીઓ ધમધમાટી બોલાવતી આગળ વધતી હતી. અમે જ્યાં હતા ત્યાં જ ફિનિશિંગ લાઇન હતી. લાંબી, પાતળી હોડીની બંને તરફ નાવિકો ગોઠવાયેલા હતા, એકસરખા તાલથી હલેસા મારતા હતા. તેમને પાનો ચડેલો રહે એટલા માટે અમુક નાવિકો... ઝાંઝ-પખવાજ વગાડતા હતા અને ટિપ્પણી રાસ લેતી વખતે જમીન પર અવાજ થાય એવો અવાજ પણ કરતા હતા. એ બધું જોવામાં રહ્યા ત્યાં હોડીએ ફિનિશિંગ લાઇન પાર કરી દીધી.

કઈ હોડી પહેલી આવી એ સમજવું મુશ્કેલ હતું, કેમ કે કટોકટ સ્પર્ધા હતી. સદ્ભાગ્યે પેલા સ્ક્રીન પર ત્રણેય હોડીનો ટાઇમ આવ્યો અને ખબર પડી કે સેકન્ડ નહીં, મીલી સેકન્ડનો જ ફરક પડ્યો છે. સ્પર્ધામાં કુલ 9 હોડી હતી અને 3-3ના હિસાબે દોડતી હતી. એટલે 3 રાઉન્ડ પછી અંતિમ રાઉન્ડ શરૂ થયો. હવે તો અમને ખબર પડી ગઈ હતી કે હોડી એકાદ કિલોમીટરનું અંતર કાપવામાં અંદાજે 5 મિનિટનો સમય લેતી હતી, પરંતુ શરૂઆતની 3 મિનિટ સુધી કોઈને દેખાય નહીં, કેમ કે દૂર હોય. એ પછી દેખાવી શરૂ થાય. અમારા સદ્ભાગ્યે જોકે બાજુમાં ડ્રોનની સ્ક્રીન હતો એટલે અપડેટ જાણવા મળતી હતી.

એક પછી એક સ્પર્ધા જોઈ અને દર વખતે સ્પર્ધકો, હોડી, પ્રજાનો ઉત્સાહ અને કેરળની એ પરંપરા માટે માન થયું. જો સ્પર્ધા જોઈ ન હોત તો તેનું મહત્ત્વ કદાચ સમજાત જ નહીં. હોડી સવાસો ફીટ જેટલી લાંબી હતી અને દરેક હોડી પર 85થી વધારે નાવિકો હતા. એ બધા એક સાથે હલેસાં મારે ત્યારે જે દૃશ્ય સર્જાય એનું વર્ણન તો અઘરું છે. એ જોવું જ પડે.

1952માં આ હોડીસ્પર્ધાની શરૂઆત જવાહરલાલે કરાવી હતી, ત્યારથી

તેનું નામ 'નહેરુ બોટ રેસ' છે. હવે બદલાતા સમય સાથે મૂળ સ્પર્ધા ઉપરાંત ચેમ્પિયન્સ લીગ શરૂ કરવામાં આવી છે. જેમ ક્રિકેટની રમત સાથે આઈપીએલ મનોરંજન આપે છે એવું જ કંઈક. નહેરુ બોટ રેસ ન જોવા મળે તો પ્રવાસીઓ ચેમ્પિયન્સ લીગ જોવા પહોંચી જાય છે. હોડીસ્પર્ધા જોવા લોકો કાંઠે ગોઠવાયેલા હતા, કેટલાક વૃક્ષ પર ચડી ગયા હતા અને બાકીના પોતપોતાની કે બીજાની હોડીમાં સવાર થઈને હોડીના રૂટથી સલામત અંતરે પાણીમાં ગોઠવાયેલા હતા. એ સ્પર્ધા જોઈને મનોમન ગાંઠ વાળી કે ફરીથી આ કમ્પિટિશન જોવા તો આવવું જ પડશે.

ઇતિહાસના કાંઠે ઊભેલું નગર કૉલમ

કૉલમનો સમુદ્રકાંઠો, જ્યાં યુરોપિયનોનો આવરો-જાવરો શરૂ થયો હતો.

કાયમકુલમથી રવાના થયા પછી રસ્તામાં નાગ દેવતાના મંદિર મન્નારસાલાએ રોકાયા. કેરળનું એ સૌથી મોટું અને ભવ્ય નાગ મંદિર છે. અંદાજે એક લાખ જેટલી નાગની કૃતિ, આકૃતિ, શિલ્પ, સ્થાપત્ય અહીં વિખરાયેલાં છે. અમે પહોંચ્યા ત્યારે ગર્ભગૃહ તો બંધ હતું, પરંતુ મંદિર જોવાની છૂટ હતી. આસપાસમાં જંગલ વિસ્તાર હોવાથી નાગ દેવતા ઉપરાંત ખરેખરા સાપ-નાગ જોવા મળે એવીય પૂરી શક્યતા હતી. સામાન્ય રીતે મંદિરના પૂજારી પુરુષો હોય, પરંતુ આ મંદિરમાં પરંપરાગત રીતે મહિલાઓ જ પૂજા કરે છે. મહિલા પૂજારી ધરાવતા દેશમાં બહુ ઓછાં મંદિર છે (એક કચ્છમાં પણ છે) તેમાં આ નાગાધિરાજ મંદિરનો

સમાવેશ થાય છે. તેનું બાંધકામ અત્યંત ભવ્ય છે.

એ જોઈને અમે આગળ વધ્યા. કૉલમમાં આવેલી ક્વિલોન પૅલેસ હોટેલમાં અમારો ઉતારો હતો. ક્વિલોન પૅલેસ સમુદ્રના કાંઠે જ છે. સાતમા માળે અમારા રૂમમાંથી અરબ સાગર ઘૂઘવતો જોવા મળતો હતો.

13 નવેમ્બર,
મહાત્મા જટાયુના ચરણોમાં

રામાયણમાં મહાત્મા જટાયુની કથા જાણીતી છે. રાજા દશરથના મિત્ર રહી ચૂકેલા પક્ષીરાજ જટાયુએ સીતાજીને બચાવવા પ્રયાસ કર્યો હતો. રાવણ અપહરણ કરીને જતો હતો ત્યારે તેના પુષ્પકને રોકી સીતાજીને મુક્ત કરાવવા જટાયુએ પ્રયાસ કર્યો હતો, પરંતુ રાવણના ખડગે તેમની એક પાંખ કાપી નાખી અને જટાયુ જમીન પર પડી ગયા. એ ઘટના જ્યાં બની હતી એ ટેકરી અહીં કૉલમ પાસે હોવાની માન્યતા છે. એ જગ્યા જટાયુ પારા તરીકે ઓળખાય છે.

આ જગ્યાનું મહત્ત્વ વધ્યું છે 2017 પછી, કેમ કે સરકારે અહીં ટેકરી પર જટાયુનું વિશાળ શિલ્પ બનાવ્યું છે. એવડું મોટું કે દૂરથી એ દેખાય છે. રામાયણની કથા મુજબ તેની એક પાંખ કપાયેલી છે અને પીઠભેર જમીન પર આક્રંદ કરતાં પક્ષીરાજ પડ્યા છે. એવું શિલ્પ પ્રવાસીઓને ન આકર્ષે તો જ નવાઈ.

રબ્બરના ખેતરો વચ્ચેથી અમે જટાયુ અર્થ સેન્ટર નેચર પાર્કના પ્રાંગણમાં પહોંચ્યા. જટાયુ શિલ્પ અંદાજે 1200 ફીટ ઊંચું છે. ઉપર સુધી પહોંચવા માટે 826 પગથિયાં ઉપરાંત રોપ-વેની સગવડ છે. અમે રોપ-વેમાં સવાર થઈને ઉપર પહોંચ્યા.

મલયાલમ સિનેમાના સેલિબ્રિટિ ડિરેક્ટર રાજીવ આંચલને અહીં જટાયુ શિલ્પ બનાવવાનો વિચાર આવ્યો હતો. એમણે કામગીરી આગળ વધારી, સરકારે મદદ કરી એટલે આજે શિલ્પ તૈયાર થઈ ગયું છે. શિલ્પ જોકે સાવ પૂરું નથી થઈ ગયું. ચાંચમાં અંદર વ્યૂઇંગ ગૅલેરી બને છે, જ્યારે પાંખમાં થિએટર બની રહ્યું છે. જ્યારે પ્રોજેક્ટ શરૂ થયો ત્યારે ટેકરી સાવ બંજર હતી, કેમ કે મૂળભૂત રીતે કાળમીંઢ પથ્થર છે, પરંતુ હવે એક લાખથી વધારે વૃક્ષોએ વિસ્તારને લીલોતરીમાં ફેરવી નાખ્યો છે.

જટાયુ શિલ્પની ઊંચાઈ 70 ફીટ છે, પહોળાઈ 151 ફીટ છે અને લંબાઈ 200 ફૂટથી વધારે છે. આખા શિલ્પનો વિસ્તાર 1400 ચોરસ મીટર છે. જટાયુની એક જ પાંખ છે, કેમ કે બીજી તો રાવણે કાપી નાખી હતી. એ એક પાંખમાં

કુલ 52 પીંછાં બનાવાયાં છે. અત્યારે જગતના સૌથી મોટા પક્ષી શિલ્પનો રેકોર્ડ જટાયુ પાર્કના નામે છે.

મહાત્મા જટાયુનું કદાવર શિલ્પ.

જટાયુ શિલ્પ ઉપરાંત અહીં બે ચીજો ખાસ જોવા જેવી છે. એક જટાયુ રામમંદિર અને બીજું ભગવાન રામનું કદાવર પગલું. પથ્થર પર એક આખો માણસ સમાઈ જાય એવડું મોટું પગલું કુદરતી રીતે બનેલું છે. તો વળી સોને મઢ્યા હોય એવું ભગવાન રામની મૂર્તિ પણ જોવા જેવી છે.

ઊંચાઈ પરથી ફરતી ટેકરીઓ, જંગલ, નદી, નાળાં જોઈ શકાય માટે ગૅલેરી બનાવાઈ છે. આ સ્થળેથી કુલ 3 જિલ્લા જોવા મળે છે. સમય જતાં અહીં ઘણી પ્રવાસન ઍક્ટિવિટી વધશે અને પ્રવાસીઓને વિવિધ વિકલ્પો મળશે.

આર્ટ એન્ડ ક્રાફ્ટ વિલેજ

અમારી સફર આગળ ચાલી ત્રિરુવનંથપુરમ અથવા તો ત્રિવેન્દ્રમ તરફ. ત્રિવેન્દ્રમની બાજુમાં કોવાલમ નામે નાનકડું નગર છે. આમ તો ત્રિવેન્દ્રમ-કોવાલમ જોડિયા નગર જ છે. અમારો હવેનો ઉતારો કોવાલમના કાંઠે આવેલા કેરળ ટૂરિઝમના સમુદ્ર રિસોર્ટમાં હતો. સમુદ્ર રિસોર્ટ નામ મુજબ સમુદ્રના કાંઠે જ હતો. થોડે દૂર આવેલા આર્ટ ઍન્ડ ક્રાફ્ટ વિલેજમાં અમારે જવાનું હતું.

વિલેજ નામ છે, પરંતુ હકીકતે એક વિસ્તારમાં થયેલું બાંધકામ છે. એક ઓસરી અને તેની બંને તરફ કેરળની વિવિધ કળા વેચતી દુકાનો. એ કળામાં

કેરળની સાડી, ભરતકામ, અરીસા, નાળિયેરના રેસાની ચીજો, કાષ્ઠકામ, વગેરે અનેક ચીજો વેચાય છે. પ્રવાસીઓને કેરળની ઓથેન્ટિક ચીજો ખરીદવી હોય તો આ એક જ જગ્યાએથી બધું મળી રહે એ મોટો લાભ. ઉપરાંત અહીં વિવિધ આર્ટ એક્ટિવિટી ચાલતી રહે. અમે પહોંચ્યા ત્યારે જ એક સંગીત સમારોહનું રિહર્સલ ચાલતું હતું.

આર્ટ ઍન્ડ ક્રાફ્ટ ઉપરાંત અહીં એક નવું બોર્ડ જોવા મળ્યું. સામાન્ય રીતે ટૉઇલેટ હોય ત્યાં લેડીઝ, જેન્ટ્સ એવા બોર્ડ જોવા મળે. અહીં લેડીઝ, જેન્ટ્સ ઉપરાંત ટ્રાન્સજેન્ડર એવું લખેલું બોર્ડ દેખાયું. ભારતમાં બહુ ઓછી જગ્યાઓ હશે જ્યાં આવું બોર્ડ હોય. એ કેરળની વ્યક્તિ સ્વતંત્રતાની ભાવના પણ રજૂ કરતું હતું.

નવેમ્બર 14, 2022
પદ્મનાભસ્વામીની જય હો

અગાઉ 2014માં હું ત્રિવેન્દ્રમ આવ્યો હતો. ત્યારે થોડો સમય હતો, પરંતુ ત્યાંના પદ્મનાભસ્વામી મંદિરે જવામાં ખાસ રસ પડ્યો ન હતો. એનું એક કારણ એ કે મંદિરનો ડ્રેસ કોડ છે. લૂંઘી પહેર્યા સિવાય અંદર જઈ ન શકાય. એટલે મંદિરમાં જવાનું આયોજન ત્યારે પડતું મૂક્યું હતું.

એ પછી પદ્મનાભસ્વામી મંદિરના પેટાળમાં રહેલા ઓરડા ખૂલ્યા. તેમાંથી જગતનો સૌથી મોટો ખજાનો નીકળ્યો. સોના, હીરા, મોતી, માણેક વગેરેની ગણતરી કરી અંદાજ રજૂ થયો કે એ ખજાનો અંદાજે સવા લાખ કરોડનો છે. એ તો આર્થિક મૂલ્ય હતું, પરંતુ સદીઓ જૂના હીરા-માણેકનું ઐતિહાસિક મૂલ્ય તો કઈ રીતે આંકી શકાય?

ત્રિવેન્દ્રમમાં અમારી પાસે સમય હતો એટલે અમે સવારે જ મંદિરની મુલાકાતે પહોંચી ગયા. કમ્યુનિકેશન એજન્સી MD Niche-એમડી નિશના સીઈઓ એસ સુરેશ અમારી સાથે હતા. એમની એજન્સી તો દિલ્હીમાં છે, પરંતુ એ મૂળ વતની ત્રિવેન્દ્રમના. એમણે અમારા માટે લૂંઘી, મહિલાઓ માટે પણ લૂંઘીની વ્યવસ્થા કરી હતી.

આ મંદિરમાં એવો નિયમ છે કે પુરુષો લૂંઘી પહેરીને જ પ્રવેશી શકે અને શરીરનો ઉપરનો ભાગ ખુલ્લો રહે. જો ઢાંકવો હોય તો લૂંઘી જેવા જ સફેદ કલરના વસ્ત્ર વડે ઢાંકી શકાય, પરંતુ મૂર્તિ સામે જવાનું થાય ત્યારે ફરી ઉપરનો ભાગ ખુલ્લો કરી જ નાખવાનો. મહિલાઓ ડ્રેસ પહેર્યો હોય તો પણ લૂંઘી વીંટાળવાની, પણ સાડી પહેરી હોય તો ચાલે.

મંદિરનાં કુલ ચાર પ્રવેશદ્વાર છે. પૂર્વ દિશાના પ્રવેશદ્વારેથી ભક્તો અંદર જતાં હોય છે. અહીં બહાર સૂચના લખેલી છે કે શું શું અંદર નહીં લઈ જવાય. એ વાંચીને જ પહેલા તો આઘાત લાગે, કેમ કે અંદર ન લઈ જવાના લિસ્ટમાં પહેલું જ નામ છે શર્ટ. પછી ટીશર્ટ, ઇલેક્ટ્રોનિક્સ ગેજેટ વગેરે... એ બધું સાચવવા માટે બહાર ક્લૉકરૂમની સગવડ છે.

પદ્મનાભસ્વામી મંદિરની અંદર ન જઈએ તો તેની ભવ્યતાનો ખ્યાલ ન જ આવે.

કેરળ સિવાયના રાજ્યોમાંથી આવતા ભક્તો સાથે લૂંઘી હોય જ એવું જરૂરી નથી. એટલે અહીં બહાર 50 રૂપિયાના મામૂલી દરે વેચાતી પણ મળે છે. પૂર્વના મુખ્ય પ્રવેશદ્વાર આગળ જ મોટું જળાશય છે. જળાશયના કાંઠે રસ્તો અને રસ્તાના કાંઠે મંદિરનું પુરાતન બાંધકામ. ત્યાં એક ક્લૉક ટાવર છે, જેના પર એન્જિનિયરિંગની કમાલ ધરાવતી ઘડિયાળ છે. બે ઘોડા સામસામે ગોઠવેલા છે અને વચ્ચે એક મહોરું છે. દર કલાકે એ ઘોડા એક બીજાની નજીક આવે, મહોરું હલે અને ડંકો વાગે... એ જોવા પણ પ્રવાસીઓ ઊભા રહેતા હોય છે. અમેય એ કરામત જોઈ.

આ મંદિર ત્રાવણકોર મહારાજાનું છે. રોજ સવારે મહારાજ મંદિરમાં આવે, પરંતુ સામાન્ય નાગરિકની માફક. એમના માટે ઉત્તર પ્રવેશદ્વાર રિઝર્વ રખાયું છે. અમારે પણ ત્યાંથી જ અંદર જવાનું હતું. દરવાજે પહોંચ્યા ત્યાં સ્થાનિક મદદગાર હાજર હતા. એમની સૂચનાથી ત્યાં રહેલા ઓરડામાં અમે વસ્ત્રપરિવર્તન કરી લીધું અને પછી મંદિરના પગથિયાં પર પગલાં માંડ્યા. ત્યારે જરાય કલ્પના ન હતી કે અનોખી દુનિયામાં પ્રવેશવા જઈ રહ્યા છીએ.

પ્રવેશનારા સૌ કોઈનું ચેકિંગ થયું. એ પછી લાંબી પરસાળમાંથી પસાર થયા. રામેશ્વરમ્ મંદિરની પરસાળના ફોટા જોયા હોય એવી એ પરસાળ હતી. અત્યંત ભવ્ય. આગળ જતાં રસોડું આવ્યું, જ્યાં મોટાં કદાવર વાસણોમાં રોજ-રોજનો પ્રસાદ બનતો હતો.

મંદિરમાં શું શું નહીં લઈ જઈ શકાય તેની સૂચના આપતા વિવિધ બોર્ડ.

મંદિરના પ્રાંગણમાં ઘણાં નાનાં-મોટાં મંદિરો છે. એક પછી એક વટાવતાં અમે મુખ્ય મંદિર તરફ આગળ વધ્યા.

પત્રકાર-લેખનમાં હોવાના કારણે દરેક સ્થળની મુલાકાત પહેલાં કેટલોક અભ્યાસ કર્યો હોય. આ મંદિરનો પણ કર્યો હતો, પરંતુ અંદર ફરતાં ગયા એમ લાગ્યું કે બધો અભ્યાસ ટૂંકો પડે એવું કલ્પનાતીત મંદિર છે.

અમારી સાથે રહેલા સજ્જન સુરેશે અમને મંદિરના મુખ્ય ભાગ તરફ જતા પહેલાં સમજણ આપી, 'ગર્ભગૃહમાં કોઈ લાઇટિંગ વ્યવસ્થા નથી, જે કંઈ છે એ દીવાનો પ્રકાશ છે. માટે મૂર્તિ શોધવા આમ-તેમ ફાંફાં ન મારશો. જે ભાગ ચળકતો દેખાય એ પહેલાં જોશો. એ પદ્મનાભસ્વામીનો સોનાનો હાથ છે. સોનાના હાથથી પછી આગળ જોતા જશો એટલે સ્વામી દેખાશે...'

આ માહિતી મળી એટલે રોમાંચ વધી ગયો. ભાગ્યે જ કોઈ એવું મંદિર હોય જ્યાં મૂર્તિ કેમ જોવી તેનું પણ નાનું એવું ટ્યૂશન આપવામાં આવે, પરંતુ મંદિરની ખરી મજા લેવા માટે મેં તો વિચારવાનું બંધ કરી દીધું હતું. દેખાવ કેવો હશે, કેવો નહીં હોય... વિચારવાને બદલે સામે શું આવે એ જ માણવાનું હતું. આગળ વધતાં આખરે અમે મંદિરના મર્મસ્થળે પહોંચ્યા.

અહીં વધુ એક નવાઈ અમારી સામે હતી. મંદિરમાં ભગવાનની ઊભી મૂર્તિ નથી, પરંતુ ભગવાન પોઢેલી અવસ્થામાં છે. શેષનાગ વચ્ચે તેમનું મસ્તક છે, જમણો હાથ નીચે તરફ ઢળે છે અને એ હાથ જ સોનાનો બનેલો છે. સામાન્ય રીતે દરેક મંદિરમાં ગર્ભગૃહની સામે ઊભા રહીએ એટલે તુરંત તમને ઈશ્વરની મૂર્તિ જોવા મળે. અહીં એવું બિલકુલ ન હતું. ગર્ભગૃહના ત્રણ દરવાજા હતા. સૌથી પહેલાં ઊભીને પહેલા એટલે કે ડાબી તરફના દરવાજામાંથી જોવાનું આવ્યું. તેમાં પદ્મનાભસ્વામીનું મસ્તક, હાથ વગેરે દેખાયા. એ પછી જરા આગળ વધ્યા એટલે શરીરનો વચ્ચેનો ભાગ દેખાયો. એ પછી આગળ વધ્યા એટલે ચરણનો ભાગ દેખાયો.

એનો અર્થ એમ થયો કે કોઈ પણ ભક્ત ક્યારેય ભગવાન પદ્મનાભસ્વામીને આખેઆખા જોઈ શકતો નથી. એટલું જ નહીં કોઈ ગર્ભગૃહમાં અંદર પ્રવેશે તો પણ આખી મૂર્તિ સરખી રીતે જોઈ ન શકે. એ જટિલ રચનાને કારણે મંદિરની ભવ્યતા વધી જતી હતી. એ દર્શન કરવા રોજના હજારો ભક્તો લાઇન લગાડતા હતા.

એ જગ્યાએથી બહાર નીકળીને એક સોનાની બારી પાસે અમે પહોંચ્યા. સૌ કોઈ ત્યાં હાથ અડાડીને મસ્તક પર સ્પર્શ કરાવતા હતા, કેમ કે એ શય્યામાં પોઢેલા 18 ફીટ લાંબા ભગવાનના પગનો ભાગ હતો. ગર્ભગૃહમાં કોઈને સરખા પગ દેખાય નહીં અને દેખાય તો પણ સ્પર્શી શકાય નહીં. એટલે તેની વ્યવસ્થા બહાર કરવામાં આવી હતી. એ પછી તો રામ-લખમણ-જાનકી, હનુમાનજી... વગેરેનાં દર્શન કર્યાં અને આગળ વધ્યા.

સોના, કહાં હે સોના...

આ મંદિર 2011માં આખા જગત માટે ચર્ચાનું કેન્દ્ર બન્યું, કેમ કે તેના પેટાળમાં રહેલો સોનાનો ખજાનો સપાટી પર આવ્યો હતો. હવે એ ઇતિહાસ જાણીતો છે, તો પણ તેની વિગતો તો રૂંવાડાં ઊભાં કરે એવી છે. આ મંદિરનો સોનાનો ખજાનો સવા લાખ કરોડનો હોવાનો અંદાજ નિષ્ણાતોએ ગણતરી પછી આપ્યો છે. એટલે એ આજની તારીખે જગતનું સૌથી ધનાઢ્ય મંદિર છે. ઉપરાંત આટલો ખજાનો અગાઉ ધરતીના પડમાંથી ક્યાંય, ક્યારેય નીકળ્યો નહીં. એટલે 2011 પછી આ મંદિર આખા જગત માટે કુતૂહલનું કેન્દ્ર બન્યું હતું.

વાત જાણે એવી છે કે અહીં આઝાદી પહેલાં ત્રાવણકોર રાજ્ય હતું. રાજ્યના પ્રજાવત્સલ રાજવીઓએ 1750માં નક્કી કર્યું કે રાજ્યની જે કંઈ સંપત્તિ આવે

તેમાંથી વધારાની સંપત્તિ ભગવાન પદ્મનાભસ્વામીની ગણીને મંદિરમાં જમા કરાવી દેવી. ઉપરાંત રાજ્યના રાજા પણ પદ્મનાભસ્વામીને જ ગણવા. એટલે ખજાનો મંદિરમાં એકઠો થતો હતો. ખજાનો જ્યાં રખાયો એ ખંડો સ્વાભાવિક રીતે જ બંધ રખાયા હતા. આઝાદી પછી આજેય ત્રાવણકોર રાજાશાહીનો પરિવાર તો ત્રિવેન્દ્રમમાં રહે છે, પરંતુ મંદિરના ખજાનામાંથી એક સિક્કોય એ વાપરતા નથી. મંદિરનો ખજાનો કેટલો અને કેવો છે નો હિસાબ મળવો જોઈએ એવી દલીલ સાથે 2011માં કોર્ટમાં અરજી થઈ. કોર્ટના આદેશ પછી સરકારે એક સમિતિ બનાવી. સમિતિએ મંદિરના પેટાળમાં રહેલા ખજાનાના ઓરડાઓ ખોલ્યા અને મહિનાઓ સુધી મથીને હિસાબ તૈયાર કર્યો. તેના આધારે ખબર પડી કે વર્તમાન ભાવે સવા લાખ કરોડનું સોનુ છે, પરંતુ એની ગણતરી માત્ર ભાવથી ન થઈ શકે, કેમ કે મહાવિષ્ણુની સોનાની બનેલી મૂર્તિ, હીરા જડીત હાર, સિંહાસન, હજારોની સંખ્યામાં સિક્કા... વગેરેનું મૂલ્ય તો કેમ આંકવું...

છતાંય નિયમ મુજબ મૂલ્યાંકન કરીને હીરા-મોતી-સોનુ જ્યાંનું ત્યાં મૂકીને ફરીથી ઓરડાઓ સીલ કરી દેવાયા. કુલ મળીને આઠ ઓરડા છે. ગણતરી માટે ઓરડા ખૂલ્યા એ પહેલાં લગભગ 140 વર્ષ પહેલાં એ ખૂલ્યાં હતાં. હવે ક્યારે અને કેવા સંજોગોમાં ખૂલશે એ કોઈ જાણતું નથી. ખજાનો ખુદ ભગવાન પદ્મનાભસ્વામીનો જ હોવાથી તેનો વપરાશ કરવાનો તો કોઈ વિચાર સુધ્ધાં ન કરી શકે.

અમે મંદિરમાં આંટો માર્યો ત્યારે અમારો સવાલ એ હતો કે મંદિરનો એ ભંડાર કઈ બાજુ છે. સ્વાભાવિક રીતે કોઈને એ તરફ જવા દેવામાં ન આવે, પરંતુ ક્યાં છે એ દિશા તો ચીંધી બતાવી શકાય ને... અમારા સહાયકે અમને મંદિરની પાછળ રહેલી લાંબી દીવાલ પર સૂતેલા ભગવાન પદ્મનાભનું ચિત્ર બતાવ્યું અને કહ્યું કે, ખજાનાના ઓરડા આ સ્થળની નીચે છે. એ ઉપરાંત પણ બીજા ઓરડા છે, પરંતુ એના વિશે વધુ કંઈ જાણી ન શકાય કે કંઈ કહી ન શકાય... જગતના સૌથી મોટા ખજાના પર અમે ઉઘાડા પગે ફરી રહ્યા હતા એ વાતે શરીરમાં ઝણઝણાટી થઈ...

મંદિર ફરીને બહાર નીકળ્યા અને લૂંઘીમાંથી ફરીથી મૂળ વસ્ત્રોમાં આવી ગયા. બહાર નીકળીને ફરીથી એ વિચાર આવ્યો કે જો આ મંદિર જોયું ન હોત તો માત્ર વાચન કે અન્ય જાણકારીના આધારે તેની ભવ્યતાનો ક્યારેય ખ્યાલ ન આવત. વધુ એક જાણકારી એ પણ મળી કે આ મંદિર ભલે કેરળમાં છે, પણ તમિલ શૈલીનું (ગોપુરમ હોય એવું) બાંધકામ છે. કેરળવાસીઓનાં મંદિરો આવાં નથી હોતાં. આ તો રાજાશાહી વખતે તમિલ પણ આ વિસ્તારનો જ ભાગ હતો

એટલે ત્યારે એવું મંદિર બન્યું. બાકી કેરળના મંદિરોની છત તો હંમેશાં લાદી જડેલી જ હોય. પદ્મનાભસ્વામી મંદિરમાં પણ કેન્દ્રીય મંદિરની છત એવી જ છે.

સાઉથના લોકો આખો દિવસ સાઉથ ઇન્ડિયન નથી ખાતાં!

અહીં ફરી લીધા પછી દસેક વાગી ગયા હતા એટલે અમે નાસ્તો-પાણી કરવા એક પ્રખ્યાત હોટેલે પહોંચ્યા. સુરેશભાઈની ઇચ્છા હતી કે અહીંની પ્રખ્યાત ઈડલી અમને ખવડાવે. જઈને ઑર્ડર કર્યો તો કહ્યું કે, ઇડલીનો સામાન તો ખલાસ થઈ ગયો છે. હવે અમે બપોરના ભોજનની તૈયારીમાં છીએ. ઢોસાં-વડાં મળશે. બાકી ઇડલીનો સમય પૂરો થયો છે.

એટલે અમારા માટે ઢોંસા-વગેરેનો ઑર્ડર કરાયો. આપણે ઇડલી-ઢોંસા વગેરે ખાસ ખાવા માટે જઈએ અને ઘણા કિસ્સામાં તો સાંજે ખાવા જતા હોઈએ છીએ. એટલે દક્ષિણ ભારતમાં તો આ સામગ્રી આખો દિવસ મળતી હશે એવું માની લઈએ, પરંતુ હકીકત એ છે કે આ સાઉથ ઇન્ડિયન વાનગીઓ સાઉથના લોકો આખો દિવસ નથી ખાતા. એમનો સમય નિર્ધારિત છે, એટલો સમય ખાઈને પછી બીજી વાનગી તરફ વળી જાય. આપણે જો એવું માનીને ગયા હોઈએ કે આખો દિવસ ઇડલી-ઢોંસા મળશે તો એ તો ન મળે, પરંતુ નિરાશા જરૂર મળે.

58 ફીટ ઊંચી જટામાં ગંગાજી અટવાણી...

'અવર નદી સમ એના દિલમાં જોગીડે મુજને જાણી...
આજ ત્રિપુરારીનો ગર્વ ઉતારીને પાતાળ લઈ જાઉં તાણી...'

આ બહુ પ્રચલિત ભજન છે. ગંગાજીને ધરતી પર ઊતરવાનું હતું ત્યારે એવો અહંકાર હતો કે શિવજી એની જટામાં મને ઝીલવાનો પ્રયાસ કરે, પણ જટા સાથે એમને પાતાળમાં ખોસી દઉં... બીજી તરફ શિવજીએ જટા એવી વધારી કે ગંગાજી તેમાં અટવાઈ પડ્યાં. શિવજીનું એ રૌદ્ર સ્વરૂપ ગંગાધરેશ્વર તરીકે ઓળખાય છે.

ત્રિવેન્દ્રમથી જરા દૂર સમુદ્રકાંઠે ગંગાધરેશ્વર શિવનું 58 ફીટ ઊંચું શિલ્પ તૈયાર કરાયું છે, પણ જોતાં જ ફફડી જવાય એવું. શિવજી તો જાણે એકદમ મસ્ક્યુલર છે, પરંતુ માથા પાછળ જે જટા છે એય ભારે ડરામણી છે. તેમાં ઉપર ગંગાજી બેસાડ્યા છે. અમે એ ભવ્યાતિભવ્ય શિવજીને જોયા અને પછી વળી સફર આગળ વધારી.

નજીકમાં જ એક ગામ પાસે એક રોક કટ એટલે કે કાળમીંઢ પથ્થરમાંથી કોતરીને તૈયાર કર્યું હોય એવું નાનકડું મંદિર હતું. એ મંદિર શોધતાં અમે ત્યાં પહોંચ્યા. ભાગ્યે જ ત્યાં કોઈ પ્રવાસીઓ આવતા હતા. કદાવર શિલા અને એમાં નાનકડો ગોખલો કર્યો હોય એવું શિલ્પ હતું. છેક 8મી સદીનું એટલે કે 1200 વર્ષ પહેલાંનું એ શિલ્પ શિવજીનું જ દક્ષિણામૂર્તિ સ્વરૂપ હતું. એ બધું જોઈ લીધા પછી હવે રાતે વિમાન પકડવા સિવાય કંઈ કરવાનું ન હતું.

ગંગાધરેશ્વર

ત્રાવણકોર સૂપ કેમ બને?

એક સદી કરતાંય વધારે જૂની અમારી હોટેલ મસ્કોટમાં પહોંચ્યા. સાંજે સાડા સાતે નીકળવાનું હતું. એ સમયે ભોજન કરવાનો અર્થ ન હતો. આગલી રાતે મેં સમુદ્ર રિસોર્ટમાં ત્રાવણકોર સૂપ ટ્રાય કર્યો હતો. એમાં બહુ મજા આવી. અહીં મોસ્કોટ હોટેલના મેનુમાં પણ એ સૂપ હતો એટલે એ જ સૂપનું પાન કર્યું. સૂપમાં બહુ મજા આવી એટલે થયું કે ઘરે બનાવવા ટ્રાય કરીશું.

ઘરે આવીને ગૂગલ - યુ-ટ્યૂબમાં સર્ચ કર્યું, પણ ક્યાંય ત્રાવણકોર વેજ સૂપની રેસિપી સરખી રીતે મળતી ન હતી. એટલે પછી આખરે કેરળ ટૂરિઝમના જે અધિકારી અમારી સાથે હતા એમને મૅસેજ કર્યો. એમણે એ હોટેલમાં પૂછ્યું અને હોટેલના રસોઇયાએ રીત લખાવી. કેરળ ગયા વગર પણ કેરળનો એ સૂપ દાઢે વળગાડવો અમારા માટે આસાન બન્યો.

જતાં પહેલાં જાણી લો

* કેરળમાં સર્વત્ર પીવાનું પાણી જો કહેવામાં નહીં આવે તો મોટે ભાગે ગરમ પાણી આવશે.
* ચા સર્વત્ર મળી જાય એવું જરૂરી નથી. મોટી રેસ્ટોરાં હશે તો પણ ઘણી

વાર ત્યાં ચા નહીં હોય. ચા મળશે ત્યાં પણ ખાસ્સા મોટા કપમાં, બે વ્યક્તિ પી શકે એટલી મળશે.

* વેજ ભોજન અંગે પહેલેથી તપાસ કરી રાખવી, કેમ કે કેરળની 95 ટકાથી વધારે પ્રજા વેજિટેરિયન નથી.
* ફોર્ટ કોચી વિસ્તારની મજા માણવા માટે ચાલીને ફરવું એ જ સર્વોત્તમ રસ્તો છે. બે-ત્રણ કલાક જેટલો સમય હશે તો વધારે મજા આવશે.
* શૉપિંગ - કેરળ મસાલાનું રાજ્ય છે. મસાલા ખરીદવા હોય તો ફોર્ટ કોચીમાં આવેલી કેટલીક દુકાનોમાંથી ખરીદી શકાય.
* જટાયુ શિલ્પ જોવા માટે પગથિયાં અને રોપ-વે બંને સગવડ છે. અડધો દિવસનો સમય પૂરતો છે. આસપાસમાં એડવેન્ચર પાર્ક વગેરે વિકસી રહ્યા છે.
* સવારના 10થી સાંજના 5.30 સુધી જટાયુ શિલ્પની મુલાકાત લઈ શકાય છે.

પદ્મનાભસ્વામી મંદિરમાં એમ જ એન્ટ્રી નહીં મળે

* મૂર્તિની રચના એવી છે કે કોઈ ભક્ત સામાન્ય સંજોગોમાં આખી મૂર્તિ જોઈ જ ન શકે. એક જ મૂર્તિના ત્રણ અલગ અલગ રીતે દર્શન કરવાં પડે એવી રચના અહીં છે. એટલે અંધારામાં મૂર્તિ ન જોવા મળે તો ભક્તોને સૂચના આપવામાં આવે છે કે સૌથી પહેલા સોનાનો હાથ શોધજો અને હાથ મળી જાય એટલે તેના આધારે અન્ય ભાગના દીદાર થશે.
* આ મંદિરમાં પુરુષો લૂંઘી પહેરીને અને મહિલાઓ સાડી પહેરીને જ પ્રવેશી શકે છે. જો આ સામગ્રી ન હોય તો ત્યાં બહારથી ખરીદી શકાશે. મહિલાઓએ વસ્ત્ર બદલવાં ફરજિયાત નથી, પરંતુ જે પહેર્યું હોય તેના પર લૂંઘી વીંટાળવી તો પડશે જ.
* મંદિરમાં લાંબી લાઇન હશે, માટે 2-3 કલાકની ગણતરી સાથે જ જવું.
* મંદિર બહાર એક મ્યુઝિયમ અને તળાવકાંઠે આવેલી ઘડિયાળ પણ જોવા જેવી છે.

* * *

www.ingramcontent.com/pod-product-compliance
Ingram Content Group UK Ltd.
Pitfield, Milton Keynes, MK11 3LW, UK
UKHW021242031026
15588UKWH00001B/222

9 789393 237200